ഗ്രീൻ ബുക്സ്
പറഞ്ഞതിൽ പാതി
ബിനോയ് വിശ്വം

എഴുത്തുകാരൻ, പത്രപ്രവർത്തകൻ, രാഷ്ട്രീയ നേതാവ്.
1955 നവംബർ 25ന് വൈക്കത്ത് ജനനം.
അച്ഛൻ: മുൻ വൈക്കം എം.എൽ.എയും കമ്മ്യൂണിസ്റ്റ്
നേതാവുമായ സി.കെ. വിശ്വനാഥൻ. അമ്മ: സി.കെ. ഓമന.
വിദ്യാഭ്യാസം: ബി.എ. എൽ.എൽ.ബി.
വൈക്കം ഗവ. ബോയ്സ് ഹൈസ്കൂളിലെ എ.ഐ.എസ്.എഫ്.
സെക്രട്ടറിയായി രാഷ്ട്രീയ പ്രവർത്തനം തുടങ്ങി.
എ.ഐ.എസ്.എഫ്. സംസ്ഥാന പ്രസിഡന്റ്,
സംസ്ഥാന സെക്രട്ടറി, അഖിലേന്ത്യാ പ്രസിഡന്റ്
തുടങ്ങിയ ഉന്നതസ്ഥാനങ്ങളിൽ പ്രവർത്തിച്ചു.
2006-2011 കാലയളവിലെ വി.എസ്. അച്യുതാനന്ദൻ
മന്ത്രിസഭയിൽ വനം വകുപ്പ് മന്ത്രിയായിരുന്നു.
2001, 2006 നിയമസഭാ തെരഞ്ഞെടുപ്പുകളിൽ
കോഴിക്കോട് ജില്ലയിലെ നാദാപുരത്തുനിന്നും
രണ്ടുതവണ തുടർച്ചയായി മത്സരിച്ചു വിജയിച്ചു. 2018 ജൂണിൽ
രാജ്യസഭയിലേക്ക് എതിരില്ലാതെ തെരഞ്ഞെടുക്കപ്പെട്ടു.
പുരസ്കാരങ്ങൾ: സോവിയറ്റ് യൂണിയനിൽനിന്ന്
വേൾഡ് യൂത്ത് അവാർഡ്, വേൾഡ് യൂത്ത് ഫെഷറേഷന്റെ
ബാനർ ഓഫ് യൂത്ത് യൂണിറ്റി & ഡിപ്ലോമ അവാർഡ്,
യൂണിയൻ ഓഫ് ജർമ്മൻ മലയാളി അസോസിയേഷന്റെ
എൻവയോൺമെന്റ് അവാർഡ്, കൊല്ലം കൺസ്യൂമർ
പ്രൊട്ടക്ഷൻ കൗൺസിൽ അവാർഡ്, ഓയ്സ്ക
ഇന്റർനാഷണൽ വൃക്ഷബന്ധു അവാർഡ്.

അനുഭവം
പറഞ്ഞതിൽ പാതി

ബിനോയ് വിശ്വം

ഗ്രീൻ ബുക്സ്

green books private limited
gb building, civil lane road, ayyanthole,
thrissur- 680 003, kerala, ph: +91 487-2381066, 2381039
website: www.greenbooksindia.com
e-mail: info@greenbooksindia.com

malayalam
paranjathil paathi
experience
by
binoy viswam

first published october 2018
copyright reserved

cover design : mansoor cheruppa

branches:
thrissur 0487-2422515
palakkad 0491-2546162
thiruvananthapuram 0471-2335301
calicut 0495 4854662
kannur 0497-2763038

isbn : 978-93-87357-48-8

---

no part of this publication may be reproduced,
or transmitted in any form or by any means,
without prior written permission of the publisher.

GBPL/1034/2018

മുഖക്കുറിപ്പ്

അവസാനം, ലോകത്തെ സോഷ്യലിസ്റ്റ്-കമ്മ്യൂണിസ്റ്റ് ധാര കളിലേക്ക് നയിക്കാനുള്ള ഇരുപതാം നൂറ്റാണ്ടിന്റെ പ്രയത്നം ഒരു വ്യാമോഹമായി മാറി. സോവിയറ്റ് യൂണി യനും രണ്ടാം ലോകമഹായുദ്ധത്തിനു ശേഷം ഉയർന്നു വന്ന യൂറോപ്യൻ സഖ്യശക്തികളും തകർന്നുതരിപ്പണ മായി. സമത്വ സ്വപ്നങ്ങളെ നെഞ്ചിലേറ്റിയവർ നൊടിയിട കൊണ്ട് വെറും 'റൊമാന്റിക് റവലൂഷണറി'കളായി മാറിയോ?

അങ്ങനെ ദുഃഖിച്ചവരുടെ കൂട്ടത്തിൽ സോവിയറ്റ് യൂണിയ നിലെ ജനതയും ലോകമെമ്പാടുമുള്ള ആയിരങ്ങളുമുണ്ടാ യിരുന്നു. മിച്ചമൂല്യവും ലാഭേച്ഛയുമില്ലാതെ രൂപപ്പെടുത്തിയ ഒരു സമൂഹഘടന മുതലാളിത്ത മൂല്യങ്ങളുടേതായി മാറി യപ്പോൾ ഒരു ജനതയനുഭവിച്ച സംത്രാസം എത്ര കഠിന മായിരുന്നുവെന്ന് നോബൽസമ്മാനിതയായ എഴുത്തുകാരി സ്വെറ്റ്ലാന അലക്സിവിച്ച് രേഖപ്പെടുത്തുന്നുണ്ട്.

"ഒരു സ്യൂട്ട് ഉണ്ടെങ്കിൽ ഇരുപത് കൊല്ലം ഉപയോഗിക്കാം; രണ്ട് കോട്ടുണ്ടെങ്കിൽ ഒരു ജീവിതകാലം മുഴുവൻ കഴിക്കാം. പക്ഷേ, പുഷ്കിന്റെയും ഗോർക്കിയുടെയും കൃതികൾ ഇല്ലാതെ എങ്ങനെ കാലം കഴിക്കാൻ? ഒരു ബൃഹത് പദ്ധതിയുടെ ഭാഗമാണവർ" എന്നു ചിന്തിച്ച ഒര മ്മയെ കുറിച്ചാണ് മകൾ ഓർക്കുന്നത്. ക്യൂബയിൽ ഫിഡൽ കാസ്ട്രോ അധികാരത്തിലേറിയപ്പോൾ, സ്പാനിഷ് ആഭ്യന്തര യുദ്ധത്തിലെ, പോരാളികൾ തങ്ങ ളുടെ സ്കൂളുകളിൽ വന്നെത്തിയപ്പോൾ കരഘോഷം ചെയ്തവർ, ആർപ്പുവിളിച്ചവർ; എല്ലാം പോയ്മറഞ്ഞു. റഷ്യൻ തെരുവുകളിൽ വീണ്ടും ആലംബഹീനന്മാരും

ഇരക്കുന്നവരും പ്രത്യക്ഷമായി വന്നെത്തി. (സ്വെറ്റ്ലാനാ അലക്സിവിച്ച് - ക്ലാവ് പിടിച്ച കാലം).

അക്കീറാ കാസായി

അക്കീറാ കാസായി എന്ന ജപ്പാനീസ് കമ്മ്യൂണിസ്റ്റ് നേതാവിനെ ഗ്രന്ഥകാരൻ വർഷങ്ങൾക്കു ശേഷം കണ്ടുമുട്ടുമ്പോൾ "ടെലഫോണിന്റെ അങ്ങേത്തലയ്ക്കൽ നിന്ന് കാസായി ആദ്യം പറഞ്ഞത് ഇരുപതുകൊല്ലങ്ങൾ കഴിഞ്ഞു പോയി എന്നായിരുന്നു. തുടർന്ന് ഒരു നെടുവീർപ്പിന്റെ ശബ്ദം എനിക്കു കേൾക്കാമായിരുന്നു" എന്നെഴുതുന്നുണ്ട്. (ലോകത്തിനു ചുറ്റും പറന്നു നടന്ന കാലം)

ബിനോയ് വിശ്വം ഓർക്കുന്നത് ഹംഗറിയുടെ തലസ്ഥാനമായ ബുഡാപെസ്റ്റിലെ യുവജനപ്രസ്ഥാനങ്ങളിലെ താനടക്കമുള്ള പ്രതിനിധികൾ ഒന്നിച്ചു താമസിച്ചു കഴിഞ്ഞിരുന്ന എൺപതുകളെക്കുറിച്ചാണ്. യൂറോപ്പിൽനിന്നും ലാറ്റിനമേരിക്കയിൽ നിന്നുമുള്ളവരായിരുന്നു അവർ. "ഗ്ലാസ്നോസ്റ്റും പെരിസ്ട്രോയിക്കയും ഞങ്ങളുടെ ആപ്പീസിൽ ആദ്യമായി അനുഭവപ്പെട്ടത് വിചിത്രമായ രീതിയിലായിരുന്നു. ജനാധിപത്യവും സോഷ്യലിസവും തമ്മിൽ കൈകോർത്തു നീങ്ങുമെന്നാണ് അന്ന് സങ്കല്പിക്കപ്പെട്ടത്. എന്നാൽ എഴുപതുകൊല്ലത്തിലേറെ പരീക്ഷിക്കപ്പെട്ട ഒരു മഹാവ്യവസ്ഥിതിയുടെ തകർച്ചയിലാണ് കാര്യങ്ങൾ കലാശിച്ചത്" എന്ന് ബിനോയ് മ്ലാനതയോടെ എഴുതുന്നു.

പ്രവർത്തനത്തിന്റെ അരനൂറ്റാണ്ട്

സഖാവ് ബിനോയ് വിശ്വം സോഷ്യലിസ്റ്റ് പ്രസ്ഥാനത്തിന്റെ സമരഭടനായിട്ട് ഏതാണ്ട് അരനൂറ്റാണ്ട് കണക്കിലെടുക്കാം. പ്രവർത്തനനൈരന്തര്യത്തിന്റെ മുഴക്കമുള്ള ഈ പുസ്തകത്തിലെ വാക്കുകൾ പറഞ്ഞതിൽ പാതിയെങ്കിലുമായോ എന്ന സംശയമാണ് എനിക്കുണ്ടായത്. ഈ പുസ്തകത്തിൽ രാഷ്ട്രീയലേഖനങ്ങൾ ഉൾപ്പെടുത്തിയിട്ടില്ല എന്ന് ഗ്രന്ഥകാരൻ അവകാശപ്പെടുന്നുണ്ടെങ്കിലും രാഷ്ട്രീയമായ അടിയൊഴുക്കുകളിൽനിന്ന് ഈ ഗ്രന്ഥത്തിന് ഒഴിഞ്ഞു

നിൽക്കാനാകുന്നില്ല. ഈ കൃതിയിലെ വാക്കുകൾക്ക് പ്രത്യയശാസ്ത്രത്തിന്റെ തെളിമയുണ്ട്. കുളിർമയുടെയും ഊഷ്മളതയുടെയും ഒരിളംകാറ്റ് ഈ വരികളിലൂടെ കടന്നുപോകുന്നുണ്ട്; ഉലയാത്ത ആത്മവിശ്വാസവും.

മേധാപട്കർ, ഇന്ദ്രജിത് ഗുപ്ത, അച്യുതമേനോൻ, ഗൗരിയമ്മ, ശശി തരൂർ, ക്രിസോസ്റ്റം തിരുമേനി, മാർക്സ്, ഫ്രാൻസിസ് മാർപ്പാപ്പ തുടങ്ങിയ മഹത് വ്യക്തിത്വങ്ങളെക്കുറിച്ചുള്ള വിചാരങ്ങളും ഓർമ്മകളും രാഷ്ട്രീയചിന്തകളും നിറഞ്ഞ അതിമനോഹരമായ കുറിപ്പുകൾ. ഈ കുറിപ്പുകളിലൂടെയെല്ലാം ബിനോയ് വിശ്വം എന്ന വ്യക്തി കടന്നുപോകുന്നുണ്ട്; അദ്ദേഹത്തിന്റെ മനോവികാരങ്ങളും. ആയതിനാൽ ഈ പുസ്തകം ഒരനുഭവജീവിതത്തിന്റെ കുറിപ്പുകളായിട്ടാണ് ഞങ്ങൾ വിലയിരുത്തുന്നത്. ഈ ഗ്രന്ഥം അനുഭവം (experience) എന്ന വിഭാഗത്തിലാണ് ഉൾപ്പെടുത്തിയിട്ടുള്ളത്.

തിരിച്ചടികളിൽ ഖിന്നനായിരിക്കുകയല്ല; പുതിയ കാലത്തിലേക്ക് അവധാനതയോടെ നടന്നുപോവുക എന്നതു തന്നെയാണ് ഈ സമരഭടന്റെ ചിന്ത. "രാഷ്ട്രീയം സാമാന്യ മനുഷ്യന്റെ നൈതിക സങ്കല്പങ്ങളോട് നീതി കാണിക്കുന്നില്ലെന്ന വിമർശനം ശക്തിപ്പെടുകയാണ്" എന്ന് അദ്ദേഹം തിരിച്ചറിയുന്നുണ്ട്. ഒരു കുമ്പിൾ വെളിച്ചവുമായി യാത്ര ചെയ്യുന്ന ഈ സമരസഖാവിന് അഭിവാദ്യങ്ങൾ.

കൃഷ്ണദാസ്
മാനേജിങ് എഡിറ്റർ

കുട്ടിക്കാലം മുതലേ ലേഖനങ്ങൾ എഴുതി. അവയെല്ലാം മികച്ചതാണെന്ന് പറയാൻ കഴിയില്ല. ജനിച്ച് വളർന്ന സാഹചര്യങ്ങളുടെ പ്രത്യേകത കൊണ്ടാകാം ലേഖനങ്ങളോട് ഒരുതരം ആരാധന എന്നുമുണ്ടായിരുന്നു. മനസ്സിൽ തറയ്ക്കുന്ന ഓരോന്നിനെപ്പറ്റിയും ഓരോ ലേഖനമെഴുതാൻ കഴിഞ്ഞെങ്കിൽ എന്ന് ആശിച്ചവനാണ് ഞാൻ. അതുകൊണ്ടുതന്നെ മനസ്സിൽ ജനിച്ചു മരിച്ച എഴുത്തുകളുടെ എണ്ണം ആയിരക്കണക്കിനുണ്ടാകും. അവയിൽനിന്ന് രക്ഷപ്പെട്ട് വന്നവയാണ് ഞാനെഴുതിയ ലേഖനങ്ങളോരോന്നും. വിവിധ പ്രസിദ്ധീകരണങ്ങളിൽ വെളിച്ചം കണ്ട അത്തരം ലേഖനങ്ങൾ വർഷങ്ങൾക്കുശേഷം വീണ്ടും വായിക്കുമ്പോൾ ഒരു പ്രത്യേക അനുഭൂതി തോന്നാറുണ്ട്. ചിലത് നിരാശപ്പെടുത്തും. ചിലത് ആവേശംകൊള്ളിക്കും. ചിലത് കരയിപ്പിക്കും. ചിലത് ചിന്തിപ്പിക്കും. ചിലപ്പോൾ എന്റെ നിസ്സഹായവസ്ഥയെ ചൊല്ലി പരിതപിക്കും. ചുരുക്കത്തിൽ എന്നെത്തന്നെ വിലയിരുത്താൻ അവയൊക്കെ സഹായിച്ചിട്ടുണ്ട്.

ഒമ്പതാം ക്ലാസ്സിൽ പഠിക്കുമ്പോഴാണ് നോട്ടുബുക്കിന്റെ താളിൽ പ്രായത്തിന് നിരക്കാത്ത ഒരു രാഷ്ട്രീയ വിഷയത്തെക്കുറിച്ച് ഞാൻ ഒരു ലേഖനമെഴുതിയത്. സങ്കോചത്തോടെയാണ് ഒരു രാത്രി അത് അച്ഛനേയും അമ്മയേയും വായിച്ച് കേൾപ്പിച്ചത്. വായിച്ചു തീർന്നപ്പോൾ അച്ഛൻ എന്നെ ചേർത്തുപിടിച്ചു. അമ്മ കവിളത്ത് ഒരു ഉമ്മ തന്നു. എഴുതാൻ കഴിയുമെന്ന വിശ്വാസത്തിന്റെ ആദ്യത്തെ വിത്താണ് അന്ന് എന്റെ ഉള്ളിൽ വീണത്. അവർ രണ്ടുപേരും ഇന്നില്ല. എന്നാൽ ആ ഓർമ്മ ഇടയ്ക്കിടയ്ക്ക് എന്നെ കുലുക്കി ഉണർത്തുന്നു.

ലേഖനങ്ങൾ സമാഹരിച്ച് പുസ്തകമാക്കണമെന്ന് ഉപദേശിച്ചവർ പലരുണ്ട്. അതിൽ മറക്കാനാകാത്ത നാലു

പേരുകൾ ഇവിടെ രേഖപ്പെടുത്തണമെന്ന് ആഗ്രഹിക്കുന്നു. സ. പി.ആർ. നമ്പ്യാർ, സ. പി. ഗോവിന്ദൻ പിള്ള, സ. എം.പി. വീരേന്ദ്രകുമാർ, ആർച്ച് ബിഷപ്പ് വർക്കി വിതയത്തിൽ.

ദശാബ്ദങ്ങൾ പഴക്കമുള്ള ലേഖനങ്ങൾ ശേഖരിച്ച് വയ്ക്കാൻ പാടുപെട്ട എന്റെ ഭാര്യ ഷൈലയും തപ്പിയെടുക്കാൻ ക്ഷമയോടെ യത്നിച്ച രാജീവനും കാണിച്ച കരുതൽ ഇല്ലായിരുന്നെങ്കിൽ ഈ പുസ്തകം ഇറങ്ങില്ലായിരുന്നു.

ഗ്രീൻ ബുക്സിലെ കൃഷ്ണദാസും ഞാനും തമ്മിൽ ഏകദേശം ഒരു കൊല്ലം മുമ്പ് ചർച്ച ആരംഭിച്ചത് മറ്റൊരു പുസ്തകം പുറത്തിറക്കുന്നതിനെപ്പറ്റിയായിരുന്നു. പല കാരണം കൊണ്ട് അത് വഴി മാറി സഞ്ചരിച്ച് 'പറഞ്ഞതിൽ പാതി'യായി രൂപംകൊള്ളുകയായിരുന്നു സത്യത്തിൽ. ഇതിൽ പാതിയുടെ പാതിപോലുമില്ല. എന്നാൽ എന്നെപ്പോലൊരു സാധാരണ മനുഷ്യന്റെ ചിന്ത സഞ്ചരിച്ച വഴികളുടെ ഒരു പരിഛേദം ഇതിൽ തീർച്ചയായുമുണ്ട്. രാഷ്ട്രീയ പ്രവർത്തകനായ ഞാൻ എഴുതിയതിൽ കൂടുതലും രാഷ്ട്രീയ ലേഖനങ്ങളായിരുന്നു. ഈ പുസ്തകത്തിൽ അത്തരം ലേഖനങ്ങളല്ല ഏറെയുള്ളത്.

വിദ്യാർത്ഥി ജീവിതകാലം മുതൽ ഞാൻ സ്നേഹിച്ച, എന്നെ സ്നേഹിച്ച ആളാണ് ബാലചന്ദ്രൻ ചുള്ളിക്കാട്. പുസ്തകത്തിന്റെ തലക്കെട്ടിനു വേണ്ടി ധ്യാനിച്ചപ്പോൾ മനസ്സിലേക്ക് വന്നത് ബാലചന്ദ്രന്റെ വരികളാണ്. "അറിഞ്ഞതിൽ പാതി പറയാതെ പോയി പറയുന്നതിൽ പാതി പതിരായിപ്പോയി..." ഈ പുസ്തകത്തിലും പതിരുണ്ടാവും. അതിന്റെ ആദ്യത്തേയും അവസാന ത്തേയും കാരണക്കാരൻ ഞാൻ മാത്രമായിരിക്കും.

അക്ഷരങ്ങളിൽ അഗ്നിയുണ്ടെന്ന് പറഞ്ഞയാളോട് എനിക്ക് എന്നും ആദരവാണ്. അക്ഷരങ്ങളിൽ പക്ഷേ, അഗ്നി മാത്രമല്ല കണ്ണീരും വിയർപ്പും രക്തവും നിരാശയും പ്രതീക്ഷയും എല്ലാമുണ്ട്. അക്ഷരങ്ങൾ അതുകൊണ്ടാണ് അനശ്വരമാകുന്നത്. ആ അനശ്വരതയ്ക്കു മുന്നിലുള്ള ഒരു എളിയ മനുഷ്യന്റെ വിശ്വാസ പ്രഖ്യാപനമായി ഈ പുസ്തകത്തെ കാണുക.

ബിനോയ് വിശ്വം

ഉള്ളടക്കം

ഭാഗം ഒന്ന്
വ്യക്തിവിചാരങ്ങൾ/ഓർമ്മ

മേധയുടെ ചെറുത്തുനില്പ് പറയുന്നത് 15
ഇന്ദ്രജിത് ഗുപ്ത 19
ശശി തരൂരിന് 24
അച്യുതമേനോന്റെ
പാരിസ്ഥിതിക പരിഗണനകൾ 30
ടി.വി. തോമസ്സും ഗൗരിയമ്മയും 35
ക്രിസോസ്റ്റം തിരുമേനി
എന്ന 'വല്ലാത്ത മനുഷ്യൻ' 40
മാർക്സിനെ ഓർക്കുമ്പോൾ 43
ഫിദൽ കാസ്ട്രോയും ഫ്രാൻസിസ് മാർപാപ്പയും 49
ലോകത്തിനു ചുറ്റും പറന്നു നടന്ന കാലം 56
ഹിരോഷിമയുടെ ഓർമ്മകൾ 61
യു.എസ്. കമ്മ്യൂണിസ്റ്റ് പാർട്ടി-
ചെയർമാനെ കണ്ടപ്പോൾ 65
ജാസ്മിനോടു സംസാരിച്ചപ്പോൾ... 70
സാറയ്ക്ക് ഒരു കാല് വേണം 73

ഭാഗം രണ്ട്
രാഷ്ട്രീയ വിചാരങ്ങൾ

നമ്മുടെ തലച്ചോറുകൾ കീഴ്പ്പെട്ടുപോവരുത് 79
വികസനവും പ്രകൃതിയും 82
താലിബാനിസം ഇസ്ലാമല്ല 87
മണൽമാഫിയയെ നേരിട്ട കഥ 90

നീതിയുടെ അടിത്തറയിൽ
പുതിയ ജീവിതത്തിനായ് 95
ചോദ്യോത്തരങ്ങൾ തിരുത്തുമ്പോൾ 99
സ്നേഹത്തിന്റെ നോമ്പുകാലം 102
ഏതു ദൈവത്തിനു വേണ്ടിയാണ്
ആനകളെ പീഡിപ്പിക്കുന്നത്? 106
വാലന്റൈൻസ് ദിന ചിന്തകൾ 113
ജനശക്തി ഉണരണം;
പോരാട്ടം വളരണം 118
സാമ്രാജ്യത്വമാണ് ലോക
സമാധാനത്തിന്റെ ഒന്നാം നമ്പർ ശത്രു 122
ജനങ്ങളുടെ ആധിപത്യം പുലരാൻ 126
പരിസ്ഥിതിയും ഇടതുപക്ഷവും 130
പുതിയ രാഷ്ട്രീയ ശൈലിക്കുവേണ്ടി 135

ഭാഗം ഒന്ന്
വ്യക്തിവിചാരങ്ങൾ/ഓർമ്മ

മേധയുടെ ചെറുത്തുനില്പ് പറയുന്നത്

നിരാഹാരസമരത്തിന്റെ 13-ാം ദിവസമാണ് ഒരുപാട് പ്രതിബന്ധ ങ്ങൾക്കു ശേഷം ഞാൻ മേധാപട്കറെ കണ്ടത്. കണ്ടു എന്നുമാ ത്രമേ പറയാനാവൂ. മൂന്നു മിനിറ്റുകൾനീണ്ട ആ കൂടിക്കാഴ്ച യിൽ ഞങ്ങൾ സംസാരിച്ചത് ആംഗ്യങ്ങളിലൂടെയായിരുന്നു. അവിടെ അതിനേ കഴിയുമായിരുന്നുള്ളൂ.

ഇൻഡോറിലെ ബോംബെ ഹോസ്പിറ്റലിൽ പൊലീസ് കസ്റ്റഡിയിൽ ഐ.സി.യു.വിൽ കഴിഞ്ഞ അവർക്കും എനിക്കും നടുവിൽ ഒരു ചില്ലുമതിലുണ്ടായിരുന്നു. ഞങ്ങൾക്ക് പരസ്പരം കാണാം, എന്നാൽ, പരസ്പരം കേൾക്കാൻ ആകുമായിരുന്നില്ല. ആശുപത്രിവളപ്പിലാകെ കനത്ത പൊലീസ് ബന്തവസ്സായിരുന്നു. പ്രക്ഷുബ്ധമായ ആ അന്തരീക്ഷത്തിൽ അസാമാന്യമായ ക്ഷമ യോടെ മൂന്നുമണിക്കൂർ നീണ്ട കാത്തിരിപ്പിനൊടുവിലാണ് നാലഞ്ചു പൊലീസ് ഓഫീസർമാരുടെ അകമ്പടിയോടെ ഐ.സി. യുവിൽ പ്രത്യേകം സജ്ജീകരിച്ച ആ ചില്ലുമറയ്ക്കടുത്തേക്ക് എത്തിയത്. നാനാവിധ രോഗങ്ങളാൽ ദുർബലയായിരുന്ന മേധാ പട്കർ അപ്പോൾ തളർന്നു മയങ്ങുകയായിരുന്നു. കട്ടിലിൽ എഴു ന്നേറ്റിരുന്ന് കൈകളുയർത്തിയും ചുണ്ടുകൾ ചലിപ്പിച്ചും അവർ പറഞ്ഞത് എന്താണെന്ന് എനിക്ക് ഊഹിക്കാൻ കഴിയുമായി രുന്നു. നിയമവിരുദ്ധമായ തടങ്കലിനെപ്പറ്റിയാണ് അവർ ചോദി ച്ചത്. അവയ്ക്കൊന്നും ഉത്തരം പറയാൻ അവിടെ ഉണ്ടായിരുന്ന ഉന്നത ഉദ്യോഗസ്ഥർക്ക് കഴിയില്ലായിരുന്നു.

മേധാപട്കറുടെ ആരോഗ്യം സംരക്ഷിക്കാൻ വേണ്ടിയുള്ള സ്നേഹ പ്രവൃത്തിയാണ് തങ്ങൾ ചെയ്യുന്നതെന്ന് അവരിലൊ രാൾ എന്നോടു പറഞ്ഞു. തലേന്നു രാത്രി കിലോമീറ്ററുകൾക്ക് അകലെ നർമ്മദാതീരത്തെ ചിക്കർദായിലെ നിരാഹാരപ്പന്തലിൽ അതിക്രമിച്ചുകടന്ന് അവർ മേധയെ പിടിച്ചുകൊണ്ടുപോന്നതും

ആ സ്നേഹംമൂലമായിരുന്നത്രേ. അതിനു മുമ്പ് ആ ഗ്രാമം മുഴുവൻ സായുധപൊലീസ്വ്യൂഹം നിരന്നിരുന്നു. വൈകുന്നേരം മുതൽ നർമ്മദാ നദിക്ക് മുകളിൽ ക്യാമറ ഘടിപ്പിച്ച ഡ്രോണുകൾ പറന്നുനടന്നു. ജൂലായ് 27ന് ആരംഭിച്ച മേധാപട്കറുടെ നിരാഹാര സമരത്തിന്റെ 12-ാം ദിവസത്തെ രാത്രിയായിരുന്നു അത്. ഓഗസ്റ്റ് 10-ാം തീയതി രാവിലെ മേധയെ അനധികൃതമായി തടങ്കലിൽ പാർപ്പിച്ചതിനെതിരെ കോടതിയിൽ ഒരു ഹർജിയെത്തി. തൊട്ടുപിന്നാലെ പൊലീസ് അവരെ വിട്ടയച്ചു. അതേ ദിവസം ഉച്ചതിരിഞ്ഞ് ചിക്കർദായിലെ സമരകേന്ദ്രത്തിലേക്ക് പുറപ്പെട്ട മേധാപട്കറെ പൊലീസ്വ്യൂഹം വഴിയിൽ വളഞ്ഞു. മേധയുടെ ചോദ്യങ്ങൾക്കുമുമ്പിൽ ഉത്തരമില്ലായിരുന്നെങ്കിലും ഇക്കുറി അവർ അറസ്റ്റു രേഖപ്പെടുത്തി അവരെ ജയിലിലടച്ചു.

നർമ്മദാതീരങ്ങളിൽ ജീവിക്കുന്ന ലക്ഷക്കണക്കിനു മനുഷ്യരുടെ അതിജീവനസമരത്തിന്റെ പ്രതീകമാണ് മേധാപട്കർ. ഗുജറാത്തിലെയും മധ്യപ്രദേശിലെയും മഹാരാഷ്ട്രയിലെയും പാവപ്പെട്ട മനുഷ്യരുടെ നിലനില്പിനായുള്ള സമരത്തിന് 32 വർഷം പഴക്കമുണ്ട്.

നഗരങ്ങളിലെ സമ്പന്നർക്കും കോർപ്പറേറ്റ് വ്യവസായഭീമന്മാർക്കും വെള്ളമെത്തിക്കാൻ വേണ്ടി ഗ്രാമങ്ങളിലെ പാവങ്ങൾ എവിടെവരെ സഹിക്കണമെന്നും എന്തെല്ലാം ത്യജിക്കണമെന്നുമാണ് നർമ്മദാ പ്രക്ഷോഭം ഉയർത്തുന്ന ചോദ്യം. സർദാർ സരോവർ അണക്കെട്ടുകൊണ്ട് ഗ്രാമീണജീവിതങ്ങൾക്ക് വാഗ്ദാനം ചെയ്യപ്പെട്ട സൗഭാഗ്യങ്ങളൊന്നും യാഥാർത്ഥ്യമായില്ല. സമ്പന്നരുടെ തുരുത്തുകളിലും കൊക്കോകോളപോലുള്ള വൻകിട കമ്പനികളിലും ജലസമൃദ്ധി ആഘോഷിക്കപ്പെട്ടു. ഇപ്പോൾ 17 മീറ്റർ കൂടി അണക്കെട്ടിന്റെ ഉയരം വർദ്ധിച്ചുകഴിഞ്ഞിരിക്കുന്നു. അണക്കെട്ടിൽ അത്രയും വെള്ളം നിറയുമ്പോൾ 40,000 മനുഷ്യ ജീവിതങ്ങളാണ് ചോദ്യചിഹ്നമാകുന്നത്. ചെറുതും വലുതുമായ 263 ഗ്രാമങ്ങൾ വെള്ളത്തിലാണ്ടുപോകും. ആയിരക്കണക്കിനു വീടുകൾ, അതിനു പുറമേ വിദ്യാലയങ്ങൾ, ഓഫീസുകൾ, അമ്പലങ്ങൾ, പള്ളികൾ, വലുതും ചെറുതുമായ ചന്തകൾ, ആയിരക്കണക്കിന് കൊച്ചുകടകൾ എല്ലാം മുങ്ങിത്താഴും. ജൂലായ് 31 ആയിരുന്നു ജനങ്ങൾക്ക് ഒഴിഞ്ഞു പോകാൻ സർക്കാർ കൊടുത്ത അവസാന തീയതി. പറിച്ചെറിയപ്പെടുന്നവർക്ക് ജീവിക്കാനായി എല്ലാ സൗകര്യങ്ങളും പൂർത്തീകരിച്ചു എന്നാണ് സർക്കാർ കോടതിയിൽക്കൊടുത്ത സത്യവാങ്മൂലത്തിൽ പറയുന്നത്. പൂർത്തിയായി എന്നു പറയുന്ന പുനരധിവാസകേന്ദ്രങ്ങൾ നിഷ്പക്ഷമായ ഒരു ഏജൻസിയെക്കൊണ്ട്

പരിശോധിപ്പിക്കാനുള്ള കേവല മനുഷ്യത്വംപോലും നീതിപീഠങ്ങൾക്ക് കൈമോശം വരികയാണ്. അത്തരം ചില പുനരധിവാസകേന്ദ്രങ്ങൾ ഞാൻ കണ്ടതാണ്. നീളത്തിലുണ്ടാക്കിവെച്ച ഷെഡ്ഡുകളാണവ, മുകളിൽ തകരത്തിന്റെ മേൽക്കൂര, തറയെന്നു വിളിക്കാൻ അവിടെ ഒന്നും കാണാനില്ല. തകരംകൊണ്ടുതന്നെയുള്ള ഭിത്തികൾ വീടുകളെ തമ്മിൽ തിരിക്കുന്നു. മഴ പെയ്താൽ കന്നുകാലികൾപോലും അവിടെ താമസിക്കാൻ മടിക്കും. അവിടെ കുടിവെള്ളമുണ്ടോ, വെളിച്ചമുണ്ടോ, അങ്ങോട്ടെത്താൻ റോഡുകളുണ്ടോ എന്നൊന്നും അന്വേഷിക്കാൻ കോടതിക്ക് തോന്നിയില്ല.

പുനരധിവാസത്തിനും അവിടത്തെ അടിസ്ഥാനസൗകര്യങ്ങൾക്കും വേണ്ടി കോടാനുകോടി രൂപ ഭരണക്കാർ മാറ്റിവെച്ചിട്ടുണ്ട്; കടലാസിൽ. പുനരധിവാസം പൂർത്തിയാക്കാതെ നിലവിലുള്ള കുടിയിടങ്ങളിൽനിന്ന് താമസിക്കുന്നവരെ ബലം പ്രയോഗിച്ച് പുറത്താക്കരുതെന്നാണ് നർമ്മദാ ബച്ചാവോ ആന്ദോളൻ ആവശ്യപ്പെടുന്നത്. നൂറു ശതമാനവും നീതിയുക്തമാണ് ആ ആവശ്യം. അതുപക്ഷേ, ബധിരകർണങ്ങളിലാണ് പതിക്കുന്നത്. 31-ാം തീയതിക്കകം വിട്ടൊഴിഞ്ഞുപോയില്ലെങ്കിൽ...! ഈ ഭീഷണിയുമായി ഗ്രാമങ്ങൾതോറും സായുധ പൊലീസ് റൂട്ടുമാർച്ച് നടത്തി. നിസ്സഹായരും നിരാലംബരുമായ ജനങ്ങൾ എന്തുചെയ്യേണ്ടു എന്നറിയാതെ പകച്ചുനിന്ന ആ സന്ദിഗ്ധഘട്ടത്തിലാണ് മേധാപട്കർ ജൂലായ് 27 മുതൽ നിരാഹാരസമരം പ്രഖ്യാപിച്ചത്. ജൂലായ് 31-ന് ബലപ്രയോഗത്തിലൂടെ കുടിയിറക്കുമെന്ന കടുംപിടിത്തത്തിൽനിന്ന് സർക്കാരിന് പിൻവാങ്ങേണ്ടി വന്നത് ഈ സമരത്തിന്റെ ഫലമായാണ്.

ലാഭകേന്ദ്രീകൃത വികസനത്തിന്റെ ശക്തികൾക്ക് മേധാപട്കർ നടത്തുന്ന പോരാട്ടങ്ങളോട് അവജ്ഞയായിരിക്കാം. എന്നാൽ, മനുഷ്യപക്ഷ വികസനത്തിന്റെ ബന്ധുക്കൾ തളരാത്ത പോരാട്ടവീര്യമുള്ള ആ സ്ത്രീയെ സ്നേഹിക്കുന്നു.

മേധാപട്കറുടെ നിരാഹാരസമരത്തോടും അതിന്നാധാരമായ ജീവിതപ്രശ്നങ്ങളോടും പ്രബുദ്ധഭാരതത്തിന്റെ പൊതുപ്രതികരണമെന്തായിരുന്നു? ചിക്കിർദായ്ക്ക് പുറത്ത് ആ സമരം ആരാലും ശ്രദ്ധിക്കപ്പെടാതെ പോയത് എന്തുകൊണ്ടാണ്? 19 ദിവസം നീണ്ട മേധയുടെ ധർമ്മസമരത്തോട് ഐക്യദാർഢ്യം പ്രഖ്യാപിക്കാൻ ഒരു ദേശീയമുന്നേറ്റം എന്തുകൊണ്ട് ഉണ്ടായില്ല? കർഷകരുടെയും തൊഴിലാളികളുടെയും പ്രസ്ഥാനങ്ങളും ഇടതുപക്ഷ രാഷ്ട്രീയശക്തികളും പ്രസ്താവനകൾക്കപ്പുറം ഒന്നും ചെയ്യാനാകാത്ത അവസ്ഥയിലേക്ക് നിപതിക്കുകയാണോ?

ഒരു ഭാഗത്ത് ഭരണകൂടം ജനകീയപ്രശ്നങ്ങളോടെല്ലാം ധിക്കാരം നിറഞ്ഞ അവജ്ഞ ശീലമാക്കുന്നു. മറുഭാഗത്ത് ജനകീയശക്തികൾ ഒരുതരം നിസ്സംഗതയുടെ തടവുകാരാകുന്നു. ഈ സ്ഥിതിവിശേഷം ഒറ്റപ്പെട്ട ഒന്നായി തള്ളിക്കളയാവുന്നതല്ല. ചരിത്രം നമ്മെ പഠിപ്പിക്കുന്നത് ഇത്തരം നിസ്സംഗതയും മരവിപ്പും അതിന്റെ പിന്നാലെയെത്തുന്ന ഭയപ്പാടും നിശ്ചിത സാമൂഹിക, രാഷ്ട്രീയ സാഹചര്യങ്ങളുടെ സൃഷ്ടിയാണെന്നാണ്. അത് നാടിനെ ഫാസിസത്തിന്റെ ഇരുട്ടിലേക്ക് നയിക്കുമെന്നാണ്.

∎

ഇന്ദ്രജിത് ഗുപ്ത

ലോക തൊഴിലാളി ഫെഡറേഷന്റെ പ്രസിഡന്റ് സ്ഥാനം ഒഴിഞ്ഞ ഇന്ദ്രജിത് ഗുപ്തയോട് പ്രസിഡന്റ് ഓഫ് ഓണർ എന്ന പുതുതായി രൂപംകൊള്ളുന്ന പദവി ഏറ്റെടുക്കാൻ ദില്ലിയിൽ ചേർന്ന 14-ാം കോൺഗ്രസ് (2000 മാർച്ച് 14-19) ഒരു പ്രമേയം മുഖേന അഭ്യർത്ഥിച്ചു.

ആ അഭ്യർത്ഥനയ്ക്ക് വഴങ്ങാൻ അദ്ദേഹത്തിന് വൈമുഖ്യ മുണ്ടായിരുന്നു. തൊഴിലാളി പ്രസ്ഥാനത്തിന്റെ നേതൃനിരയിൽ ഇത്തരം ആലങ്കാരിക പദവികൾക്കു എന്താണ് പ്രസക്തി എന്ന് അദ്ദേഹം പരസ്യമായി തന്നെയാണ് ചോദിച്ചത്. ഒടുവിൽ ലോകത്തിന്റെ എല്ലാ ഭാഗത്തുനിന്നുമുള്ള തൊഴിലാളി നേതാക്കളായ പ്രതിനിധികളുടെ സ്നേഹസമ്പൂർണ്ണമായ സമ്മർദ്ദത്തിനു വഴങ്ങി അദ്ദേഹം പ്രസിഡന്റ് ഓഫ് ഓണർ എന്ന സ്ഥാനം സ്വീകരിക്കുകയായിരുന്നു. അത് ഏറ്റെടുത്തുകൊണ്ട് ഇന്ദ്രജിത് നടത്തിയ പ്രസംഗം അക്ഷരാർത്ഥത്തിൽ പ്രൗഢഗംഭീരമായിരുന്നു.

തൊഴിലാളി പ്രസ്ഥാനത്തിന്റെ ആഗോള കടമകളിലേക്ക് ആറ്റിക്കുറുക്കിയ വാക്കുകളിൽ അദ്ദേഹം വെളിച്ചം വിതറി. പ്രസംഗത്തിനൊടുവിലെത്തവേ, ഒന്നു നിർത്തിയിട്ട് ഇന്ദ്രജിത് സദസ്സിനോട് പറഞ്ഞു: "നിങ്ങളിലെത്ര പേർക്ക് അറിയാമെന്ന് എനിക്ക് നിശ്ചയമില്ല. ഞാൻ ഗൗരവമേറിയ ഒരു രോഗത്തിനടിമയാണിപ്പോൾ. ആ രോഗം കാൻസർ ആണ്. പതുക്കെ പതുക്കെ യാണെങ്കിലും തീർച്ചയായും എന്റെ ചികിത്സ പുരോഗമിക്കയാണ്. രോഗത്തിന്റെ വേദനകളും അസ്വാസ്ഥ്യങ്ങളും നേരിടാൻ നിങ്ങളുടെ സ്നേഹം കുറച്ചൊന്നുമല്ല എനിക്ക് കരുത്തു പകരുന്നത്." കേട്ടിരുന്നവരെല്ലാം സ്തബ്ധരായിപ്പോയെന്നു അവരുടെ മുഖങ്ങൾ വിളിച്ചു പറഞ്ഞു. ഒന്നും സംഭവിക്കാത്തതുപോലെ അദ്ധ്യക്ഷവേദിയിലെ തന്റെ കസേരയിൽ അദ്ദേഹം ഇരുന്നു.

റേഡിയേഷന്റെ നിബന്ധനകൾ ഷേവ് ചെയ്യൽ വിലക്കിയ ആ മുഖത്തു കുറ്റിരോമങ്ങൾ നിറഞ്ഞിരുന്നു. ഇടത്തേ ചെവിയുടെ ചുറ്റും കരിവാളിച്ച പാടുകളും കാണാമായിരുന്നു. ക്ഷീണിത നെങ്കിലും അദ്ദേഹം ധീരമായി തന്റെ രോഗാവസ്ഥയെ നേരിട്ടു.

പിറ്റേന്ന് രാവിലെ പ്രാതൽ കഴിക്കുമ്പോൾ, വെസ്റ്റേൺ കോർട്ടിലെ തന്റെ ഇരുമുറി വസതിയിലിരുന്നു അദ്ദേഹം ജീവിത ത്തെക്കുറിച്ചു ഒരു വേദാന്തിയുടെ ഭാവത്തിൽ സംസാരിച്ചതു ഞാൻ ഓർത്തുപോകുന്നു. എല്ലാവർക്കും എല്ലാം അവസാനി പ്പിക്കാൻ ഒരു കാലമുണ്ടെന്നായിരുന്നു അദ്ദേഹം പറഞ്ഞതിന്റെ സാരാംശം. റൊട്ടിയിൽ വെണ്ണ തേച്ച് എനിക്ക് നേരെ നീട്ടി ക്കൊണ്ട് ഇന്ദ്രജിത് പറഞ്ഞു. "എന്റെ കാര്യത്തിൽ എല്ലാം അവസാനിപ്പിക്കാൻ കാലമായെന്നു തോന്നുന്നു. രോഗത്തെ തൽക്കാലം അതിജീവിച്ചാലും സജീവമായ രാഷ്ട്രീയ പ്രവർത്ത നത്തിന് ഞാൻ ഇനി ശേഷി നേടുമെന്നു തോന്നുന്നില്ല." അദ്ദേഹ ത്തിന്റെ ഭാര്യ അടുത്തിരിപ്പുണ്ടായിരുന്നു. അവരെയും എന്നെയും മാറി മാറി നോക്കി ഗുപ്താജി ഒന്നു പുഞ്ചിരിച്ചു. രണ്ടാഴ്ച ദില്ലി യിൽ വന്നു താമസിക്കാമോ എന്നു പൊടുന്നനവെ അദ്ദേഹം ചോദിച്ചപ്പോൾ എന്തിനാണെന്ന് ഞാൻ അദ്ഭുതം കൂറി. തന്റെ പാർലമെന്റ് പ്രസംഗങ്ങൾക്കിടയിൽ നിന്ന് തെരഞ്ഞെടുത്ത 25 എണ്ണം ഒരു പുസ്തകമായി പ്രസിദ്ധീകരിക്കാൻ സഹായിക്കാ നാണെന്നായിരുന്നു. ഇന്ദ്രജിത് പ്രതിവചിച്ചത്. അദ്ദേഹത്തിന്റെ ആരോഗ്യസ്ഥിതി മെച്ചമാകുന്ന മുറയ്ക്ക്, കേരളത്തിലെ പാർട്ടി യുടെ അനുവാദം വാങ്ങി അത്തരമൊരു സദ്പ്രവൃത്തിയിൽ സഹകരിക്കാൻ സന്തോഷമേയുള്ളൂ എന്നു ഞാൻ അറിയിച്ചതു മാണ്. പക്ഷേ, അതു സംഭവിച്ചില്ല. ഇന്ദ്രജിത് ഗുപ്തയുടെ അപ്ര തീക്ഷിതമല്ലാത്ത നിര്യാണവാർത്ത അറിഞ്ഞപ്പോൾ പതിവി ലേറെ ഞാൻ തളർന്നുപോകുന്നതും അതുകൊണ്ടായിരിക്കും.

നാലു ദശാബ്ദത്തോളം കാലം ഇന്ത്യയിലെ അദ്ധ്വാനിക്കുന്ന ജനകോടികൾക്കു വേണ്ടി പാർലമെന്റിൽ മുഴങ്ങിയ ശബ്ദമാണ് ഇന്ദ്രജിത് ഗുപ്തയുടേത്. ആ ശബ്ദത്തിനു പിറകിൽ തുടിച്ചി രുന്ന വർഗ്ഗക്കൂറും രാജ്യസ്നേഹവും ആശയവ്യക്തതയും ശത്രു ക്കളെപ്പോലും പിടിച്ചിരുത്തി. പാർലമെന്ററി പ്രവർത്തനങ്ങളെ ഒരു ചടങ്ങായല്ല; ഹൃദയപൂർവ്വം ചെയ്യേണ്ട സമരമായാണ് അദ്ദേഹം കണ്ടത്. അഗാധമായ പാണ്ഡിത്യത്തിന്റെയും സുനി ശ്ചിതമായ നിലപാടുകളുടെയും മൂർച്ചയുള്ള ഭാഷയുടെയും പിൻബലത്തിൽ അദ്ദേഹം നടത്തിയിട്ടുള്ള പ്രസംഗങ്ങളോ രോന്നും പാർലമെന്റിന് ഓരോ അനുഭവങ്ങളായിരുന്നു. വാദ

പ്രതിവാദ സാമർത്ഥ്യത്തിലും വിഷയങ്ങളുടെ അവതരണ ത്തിലും ഇന്ദ്രജിത് ഗുപ്തയെ വെല്ലാൻ ആർക്കുമാവില്ലെന്ന് ഇന്ദിരാഗാന്ധി പറഞ്ഞത് അദ്ദേഹത്തിന്റെ ശത്രുപക്ഷത്തു നിന്നു കൊണ്ടായിരുന്നു. ഏറ്റവും മികച്ച പാർലമെന്റേറിയൻ എന്ന ബഹുമതി ലഭിച്ചപ്പോഴും 'പാർലമെന്റിന്റെ പിതാവ്' എന്നു വാഴ്ത്തപ്പെട്ടപ്പോഴും പ്രത്യേകിച്ച് എന്തെങ്കിലും നടക്കുന്നുവെന്ന് അദ്ദേഹത്തിന് തോന്നിയിട്ടുണ്ടാവില്ല. തന്റെ ദീർഘമായ പാർലമെന്ററി പ്രവർത്തന കാലത്തു നിന്ന് തെരഞ്ഞെടുക്ക പ്പെടാൻ 25 പ്രസംഗങ്ങളേയുള്ളൂവെന്നു ചിന്തിക്കുന്നേടത്താണ് ഇന്ദ്രജിത് ഗുപ്തയുടെ വ്യക്തിത്വത്തിന്റെ സവിശേഷത നമുക്കു ബോദ്ധ്യമാകുന്നത്.

രണ്ടേ രണ്ടു പുസ്തകങ്ങളെ ഇന്ദ്രജിത് ഗുപ്തയുടേതായി ഇതുവരെയും പുറത്തുവന്നിട്ടുള്ളൂ. 'ചണവ്യവസായത്തിലെ മൂല ധനവും അദ്ധ്വാനവും' എന്ന പുസ്തകം അദ്ദേഹത്തിലെ കറ തീർന്ന ട്രേഡ് യൂണിയനിസ്റ്റിന്റെ തിളക്കം കാണിക്കുന്നു വെങ്കിൽ ദേശരക്ഷയിലെ സ്വയം പര്യാപ്തത എന്ന പുസ്തകം ദേശരക്ഷാ പ്രശ്നങ്ങളിൽ അതീവ പാണ്ഡിത്യമാർന്ന രാഷ്ട്ര തന്ത്രജ്ഞന്റെ മുഖമാണ് അനാവരണം ചെയ്യുന്നത്. മൂന്നാമത്തെ പുസ്തകം പുറത്തുവന്നിരുന്നുവെങ്കിൽ അത് പാർലമെന്റേറി യനായ ഇന്ദ്രജിത് ഗുപ്തയെ ചരിത്രത്തിന് പരിചയപ്പെടുത്തു മായിരുന്നു. ഇന്ദ്രജിത് ഗുപ്തയ്ക്കുവേണ്ടിയല്ല. വരുംതലമുറ കൾക്കുവേണ്ടി ആ പുസ്തകം പുറത്തിറങ്ങുക തന്നെ ചെയ്യു മെന്നു നമുക്ക് പ്രതീക്ഷിക്കാം.

നാവിൽ വെള്ളിക്കരണ്ടിയുമായി പിറന്ന ആ യുവാവ് കേംബ്രി ഡ്ജിൽ നിന്നു മടങ്ങി എത്തിയത്. കൽക്കത്തയിലെ ചണ ത്തൊഴിലാളികളുടെ ജീവിതദുരിതങ്ങളുടെ നടുവിലേക്കായി രുന്നു. ചണത്തൊഴിലാളി യൂണിയന്റെയും തുറമുഖത്തൊഴിലാളി യൂണിയന്റെയും ആഫീസുകളിലെ ബെഞ്ചിൽ പത്രം വിരിച്ചുറ ങ്ങിയ നാളുകളിലെ അതേ വർഗബോധത്തിന്റെ പരിശുദ്ധി അവ സാനദിവസംവരെയും ഇന്ദ്രജിത് ഗുപ്ത ഹൃദയത്തിൽ ചേർത്തു പിടിച്ചു.

1996-ൽ ഇന്ത്യൻ രാഷ്ട്രീയത്തിലെ പുതിയ സാദ്ധ്യതകളുടെ വിളംബരം കണക്കേ കേന്ദ്രത്തിൽ ഐക്യമുന്നണി ഗവൺമെന്റ് അധികാരത്തിലേറി. കോൺഗ്രസും ബി.ജെ.പിയുമല്ലാത്ത രാഷ്ട്രീയ കൂട്ടുകെട്ടിന്റെ പിറവിയിൽ ഇടതുപക്ഷം വഹിച്ച ചരിത്രപരമായ പങ്ക് എക്കാലവും ഓർമ്മിക്കപ്പെടും. അക്കാരണ ത്താൽ തന്നെയാണ് ആ ഗവൺമെന്റിന്റെ നേതൃസ്ഥാനത്തേക്ക്

ജ്യോതിബസുവിന്റെ പേര് സ്വാഭാവികമായി തന്നെ ഉയർന്നു വന്നത്. ഏവർക്കും അറിയാവുന്ന കാരണങ്ങളാൽ ദേവഗൗഡ യുടെ നേതൃത്വത്തിലാണ് ആ ഗവൺമെന്റ് നിലവിൽ വന്നത്. ദില്ലിയിലെ രാഷ്ട്രീയാധികാരത്തിലെ പങ്കാളികളായി രണ്ട് കമ്യൂ ണിസ്റ്റുകാർ കേന്ദ്രമന്ത്രിമാരായത് - ഇന്ദ്രജിത് ഗുപ്തയും ചതുരാ നനൻമിശ്രയും ആ ഗവൺമെന്റിലായിരുന്നു.

കേന്ദ്ര ആഭ്യന്തരമന്ത്രാലയത്തിലെ ഔദ്യോഗിക കസേര യുടെ പിറകിൽ ചുവരിൽ സ്ഥാനം പിടിച്ചിട്ടുള്ള ആദ്യത്തെ ആഭ്യ ന്തരമന്ത്രിയുടെ - സർദാർ വല്ലഭായ് പട്ടേലിന്റെ ഫോട്ടോയി ലേക്ക് നോക്കിയപ്പോൾ പീഡനകാലത്തിന്റെ ഓർമ്മകളാണ് തന്റെ മനസ്സിൽ തിരയടിച്ചതെന്ന് ഇന്ദ്രജിത് ഗുപ്ത പരസ്യമായി പ്രസംഗിക്കയുണ്ടായി. കമ്യൂണിസ്റ്റായതിന്റെ പേരിൽ ഒളിവിലും തടവിലും കഴിയേണ്ടിവന്ന ഒരാൾ ആ കസേരയിലിരിക്കുമ്പോൾ ഓർമ്മിക്കേണ്ടതെല്ലാം അദ്ദേഹം ഓർമ്മിച്ചിട്ടുണ്ട്. ചിലപ്പോൾ ചില കാര്യങ്ങൾ പരസ്യമായി പറഞ്ഞതിന്റെ പേരിൽ വിമർശി ക്കപ്പെട്ടപ്പോഴും ഇന്ദ്രജിത് ഗുപ്ത കുലുങ്ങിയില്ല.

കേന്ദ്ര സംസ്ഥാനബന്ധങ്ങളിൽ പുതുശൈലികൾ കണ്ടെ ത്തുന്നതിനും ജമ്മു-കാശ്മീരിൽ ജനാധിപത്യ പ്രക്രിയ പുനരാ രംഭിക്കുന്നതിനും പൊലീസ് കമ്മീഷൻ റിപ്പോർട്ട് പൊടിതട്ടി പുറത്തെടുക്കുന്നതിനും ആ ചുരുങ്ങിയ കാലയളവിൽ അദ്ദേഹം മുൻകൈ എടുത്തു. പണിമുടക്കിയ കേന്ദ്ര ഗവൺമെന്റ് ജീവന ക്കാരുമായി ചർച്ച നടത്തി പ്രശ്നങ്ങൾ തീർക്കാൻ ആ ആഭ്യ ന്തരമന്ത്രി അഞ്ച് ദിനരാത്രങ്ങൾ അക്ഷീണയത്നം നടത്തി. 'സുരക്ഷാക്യാറ്റു'കളുടെ നിർബന്ധമുണ്ടായിട്ടും തന്റെ രണ്ടു മുറി വസതിയിൽ നിന്നു അദ്ദേഹം താമസം മാറ്റിയില്ല. വിമാനത്താ വളത്തിലെ 'ടാർമാർക്കി'ലേക്ക് വരുന്ന കാറിനു കാത്തു നിൽക്കാതെ, അന്നത്തെ ആഭ്യന്തരമന്ത്രി ബാഗും തൂക്കി പുറ ത്തേക്ക് നടന്നുവന്നു. രാഷ്ട്രീയ അധികാര കേന്ദ്രങ്ങളും ഉദ്യോ ഗസ്ഥ ദുഷ്പ്രഭുത്വവും അധോലോകവും തമ്മിലുള്ള ബന്ധത്തെ ക്കുറിച്ച് അവസരം കിട്ടിയപ്പോഴെല്ലാം അദ്ദേഹം ആഞ്ഞടിച്ചു. സാമൂഹികവ്യവസ്ഥയുടെ മാറ്റത്തിലൂടെ മാത്രമേ ഈ കറുത്ത നീതിയെ പൊളിച്ചു മാറ്റാൻ കഴിയൂ എന്ന് ആ കമ്യൂണിസ്റ്റ് ആഭ്യ ന്തര മന്ത്രി വിളിച്ചു പറഞ്ഞു.

ബി.ജെ.പിയെ സന്തോഷിപ്പിച്ചുകൊണ്ട് കോൺഗ്രസ്സ് ഐക്യമുന്നണി ഗവൺമെന്റിനെ താഴത്തിറക്കിയപ്പോൾ ആ വഞ്ചനയെ ഇന്ദ്രജിത് ഗുപ്ത തൊലിയുരിച്ചു കാണിച്ചു. എന്നാൽ, അധികാരത്തിൽ നിന്നിറങ്ങിപ്പോരുമ്പോൾ സന്യാസിയുടെ

നിസ്സംഗതയായിരുന്നു വ്യക്തിപരമായി അദ്ദേഹത്തിനുണ്ടായി രുന്നത്.

പോരാട്ടങ്ങൾ ഒരുപാട് ബാക്കിയുണ്ടെന്ന് ഇന്ദ്രജിത് ഗുപ്ത എപ്പോഴും പറയുമായിരുന്നു. ഐക്യപ്പെട്ട ഇടതുപക്ഷത്തിന് മാത്രമേ ഇന്നത്തെ സങ്കീർണ്ണതകൾക്ക് നടുവിൽ ജനങ്ങൾക്ക് വഴി കാണിക്കാനാകൂ എന്നദ്ദേഹം ഉറച്ചു വിശ്വസിച്ചു. തന്റെ വിശ്വാസങ്ങളുടെ ദീപ്തി അവസാനശ്വാസം വരെയും അദ്ദേഹം ഉയർത്തി പിടിച്ചിട്ടുണ്ട്. ഇന്ത്യൻ കമ്യൂണിസ്റ്റ് പ്രസ്ഥാനത്തിലെ ലോകതൊഴിലാളി പ്രസ്ഥാനത്തിന്റെ നേതൃനിരയിലെ ശക്തി സ്തംഭങ്ങളിലൊന്നാണ് വിടചൊല്ലി പിരിയുന്നത്. ഈ നഷ്ടം തീർച്ചയായും വലുതാണ്. ആ ജീവിതം ബാക്കി വച്ചുപോകുന്ന മാതൃകകൾക്ക് കാവൽ നിന്നുകൊണ്ടു വേണം, ഇടതുപക്ഷ ശക്തികൾ ഇന്ദ്രജിത് ഗുപ്തയോടുള്ള ആദരവ് തെളിയിക്കേ ണ്ടത്.

∎

ശശി തരൂരിന്

പ്രിയപ്പെട്ട ശ്രീ ശശി തരൂർ,

അത്യപൂർവ്വമായിരുന്നു നമ്മുടെ കൂടിക്കാഴ്ചകൾ. എങ്കിലും അപൂർവ്വമല്ലാത്ത സുഹൃത്തുക്കളുടെ പട്ടികയിൽ നമ്മുടെ പേരുകൾ നാം ഇരുവരും കുറിച്ചു വച്ചു. കണ്ടുമുട്ടിയ സന്ദർഭങ്ങളിൽ നമ്മൾ സംസാരിച്ചത് പൊതുതാത്പര്യമുള്ള വിഷയങ്ങളെക്കുറിച്ചായിരുന്നു. ഐക്യരാഷ്ട്രസഭ സംവിധാനത്തിൽ ഇന്ത്യൻ താത്പര്യങ്ങൾ നേരിടുന്ന വെല്ലുവിളികൾ മുതൽ കേരളത്തിന്റെ വികസനം വരെയുള്ള കാര്യങ്ങൾ നമ്മുടെ ചർച്ചകളിൽ കടന്നു വന്നു. ഐക്യരാഷ്ട്രസഭയിലെ അണ്ടർ സെക്രട്ടറി ജനറലായിരുന്ന താങ്കളുടെ ലോക വീക്ഷണവും ഇടതുപക്ഷ രാഷ്ട്രീയ പ്രവർത്തകനായ എന്റെ ലോക വീക്ഷണവും എല്ലായ്പ്പോഴും ഒരേ പാതയിലൂടെയല്ല സഞ്ചരിച്ചത്. കാഴ്ചപ്പാടുകളിലെ അത്തരം വ്യത്യാസങ്ങൾ നമ്മുടെ വ്യക്തിപരമായ സൗഹൃദങ്ങൾക്കു മേൽ നിഴൽ വീഴ്ത്തിക്കൂടെന്ന് അറിയുന്നവരാണ് നാം.

താങ്കളുടെ നോവൽ 'റയട്ട്' ചർച്ച ചെയ്യപ്പെട്ട ന്യൂയോർക്കിലെ ഒരു സായാഹ്നം ഓർമ്മയിലേക്ക് വരുന്നു. അവിടെ പാർക്കുന്ന ഇന്ത്യൻ സമൂഹത്തിന്റെ ഒരു പരിച്ഛേദം ആ യോഗത്തിൽ പങ്കെടുത്തിരുന്നു. അമേരിക്കൻ മലയാളികളുടെ സംഘടനയായ ഫൊക്കാനയുടെ ക്ഷണപ്രകാരമാണ് ഞാൻ യാദൃച്ഛികമായി ആ ചടങ്ങിന് എത്തിയത്. അന്ന് (10.09.04) എന്നോടുള്ള താങ്കളുടെ പെരുമാറ്റത്തിലെ ഊഷ്മളത ഞാൻ മറക്കുന്നില്ല. എനിക്ക് സമ്മാനിച്ച പുസ്തകത്തിന്റെ ആദ്യ പേജിൽ താങ്കൾ എഴുതി. 'To. Com. Binoy Viswam with warmest admiration.' സൗഹൃദത്തിന്റെ കൈയ്യൊപ്പ് ചാർത്തിയ ആ പുസ്തകം ഇപ്പോഴും എന്റെ മുന്നിലുണ്ട്. പ്രസില്ലാ ഹാർട്ട് (Pricilla heart) എന്നു പേരായ അമേരിക്കൻ യുവതിയുടെ കൊലപാതകത്തിന്റെ

നിഗൂഢതകളെക്കുറിച്ചാണ് താങ്കളുടെ നോവൽ അന്വേഷിക്കുന്നത്. സ്ത്രീകൾക്കു വേണ്ടിയുള്ള ഒരു ആരോഗ്യ പരിപാടിയുടെ വോളണ്ടിയർ ആകാനാണ് താങ്കളുടെ കഥാപാത്രം ഇന്ത്യയിലേക്ക് എത്തുന്നത്. ഇപ്പോൾ കോൺഗ്രസിന്റെ സ്ഥാനാർത്ഥിയാകുവാൻ താങ്കൾ ന്യൂയോർക്കിൽനിന്ന് ഇന്ത്യയിലേക്ക് എത്തുമ്പോൾ ഇതെല്ലാം എന്റെ മനസ്സിലൂടെ കടന്നുപോകുന്നു.

താങ്കളെപോലെയുള്ള ഒരാളിന്റെ മനസ്സിൽ ഒരു രാഷ്ട്രീയ പ്രവർത്തകൻ ഉറങ്ങിക്കിടപ്പുണ്ടെന്ന് ഒരിക്കൽപോലും സൂചനകളുണ്ടായിട്ടില്ല. ദേശീയ താത്പര്യങ്ങൾ മനസ്സിലാക്കാൻ കെല്പുള്ള സഹൃദയനായ ഒരു നയതന്ത്ര വിദഗ്ധൻ എന്ന നിലയിലാണ് കേരളം താങ്കളെ കണ്ടത്. യു.എൻ. സെക്രട്ടറി ജനറലായി താങ്കളുടെ പേർ നിർദ്ദേശിക്കപ്പെട്ടപ്പോൾ രാജ്യം പൊതുവിൽ അതിനെ സ്വാഗതം ചെയ്യുകയായിരുന്നു. അപ്പോഴും സാർവ്വദേശീയ-ദേശീയ പ്രശ്നങ്ങളിൽ താങ്കളുടെ നിലപാടുകൾ എന്താണെന്നതിനെക്കുറിച്ച് ഗൗരവതരമായ ചർച്ചകൾ എന്തുകൊണ്ടോ ഉണ്ടായില്ല. ലോകരാഷ്ട്രീയത്തിന്റെ ഗതിക്രമത്തിൽ ഇരുണ്ട നിലപാടുകളാണ് അമേരിക്ക കേന്ദ്രീകരിച്ച് പ്രവർത്തിക്കുന്ന സിയോണിസ്റ്റ് ലോബിക്ക് എന്നുമുണ്ടായിരുന്നത്. അവരുടെ മാനസപുത്രനെപ്പോലെ താങ്കൾ വാദിക്കുമെന്ന് ആരും കരുതിയിട്ടുണ്ടാവില്ല. ഇന്ന് ഗൗരവമേറിയ പല ദേശീയ-അന്തർദ്ദേശീയ വിഷയങ്ങളിലും ഇസ്രയേലി സിയോണിസ്റ്റുകളുടെ അംബാസഡറെപ്പോലെ താങ്കൾ വാദിക്കുമ്പോൾ ശരാശരി ഇന്ത്യക്കാരനുണ്ടാകുന്ന അമ്പരപ്പ് താങ്കൾക്ക് മനസ്സിലാകുമോ എന്നറിയില്ല. ആ നിലപാടുകളുമായി ഒരാൾ ഇന്ത്യൻ പ്രതിനിധിയായി യു.എൻ. സെക്രട്ടറി ജനറലായി തെരഞ്ഞെടുക്കപ്പെട്ടിരുന്നെങ്കിൽ ഉണ്ടാകുമായിരുന്ന നയതന്ത്ര ദുരന്തം ഏത് ഇന്ത്യക്കാരനെയും ഭയപ്പെടുത്തുന്നു.

ഭീകരവാദത്തെ ചെറുത്ത് തോല്പിക്കണമെന്ന് സാമാന്യബോധമുള്ള ഏവരും അംഗീകരിക്കും. എന്നാൽ ഇസ്ലാം എന്നാൽ ഭീകരവാദമാണെന്നും ഭീകരവാദത്തിനെതിരായ സമരം ഇസ്ലാം മതവിശ്വാസത്തിനെതിരായ സമരമാണെന്നുമുള്ള വാദം നീതിബോധമുള്ളതല്ല. അത് ഇസ്രയേലി സിയോണിസ്റ്റുകൾ അവരുടെ കണ്ണിൽ ചോരയില്ലാത്ത ക്രൂരതകൾക്ക് മറയായി മുന്നോട്ടുവയ്ക്കുന്ന വിഷലിപ്തവാദമുഖമാണ്. ഇന്ത്യയിൽ സംഘപരിവാറാണ് ഈ സിയോണിസ്റ്റ് വാദത്തിന്റെ പകർപ്പവകാശികൾ. ആഗോളതലത്തിൽ അമേരിക്കൻ സാമ്രാജ്യത്വമാണ്

സത്യവിരുദ്ധവും മുസ്ലീംവിരുദ്ധവുമായ ഈ നിലപാടിന്റെ തല തൊട്ടപ്പന്മാർ. ഇന്ത്യയ്ക്കും ഇസ്രയേലിനും ഒരു പൊതുശത്രു ഉണ്ടെന്നും പൊതുതാത്പര്യങ്ങൾ ഉണ്ടെന്നും സ്ഥാപിച്ചുകൊണ്ട് താങ്കൾ ജനുവരി 19ന് 'ദി ഓസ്ട്രേലിയൻ'ലും 23ന് ഇസ്രയേലി ദിനപത്രമായ 'ഹാരേറ്റ്സിലും എഴുതിയ ലേഖനത്തിന്റെ പകർപ്പുകൾ എന്റെ മുന്നിലുണ്ട്. ആ ലേഖനരചനയിലൂടെ താങ്കൾ ഉദ്ദേശിച്ചതെന്തായിരുന്നു?' സാമ്രാജ്യത്വവും സിയോണിസവും സംഘപരിവാറും പങ്കുവയ്ക്കുന്ന പൊതു ആശയങ്ങൾക്ക് താങ്കളുടെ മനസ്സിലും ഒരിടമുണ്ടെന്ന് ബന്ധപ്പെട്ടവരെ അറിയിക്കുക എന്നതാണോ? എങ്കിൽ ആ ഉദ്ദേശ്യ നിർവ്വഹണത്തിൽ താങ്കൾ ഭാഗിക വിജയം നേടിയിരിക്കുന്നു. എന്നാൽ ആ നിലപാട് ഇന്ത്യൻ ജനതയുടേതല്ല. പലസ്തീൻ ജനതയുമായുള്ള ഇന്ത്യയുടെ സൗഹൃദ ബന്ധങ്ങൾക്കു നിരക്കാത്തതാണത്. ന്യൂനപക്ഷ വേട്ടയ്ക്ക് തക്കം പാർത്തിരിക്കുന്ന ഭൂരിപക്ഷ വർഗ്ഗീയ ശക്തികൾക്ക് ഉശിരു പകരുന്നതാണ് ആ വാദം. താങ്കളുടെ രാഷ്ട്രീയ പ്രവേശനത്തിന് പാതയൊരുക്കിയ കോൺഗ്രസ് പാർട്ടിപോലും ഈ നിലപാടിനെ പരസ്യമായി പിന്തുണയ്ക്കില്ലെന്ന് എനിക്കു തോന്നുന്നു.

കോൺഗ്രസും താങ്കളും തമ്മിലുള്ള ബന്ധം സത്യത്തിൽ ഒരു പ്രഹേളികയല്ലേ, ശ്രീ. തരൂർ? 'ഇന്ത്യ-അർദ്ധരാത്രി മുതൽ അരനൂറ്റാണ്ട്' എന്ന താങ്കളുടെ പുസ്തകം ഇതാ എന്റെ എഴുത്ത് മേശമേൽ ഇരിക്കുന്നു. "സ്വാതന്ത്ര്യത്തിന് ശേഷമുള്ള നൂറ്റാണ്ടിന്റെ ഉത്തരാർദ്ധത്തിൽ എന്റെ കുട്ടികൾക്ക് ലഭിക്കാൻ പോകുന്ന ഇന്ത്യയെക്കുറിച്ചുള്ള ആത്മനിഷ്ഠവും രോഷാകുലവുമായ ഒരു രൂപരേഖയാണ് ഇത്" എന്ന ആമുഖത്തിലെ വാചകത്തിൽ എന്റെ കണ്ണ് തങ്ങി നിന്നു. ആർക്കെല്ലാം യോജിപ്പ് ഉണ്ടെങ്കിലും ഇല്ലെങ്കിലും അരനൂറ്റാണ്ട് പിന്തള്ളിയ ഇന്ത്യയെ സ്വന്തം കണ്ണുകളിലൂടെ താങ്കൾ കണ്ടെത്തുകയായിരുന്നു. ഇന്ന് ഏതൊരു പാർട്ടിയുടെ വക്താവായാണോ താങ്കൾ വേഷമിടുന്നത് ആ കോൺഗ്രസ് പാർട്ടിയുടെ വലിയ നേതാക്കന്മാരെയാണ് "സോഷ്യലിസ്റ്റ് വാചകമടിയുടെ മറവിൽ സ്വകാര്യ സ്വത്ത് സമ്പാദിച്ചുകൂട്ടുന്ന ഖദറിൽ പൊതിഞ്ഞ മാംസപിണ്ഡങ്ങളെ"ന്ന് താങ്കൾ വിശേഷിപ്പിച്ചത്. രാജീവ്ഗാന്ധിയും സോണിയാഗാന്ധിയും ഒന്നും താങ്കളുടെ കൂർത്തു മൂർത്ത വിമർശന ശരങ്ങളിൽ നിന്ന് രക്ഷപ്പെടുന്നില്ല. സന്ദർഭത്തിന് വഴങ്ങി പിൻതിരിയുന്ന 'പുത്തൻ കൂറ്റുകാരനായ' രാജീവ്ഗാന്ധിയെക്കുറിച്ച് നെറ്റിചുളിച്ചുകൊണ്ടാണ് താങ്കൾ എഴുതിയത്. കലാശാല ബിരുദമില്ലാത്ത, ടൊറിനോയിലെ കരാറുകാരന്റെ മകൾ. അത് സോണിയാ ഗാന്ധിയാണ് - (ലേഖകൻ) ഒരു വിവാഹ സർട്ടിഫിക്കറ്റിന്റെ

മാത്രം യോഗ്യതയിൽ ഉന്നത സ്ഥാനങ്ങളിൽ എത്തിയതിനെക്കുറിച്ച് ഇന്ത്യയിലെ വരേണ്യ ബുദ്ധിജീവി വർഗ്ഗം ഹൃദയത്തിൽ കൊണ്ടുനടന്ന രോഷം താങ്കളുടെ പുസ്തകത്തിൽ അണപൊട്ടിയൊഴുകുന്നുണ്ടല്ലോ. ചെറിയ കാലയളവിനുള്ളിൽ താങ്കൾക്ക് ഉണ്ടായ ഭാവപ്പകർച്ച ശാന്തമായി ചിന്തിച്ചാൽ താങ്കളെ തന്നെ അദ്ഭുതപ്പെടുത്തും. താങ്കളുടെ പുസ്തകത്തിൽ 63-ാമത്തെ പേജിലെ ആ ചെറിയ ഖണ്ഡിക ഇവിടെ ഉദ്ധരിക്കാമെന്ന് എനിക്ക് തോന്നുന്നു. "തനിക്ക് പാകമല്ലാത്ത ഒരു കുപ്പായത്തിൽ കയറിക്കൂടാൻ പരമ്പരാഗത ഇന്ത്യൻ രാഷ്ട്രീയ നേതാവിന്റെ ഭാഗം അഭിനയിക്കാൻ രാജീവ് ശ്രമിക്കുകയായിരുന്നു. ഇന്ത്യൻ ജനാധിപത്യത്തിന്റെ ചക്രം തിരിക്കാൻ ശ്രമിക്കുന്നതിനിടയിൽ എങ്ങോട്ടാണ് പോകേണ്ടതെന്ന് അദ്ദേഹം മറന്നു."

'പാകമല്ലാത്ത കുപ്പായത്തിൽ കയറി' കോൺഗ്രസ് സ്ഥാനാർത്ഥിയായി ഇന്ന് താങ്കൾ അവതരിക്കുമ്പോൾ ഏതാനും മാസങ്ങൾക്കുള്ളിൽ മാറിയത് കോൺഗ്രസ്സാണോ അതോ താങ്കളാണോ എന്ന ചോദ്യം സ്വാഭാവികമായും ഉന്നയിക്കപ്പെടുന്നു. ശരിയാണ് കോൺഗ്രസിന് മാറ്റമുണ്ടായിട്ടുണ്ട്. വലത്തേക്കുള്ള മാറ്റം; അമേരിക്കൻ പക്ഷത്തേക്കുള്ള മാറ്റം. ആ മാറ്റം സാമ്പത്തിക വിദേശ നയങ്ങളിൽ ഏറെ പ്രകടമായിരിക്കുന്നു. ആ നയം മാറ്റമാണ് ഏതാനും ഇന്ത്യക്കാർക്ക് ശതകോടീശ്വര പട്ടികയിൽ സ്ഥാനം നേടിക്കൊടുത്തപ്പോൾ 73 കോടി ഇന്ത്യക്കാരെ പ്രതിദിനം ഇരുപത് രൂപപോലും വരുമാനമില്ലാത്ത പട്ടിണി പൗരന്മാരാക്കി മാറ്റിയത് (അർജ്ജുൻസെൻ ഗുപ്ത കമ്മീഷൻ റിപ്പോർട്ട് താങ്കളും ശ്രദ്ധിച്ചു കാണുമല്ലോ.) ആ മാറ്റമാണ് ഇന്ത്യൻ ഭരണാധികാരികളെ ആണവക്കരാറിന്റെ സ്തുതിപാഠകന്മാരാക്കിത്തീർത്തത്. ആ മാറ്റമാണ് അമേരിക്കയുമായി സംയുക്ത സൈനിക അഭ്യാസത്തിലേക്കും ഇസ്രയേലുമായി ആയുധ ഇടപാടിലേക്കും ഇന്ത്യയെ നയിച്ചത്. ആ മാറ്റം തന്നെയാണ് പലസ്തീനും ഇറാക്കുമടക്കമുള്ള സഹോദരജനതകളിൽനിന്ന് ഇന്ത്യയെ അകറ്റിയത്. രാജ്യത്തിന്റെ മതാഭിമാനങ്ങളെ സാമ്രാജ്യത്വത്തിന് അടിയറ വയ്ക്കുന്ന ഈ ദാസ്യത്തിന്റെ ദുഃശാഠ്യമാണ് യു.പി.എ. ഇടതുപക്ഷ സഖ്യത്തെ ഇല്ലായ്മ ചെയ്തത്. ഇതെല്ലാം ഒത്തുചേരുമ്പോഴാണ് ഇന്ത്യൻ മണ്ണിൽ മതതീവ്രവാദത്തിന് ശക്തിപ്പെടാൻ കളമൊരുങ്ങുന്നത്. ആഗോള തീവ്രവാദത്തിന്റെ 'ഹിറ്റ്ലിസ്റ്റി'ൽ ഇന്ത്യ ഇടം പിടിച്ചത് ഈ മാറ്റങ്ങൾ മൂലമാണ്. ടൊറിനോയിലെ കരാറുകാരന്റെ കലാശാല ബിരുദമില്ലാത്ത മകളുടെ കാല് പിടിച്ചായാലും അധികാര രാഷ്ട്രീയത്തിന്റെ അകത്തളങ്ങളിൽ കയറിക്കൂടാൻ പ്രാവീണ്യം കാണിച്ച താങ്കൾ എത്ര വലിയ മാറ്റത്തിനാണ് വിധേയമായത്!

പ്രിയപ്പെട്ട തരൂർ, പ്രായപൂർത്തിയായതിനുശേഷം ഏതാണ്ട് മുഴുവൻ സമയവും ഇന്ത്യയ്ക്ക് പുറത്ത് കഴിച്ചുകൂട്ടിയ ഒരാൾ എന്ന് താങ്കളെക്കുറിച്ച് താങ്കൾ തന്നെ സമ്മതിക്കുന്നുണ്ടല്ലോ. പ്രബുദ്ധ കേരളത്തിന്റെ ഉൾത്തുടിപ്പുകളെല്ലാം ഏറ്റുവാങ്ങിയ തിരുവനന്തപുരത്തിന്റെ പ്രതിനിധിയാകാൻ ഈ 'മുഴുവൻ സമയം പുറംജീവിതം' എങ്ങനെ യോഗ്യതയാവും?

വ്യക്തിപരമായി സ്നേഹമുള്ള ഒട്ടേറെപ്പേർ ചിന്തിക്കുന്നുണ്ടാകും, ഈ 'പാകമാകാത്ത കുപ്പായം' അണിഞ്ഞുകൊണ്ട് താങ്കൾ ഈ രാഷ്ട്രീയ വേഷം കെട്ടിക്കൂടായിരുന്നു എന്ന്. താങ്കൾക്ക് മാത്രമറിയാവുന്ന ഏതോ കാരണത്താൽ ഡൽഹിയിൽ താങ്കൾ നടത്തിയ ചരടുവലികളെക്കുറിച്ച് കോൺഗ്രസ് പ്രവർത്തകർതന്നെ അങ്ങാടികളിൽ പറയുന്നുണ്ട്. അവർ തന്നെയാണ് ഹൈക്കമാൻഡ് സ്ഥാനാർത്ഥികളുടെ പേര് പ്രഖ്യാപിച്ച മാത്രയിൽ താങ്കളുടെ കോലം അഗ്നിക്കിരയാക്കിയത്. ഹൈക്കമാൻഡിന് സ്വീകാര്യനാവുമ്പോഴും കീഴ്ക്കമാൻഡിനാൽ താങ്കൾ വേട്ടയാടപ്പെടുന്നത് യാദൃച്ഛികമാണെന്ന് കരുതുക വയ്യ. രാഷ്ട്രീയത്തേയും രാഷ്ട്രീയ പ്രവർത്തകരെയും നയതന്ത്രജ്ഞന്റെ കണ്ണുകളിലൂടെ മാത്രംകണ്ട താങ്കളുടെ അമേരിക്കൻ വാസവും പിന്നീട് ദുബായ് കേന്ദ്രീകരിച്ചുകൊണ്ടുള്ള ബിസിനസ് പരിശ്രമങ്ങളും കോൺഗ്രസ് പ്രവർത്തകരുടെ അറിവിലുമുള്ളതാണല്ലോ. അത്തരമൊരാളല്ല തിരുവനന്തപുരത്തിന്റെ എം.പി. ആകേണ്ടതെന്ന് അവർ ചിന്തിച്ചുപോയാൽ അവരെ കുറ്റപ്പെടുത്തിക്കൂടാ.

ശശി തരൂരിന്റെ സ്ഥാനാർത്ഥിത്വപ്രഖ്യാപനം ഉണ്ടായത് ഡൽഹിയിലും തിരുവനന്തപുരത്തുമല്ല അമേരിക്കയിലായിരുന്നുവെന്ന് താങ്കളുടെ ചില സുഹൃത്തുക്കൾ ഊറ്റം കൊള്ളുന്നുണ്ടെന്നു കേട്ടു. അത് കൊക്കോകോള കമ്പനിയുടെ ഒരു അകത്തള യോഗത്തിലാണെന്നും അത്തരക്കാർ അഭിമാനിക്കുന്നു. അഭിമാനം കൊള്ളുവാൻ ഇത്തരം അപൂർവം പേരുണ്ടാകാമെങ്കിലും കേരളത്തിലെയും ഇന്ത്യയിലെയും ജനങ്ങളുടെ മുമ്പിൽ അതൊരു അഭിമാനകരമായ കാര്യമാകുമെന്ന് കരുതാനാകില്ല. താങ്കളുടെ നോവലിലെ കഥാപാത്രം കണ്ട ഇന്ത്യയുടെ മുഖം 'റയട്ട്' (Riot) എന്ന നോവലിൽ താങ്കൾ വരച്ചുവയ്ക്കുന്നുണ്ട്. മുറുക്കി തുപ്പലുകളും ചുവരെഴുത്തുകളും അലങ്കരിക്കുന്ന തെരുവോരങ്ങളിലെ മതിലുകളെപ്പറ്റി താങ്കൾ എഴുതുന്നുണ്ട്. ആ തെരുവുകളിൽ ജീവിക്കുന്ന മനുഷ്യരുടെ അടിയന്തിര പ്രശ്നം അത്താഴത്തിനെങ്കിലും അരവയർ നിറയ്ക്കാൻ കഴിയണമെന്നതാണ്. രാഷ്ട്രപതിയായിരുന്ന ആദരണീയനായ ശ്രീ. കെ. ആർ. നാരായണൻ മൂന്നുവരി പാതകളിലൂടെ തീവ്രവേഗതയിൽ

പായുന്ന ഇന്ത്യൻ ജീവിതത്തെക്കുറിച്ച് ഒരിക്കൽ പറയുക യുണ്ടായി. ആ പാത മുറിച്ചു കടക്കാൻ ഇടംകാത്തിരിക്കുന്ന കോടാനുകോടി ഇന്ത്യക്കാരെപ്പറ്റിയും അദ്ദേഹം പറഞ്ഞു. ആ ഇന്ത്യക്കാർക്ക് കുടിക്കാൻ ശുദ്ധജലമില്ല. കിടക്കാൻ കിടപ്പാട മില്ല, രോഗം വന്നാൽ ചികിത്സിക്കാൻ മരുന്നില്ല എന്ന സത്യ ത്തിലേക്ക് വിരൽ ചൂണ്ടിക്കൊണ്ട് രാഷ്ട്രം അവരെ മറന്നുകൂടാ യെന്ന് കെ.ആർ. നാരായണൻ പറഞ്ഞു. 15-ാം ലോകസഭാ തെര ഞ്ഞെടുപ്പിലെ മുഖ്യ വിഷയം ഈ ജനങ്ങൾക്ക് ജീവിതം കൊടു ക്കുന്ന നയപരിപാടികൾ ആരുയർത്തിപ്പിടിക്കുമെന്നതാണ്. ഇടതുപക്ഷം യാഥാർത്ഥ്യമാക്കാൻ ശ്രമിക്കുന്ന മൂന്നാം ബദ ലിന്റെ പ്രസക്തി ഇവിടെയാണ്.

പ്ലാച്ചിമടയിലെ പാവങ്ങളെപ്പറ്റി താങ്കൾ തീർച്ചയായും കേട്ടി രിക്കുമല്ലോ. കൊക്കോകോള കമ്പനി അവിടെ മണ്ണിനോടും മനു ഷ്യനോടും ഭൂഗർഭ ജലത്തിനോടും കാണിക്കുന്ന കൊടുംകൊള്ള കൾ താങ്കൾ ശ്രദ്ധിച്ചു കാണുമോയെന്നറിയില്ല. മണ്ണിന്റെയും മനുഷ്യന്റെയും പ്രശ്നങ്ങൾ അറിയുന്നവരാകണം തങ്ങളുടെ പ്രതിനിധികളെന്ന് കേരളത്തിലെ ജനങ്ങൾ ആഗ്രഹിക്കുന്നു. മുന്നണിബന്ധങ്ങൾക്കതീതമായ സത്യമാണിത്. പ്രായപൂർത്തി യായതിനുശേഷം ഒരിക്കലും നാട്ടിൽ താമസിച്ചിട്ടില്ലായെന്നതും ഇസ്രയേൽ നയങ്ങളുടെ പിന്തുണക്കാരനാകുന്നതും കൊക്കോ കോള കമ്പനിയുടെ ചങ്ങാതിയാകുന്നതും ഒരിന്ത്യൻ പാർല മെന്റംഗത്തിന്റെ മികവിന് കാരണമാകുമെന്ന് അവർ ചിന്തിക്കു ന്നില്ല.

പ്രിയപ്പെട്ട ശശി തരൂർ, താങ്കളുമായുള്ള സ്നേഹബന്ധത്തെ ഞാൻ വിലമതിക്കുന്നു. അതുകൊണ്ടുതന്നെയാണ് ഞാൻ പറഞ്ഞുപോകുന്നത്, ഈ പാകമാകാത്ത കുപ്പായവുമായി 'ഖദ റിൽ പൊതിഞ്ഞ മാംസപിണ്ഡ'ങ്ങളോടൊപ്പം ഒരു സ്ഥാനാർത്ഥി യായി താങ്കൾ അവതരിക്കണ്ടായിരുന്നു. നാടിന്റെ ജനാധിപത്യ ബോധത്തിനു മുമ്പിൽ താങ്കൾ ഒരിക്കലും വലുതാകുന്നില്ല.

സ്നേഹാദരങ്ങളോടെ
ബിനോയ് വിശ്വം

■

അച്യുതമേനോന്റെ പാരിസ്ഥിതിക പരിഗണനകൾ

പരിസ്ഥിതിയുടെ രാഷ്ട്രീയം ലോകംതന്നെ വേണ്ടത്ര മനസ്സിലാക്കാതിരുന്ന 1970കളിലാണ് അച്യുതമേനോൻ കേരള ഭരണത്തിന്റെ സാരഥ്യം വഹിച്ചത്. ദൂരക്കാഴ്ചയുള്ള ഒരു കമ്യൂണിസ്റ്റ് ഭരണാധികാരി പാരിസ്ഥിതിക പ്രശ്നങ്ങളോട് എങ്ങനെ പ്രതികരിക്കുമെന്ന് ആ കാലഘട്ടം വിളിച്ചു പറയുന്നു. മാർക്സിസത്തിന്റെ സർഗാത്മക വികാസത്തിന് ഊന്നൽ നൽകിയ മനുഷ്യസ്നേഹി ആയിരുന്നു അച്യുതമേനോൻ. ആ വിപ്ലവശാസ്ത്രത്തെ വരട്ടു തത്ത്വവാദമായി പരിമിതപ്പെടുത്താൻ അദ്ദേഹം സന്നദ്ധമല്ലായിരുന്നു. സമൂഹത്തിന്റെ ഭാവി കെട്ടിപ്പടുക്കുന്നതിൽ നിർണ്ണായക സ്ഥാനം വഹിക്കേണ്ട പ്രയോഗത്തിന്റെ വഴികാട്ടിയായാണ് അദ്ദേഹം മാർക്സിസത്തെ കണ്ടത്. ഒരു സൈദ്ധാന്തിക പടുവാണ് താനെന്ന ഭാവം തീരെയില്ലാതെ ആ സിദ്ധാന്തത്തെ പ്രയോഗത്തിൽ വരുത്താനാണ് അദ്ദേഹം ശ്രമിച്ചത്. മുതലാളിത്ത ചട്ടക്കൂടിനുള്ളിൽ ഫെഡറൽ ഭരണഘടനയ്ക്കു താഴെ പ്രവർത്തിക്കുന്ന സംസ്ഥാന സർക്കാരിന്റെ പരിമിതിയെപ്പറ്റി അച്യുതമേനോന് തികഞ്ഞ ബോദ്ധ്യമുണ്ടായിരുന്നു. എന്നാൽ ആ പരിമിതിയെ പഴിച്ചുകൊണ്ട് ഒന്നും ചെയ്യാതിരിക്കാനല്ല അദ്ദേഹം ശ്രമിച്ചത്. ഐക്യമുന്നണി രാഷ്ട്രീയത്തിന്റെ പരിമിതികളും അദ്ദേഹത്തിന് തടസ്സമായില്ല. പരിമിതികൾക്കുള്ളിലും സാദ്ധ്യതകളെപ്പറ്റിയാണ് അദ്ദേഹം അന്വേഷിച്ചത്. അതിലൂടെയാണ് നാനാജീവിത തുറകളിൽ കേരളം എക്കാലവും ഓർക്കുന്ന മഹത്തായ നടപടികൾ ഏറ്റെടുക്കാൻ അദ്ദേഹത്തിന് കഴിഞ്ഞത്.

ജന്മിത്വത്തിന്റെ തായ്‌വേരറുത്ത അച്യുതമേനോൻ ഗവൺമെന്റ് ഭൂബന്ധങ്ങളിൽ വിപ്ലവകരമായ മാറ്റം വരുത്തി. അതോടൊപ്പം പ്രകൃതിയും മനുഷ്യനും തമ്മിലുള്ള ബന്ധത്തിന്റെ പാഠങ്ങളും അദ്ദേഹം ഉയർത്തിപ്പിടിച്ചു. കേരളത്തിൽ

ഇന്ന് വനങ്ങൾ ബാക്കി നിൽക്കുന്നതിൽ വലിയ അളവോളം കേരളം അച്യുതമേനോനോട് കടപ്പെട്ടിരിക്കുന്നു. വൻകിട തോട്ടം ഉടമകളും മുൻ നാട്ടുരാജാക്കന്മാരും കൈവശം വെച്ചിരുന്ന സ്വകാര്യ വനഭൂമി ദേശസാൽക്കരിക്കാൻ അസാമാന്യമായ ആർജ്ജവമാണ് അച്യുത മേനോൻ ഗവൺമെന്റ് കാണിച്ചത്. നാലു ലക്ഷത്തി അമ്പത്തിനാലായിരത്തിൽപ്പരം ഏക്കർ സ്വകാര്യ വനങ്ങൾ ഒരു ചില്ലി കാശുപോലും പ്രതിഫലം കൊടുക്കാതെയാണ് അന്ന് ഏറ്റെടുത്തത്. വനങ്ങൾ ഭാവി തലമുറയ്ക്കു വേണ്ടി കരുതിവെക്കേണ്ടവയാണെന്ന് അച്യുതമേനോന് അറിയാമായിരുന്നു. അവ പുഴകളുടെ ഉറവിടമാണെന്നും അതിനാൽ ജലസുരക്ഷയ്ക്കും വനങ്ങൾ കൂടിയേ തീരുവെന്നും അച്യുത മേനോൻ ശരിയായി മനസ്സിലാക്കി. അന്നത്തെ സാമാന്യ രാഷ്ട്രീയ ധാരണകൾക്ക് എത്രയോ മുമ്പിലായിരുന്നു അദ്ദേഹം സഞ്ചരിച്ചത്.

മുതലാളിത്തം പ്രകൃതിയോട് ചെയ്യുന്ന ക്രൂരതയെപ്പറ്റി മാർക്സിസം പത്തൊമ്പതാം നൂറ്റാണ്ടിൽ തന്നെ ചൂണ്ടിക്കാട്ടിയെന്നത് ശരിയാണ്. കമ്യൂണിസ്റ്റ് മാനിഫെസ്റ്റോയിലും മൂലധനത്തിലും പ്രകൃതിക്കുമേൽ ലാഭാർത്തി നടത്തുന്ന ബലാത്സംഗത്തെപ്പറ്റി ചർച്ച ചെയ്യുന്നുണ്ട്. 1917-18 റഷ്യൻ വിപ്ലവത്തിന്റെ ആദ്യവർഷങ്ങളിൽ സോവിയറ്റ് യൂണിയനിൽ റിസർവ്വുകൾ പ്രഖ്യാപിച്ചുകൊണ്ട് വനസംരക്ഷണത്തിൽ ലെനിൻ വഴികാട്ടുകയും ചെയ്തിരുന്നു. എന്നാൽ ഈ ദിശയിൽ വേണ്ടത്ര മുന്നോട്ടു പോകാൻ സോഷ്യലിസ്റ്റ് രാജ്യങ്ങൾക്കുപോലും കഴിയാതെ പോയി. ആ പശ്ചാത്തലത്തിലാണ് അച്യുതമേനോന്റെ ദീർഘ വീക്ഷണത്തെ മാർക്സിസ്റ്റ് കാഴ്ചപ്പാടിലൂടെ വിലയിരുത്തേണ്ടത്. പ്രകൃതിസംരക്ഷണത്തിന്റെ കാര്യത്തിൽ ആധുനിക ചരിത്രത്തിലെ നാഴികക്കല്ലായി ചൂണ്ടിക്കാണിക്കപ്പെടുന്നത് 1972-ലെ സ്റ്റോക്ഹോം ഉച്ചകോടിയാണ്. 1980-ൽ ഇന്ദിരാഗാന്ധി കൊണ്ടുവന്ന വനസംരക്ഷണ നിയമത്തിന്റെ വഴികാട്ടിയാണ് സ്റ്റോക്ഹോം ഉച്ചകോടിയെന്ന് എല്ലാവരും പറയാറുണ്ട്. ആ ഉച്ചകോടിക്കും മുമ്പാണ് ഇന്ത്യയുടെ തെക്കേ കോണിലെ ഈ കൊച്ചു കേരളത്തിൽ പ്രകൃതിസംരക്ഷണത്തിന്റെ പ്രാധാന്യം ഉൾക്കൊണ്ടുകൊണ്ടുള്ള രാഷ്ട്രീയ നടപടികൾക്ക് അച്യുത മേനോൻ ഗവൺമെന്റ് മുൻകൈ എടുത്തത്. 1972-ൽ വന്യജീവി സംരക്ഷണനിയമം കൊണ്ടുവന്നപ്പോഴും 1980-ൽ വന സംരക്ഷണ നിയമം കൊണ്ടുവന്നപ്പോഴും കേരളത്തിലെ വനം ദേശസാൽക്കരണ നിയമം ശ്രീമതി ഗാന്ധിയെ സ്വാധീനിച്ചു കാണുമെന്ന്

ഇത് എഴുതുന്നയാൾ വിശ്വസിക്കുന്നു. പരിസ്ഥിതിവാദികളെ ശല്യക്കാരായി കണക്കാക്കുന്ന സമീപനത്തോട് യോജിച്ച ആളായിരുന്നില്ല അച്യുതമേനോൻ. അവരുടെ പ്രവർത്തനം മൂലം നാടിന്റെ വികസനം അപകടത്തിലാവുന്നു എന്ന ഭരണ കർത്താക്കളുടെ നിലപാടിനെ അദ്ദേഹം ശക്തമായി വിമർശിച്ചു. "പരിസ്ഥിതി വാദങ്ങൾ തള്ളിക്കളയുകയല്ല ചെയ്യേണ്ടത്. അവ പരിഗണിച്ചുകൊണ്ട് വികസനം സാദ്ധ്യമാക്കുകയാണ് വേണ്ടത്" ഇതായിരുന്നു അച്യുതമേനോന്റെ നിലപാട്. വമ്പൻ പദ്ധതികൾ പരിസ്ഥിതിക്ക് പരിക്കേല്പിക്കുമെങ്കിൽ ഉപേക്ഷിക്കേണ്ടതാണെന്നും അർത്ഥശങ്കയ്ക്കിടയില്ലാത്തവിധം തറപ്പിച്ചു പറയാനും അദ്ദേഹത്തിനായി.

ഇടുക്കിയിലെ കണ്ണൻദേവൻ വില്ലേജിലെ ഭൂമി മുഴുവൻ ടാറ്റയിൽനിന്ന് ഏറ്റെടുക്കാൻ ആർജ്ജവം കാണിച്ചപ്പോഴും അച്യുതമേനോനെ നയിച്ചത് ജനതാത്പര്യത്തിനു വേണ്ടിയുള്ള പാരിസ്ഥിതിക പരിഗണനകളായിരുന്നു. ഏറ്റെടുക്കപ്പെട്ട കണ്ണൻദേവൻ ഭൂമിയുടെ വിനിയോഗത്തെപ്പറ്റി വിദഗ്ദ്ധ സമിതിയുടെ റിപ്പോർട്ടിന്റെ വെളിച്ചത്തിൽ മുന്നോട്ടു പോകണമെന്നാണ് അച്യുതമേനോൻ തീരുമാനിച്ചത്. തോട്ടം വ്യവസായത്തിന്റെ സാമ്പത്തിക പ്രാധാന്യവും തോട്ടം തൊഴിലാളികളുടെ ജീവിതവും മുൻനിർത്തി തോട്ടമാക്കി നിലനിർത്തേണ്ട ഭൂമിയെപ്പറ്റി ആ ഗവൺമെന്റ് തീരുമാനം എടുത്തു. അതോടൊപ്പം അതീവ ജൈവ വൈവിധ്യ പ്രാധാന്യമുള്ള പ്രദേശങ്ങളെ ഉൾപ്പെടുത്തി ഇരവികുളം നാഷണൽ പാർക്ക് രൂപീകരിച്ചതും അച്യുത മേനോനാണ്. നിരവധി നദികളുടെ ഉൽഭവ കേന്ദ്രമായ ആ മേഖലയിലെ പതിനേഴായിരത്തിൽപരം ഏക്കർ ഭൂമി റിസർവ്വ് വനമായി സംരക്ഷിക്കണമെന്നും വിദഗ്ധ സമിതി ശുപാർശ ചെയ്തിരുന്നു. ആ നിർദ്ദേശം പ്രാവർത്തികമാക്കപ്പെട്ടത് ദശാബ്ദങ്ങൾക്കുശേഷം 2010-ൽ ഇടതു ജനാധിപത്യ മുന്നണി ഗവൺമെന്റിന്റെ കാലത്താണ്. അതിനിടയിലുണ്ടായ സന്ദേഹങ്ങളും സമ്മർദ്ദങ്ങളും മനസ്സിലാക്കുമ്പോഴാണ് അച്യുതമേനോന്റെ പ്രകൃതിദർശനത്തിന്റെ മഹത്ത്വം നാം മനസ്സിലാക്കുന്നത്.

ഇന്ന് നെല്ലിയാമ്പതി, മൂന്നാർ, മാങ്കുളം, വാഗമൺ തുടങ്ങി എല്ലായിടങ്ങളിലും വനഭൂമി തട്ടിപ്പറിക്കാൻ ഭൂമാഫിയ കൊണ്ടുപിടിച്ച് ശ്രമിക്കുകയാണ്. യു.ഡി.എഫ്. സർക്കാർ ഭൂനിയമങ്ങളിലും വനനിയമങ്ങളിലും വെള്ളം ചേർക്കുന്നു. അതിൽനിന്ന് ഉളവായ ആഭ്യന്തര സംഘർഷങ്ങൾ യു.ഡി.എഫിനെ പിടിച്ചു

കുലുക്കുകയും ചെയ്യുന്നു. വനങ്ങൾ ഭാവി തലമുറയ്ക്കുവേണ്ടി സംരക്ഷിക്കേണ്ടതാണെന്ന അച്യുതമേനോന്റെ ദർശനം ഈ ദിനങ്ങളിൽ കൂടുതൽ പ്രസക്തമാവുകയാണ്. പരിസ്ഥിതിയുടെ പ്രാധാന്യം 1970-കളിലേതിനേക്കാൾ കൂടുതലായി ഇന്ന് ലോകത്തിനറിയാം. ആഗോള താപനത്തിന്റെയും കാലാവസ്ഥാ മാറ്റത്തിന്റെയും ഭക്ഷ്യദുരന്തങ്ങളുടെയും മുന്നിൽ ലോകം പകച്ചു നിൽക്കുന്നു. എന്നിട്ടും ഭൂമിയും വനങ്ങളും നശീകരിക്കപ്പെടുന്നതിന്റെ വാർത്തകളാണ് ഇന്ത്യയുടെ മിക്കവാറും എല്ലാ സംസ്ഥാനങ്ങളിലും നിന്ന് നാം ഇന്ന് കേട്ടുകൊണ്ടിരിക്കുന്നത്. കാടുകൾ ഖനികളായി മാറിയ കർണാടകത്തിലും ആന്ധ്രയിലും ഝാർഖണ്ഡിലും ഛത്തീസ്ഗഡിലും ഒറീസയിലും അത് രാഷ്ട്രീയ പ്രതിസന്ധികൾക്കും വഴി തെളിച്ചു. എന്നാൽ അച്യുതമേനോന്റെ പാരമ്പര്യം ഉയർത്തിപ്പിടിച്ച് കേരളത്തിൽ ഇടതുപക്ഷപ്രസ്ഥാനം വനം മാഫിയയ്ക്കും ഭൂമാഫിയയ്ക്കും എതിരായ പോരാട്ടത്തിൽ എന്നും ഉറച്ചു നിന്നിട്ടുണ്ട്. യു.ഡി.എഫ്. ഭരണത്തിൽ അഴിഞ്ഞാടിയ വനം ചന്ദന മാഫിയകളെ പിടിച്ചു കെട്ടിയത് എൽ.ഡി.എഫ്. സർക്കാരാണ്. പുതുതായി 55,000 ഏക്കർ ഭൂമി റിസർവ്വ് വനമായി പ്രഖ്യാപിച്ചുകൊണ്ട് ലോകത്തിനുതന്നെ കേരളം മാതൃകയായി. അച്യുതമേനോൻ ഹൃദയം കൊണ്ട് സ്നേഹിച്ച സൈലന്റ്‌വാലി നാഷണൽ പാർക്കിന് ബഫർ സോൺ പ്രഖ്യാപിച്ചത് എൽ.ഡി.എഫ്. സർക്കാരാണ്. ഇരവികുളം നാഷണൽ പാർക്കിനുശേഷം നിരവധി വന്യജീവി സങ്കേതങ്ങൾ ഇവിടെ നിലവിൽവന്നു. സാമൂഹിക വനവൽക്കരണത്തിന് പുതിയ മുഖം നൽകിക്കൊണ്ട് ഒരു കോടി 87 ലക്ഷം മരങ്ങൾ അഞ്ചു കൊല്ലംകൊണ്ട് വെച്ചുപിടിപ്പിക്കപ്പെട്ടു. ആഗോള താപനത്തിന് എതിരായ സമരത്തിൽ വിദ്യാർത്ഥികളെയും ജനങ്ങളെയും അണിനിരത്താൻ എൽ.ഡി.എഫ്. സർക്കാരിന് കഴിഞ്ഞു. സ്ഥാപിത താത്പര്യക്കാർക്കും മാഫിയാ ശക്തികൾക്കും ഒട്ടും ഇഷ്ടപ്പെടാത്ത ഇത്തരം നടപടികളുമായി മുമ്പോട്ടുപോകാൻ അച്യുതമേനോൻ തെളിച്ച വഴിയാണ് ഇടതുപക്ഷത്തിന് ശക്തി പകർന്നത്. ചൂഷകവർഗ്ഗത്തിന്റെ രാഷ്ട്രീയം പ്രകൃതിനശീകരണത്തിന്റെയും രാഷ്ട്രീയമാണെന്ന് തിരിച്ചറിഞ്ഞുകൊണ്ട് പ്രവർത്തിച്ച മാർക്സിസ്റ്റ് ആയിരുന്നു അച്യുതമേനോൻ. അദ്ദേഹത്തിന്റെ ചിന്തയും പ്രവൃത്തിയും സത്യത്തിനു വേണ്ടിയുള്ള സമരപാതകളിൽ നമുക്ക് വഴികാണിക്കും.

അച്യുതമേനോൻ എഴുതി: “മാർക്സിസം സാമൂഹിക മാറ്റത്തിന്റെ തത്ത്വശാസ്ത്രമാണ്. നാം അത് സ്വായത്തമാക്കണം

എന്ന് പറയുമ്പോൾ നമ്മുടെ ചിന്തയുടെ ജൈവഭാഗമാക്കണം എന്നാണർത്ഥം. നാം മാറ്റാൻ ശ്രമിക്കുന്ന ജനതയെയാണ് ആദ്യം പഠിക്കേണ്ടത്." ആ ജനതയോട് പ്രകൃതിയുടെ രാഷ്ട്രീയം കൂടുതൽ കൂടുതലായി പറഞ്ഞു പഠിപ്പിക്കേണ്ട കാലഘട്ടമാണിത്. ലാഭത്തിനു വേണ്ടിയുള്ള പരക്കംപാച്ചിലിൽ മുതലാളിത്തം പ്രകൃതിയെ ചവുട്ടിമെതിക്കുമ്പോൾ കൈകെട്ടി ഇരിക്കേണ്ടവരല്ല കമ്യൂണിസ്റ്റുകാർ. അവരുടെ വാക്കും പ്രവൃത്തിയും ഇവിടെ പ്രതിജ്ഞാബദ്ധമായി ഭൂമിക്കും ഭാവിക്കുംവേണ്ടി നിലകൊള്ളണം. ആ സന്ദേശമാണ് അച്യുതമേനോൻ എന്ന മഹാനായ മനുഷ്യൻ, കരുത്തുറ്റ ഭരണാധികാരി, തല കുനിക്കാത്ത കമ്യൂണിസ്റ്റ് നേതാവ് നമ്മെ പഠിപ്പിക്കുന്നത്.

■

ടി.വി. തോമസ്സും ഗൗരിയമ്മയും

പരീക്ഷണങ്ങളുടെ തീച്ചൂളയിലൂടെ കമ്യൂണിസ്റ്റ് പ്രസ്ഥാനം കടന്നുപോയ നാളുകളിൽ വൈക്കത്തുനിന്ന് ഒരു പാർട്ടി സംഘാടകൻ ഇടയ്ക്കിടെ ചേർത്തലയിൽ എത്തും. പ്രസ്ഥാനത്തോട് അടുപ്പമുള്ള പലരേയും ബന്ധപ്പെടുന്ന കൂട്ടത്തിൽ ആ സഖാവ് ചേർത്തല ബാറിലെ പാർട്ടി അനുഭാവിയായ യുവഅഭിഭാഷകയേയും കാണും. സൗഹൃദം ശക്തിപ്പെട്ടപ്പോൾ ആ സഖാവിനെ വീട്ടിൽക്കൊണ്ടുവന്ന് ഊണ് കൊടുത്തിട്ടേ തിരിച്ചയയ്ക്കാവൂവെന്ന് ആ വക്കീലിനു തോന്നി. അത് ഇല്ലായ്മകളുടെ കാലമായിരുന്നു. വക്കീൽ ആകട്ടെ, അവിടുത്തെ സമ്പന്നമായ കുടുംബത്തിലെ അംഗവും. ഊണ് കഴിഞ്ഞ് പുറപ്പെടുമ്പോൾ ബോട്ട് കൂലിക്കായി എട്ടണ ആ സഖാവിന്റെ കൈയിൽ മുടക്കം കൂടാതെ വച്ചുകൊടുക്കാനും വക്കീൽ മറന്നിട്ടില്ല. ആ വക്കീൽ ഗൗരിയമ്മയാണ്. വൈക്കത്തുനിന്ന് എത്തുന്ന പാർട്ടി സഖാവ് എന്റെ അച്ഛൻ സി.കെ. വിശ്വനാഥൻ.

പിന്നീട് എത്രയോ ദിവസങ്ങളിൽ ആലപ്പുഴയിലെ വീട്ടിൽവച്ച് ഈ ആദ്യകാല ബന്ധങ്ങളെപ്പറ്റി ഗൗരിയമ്മ എന്നോട് പറഞ്ഞിട്ടുണ്ട്. ആ കാലത്തെ പാർട്ടി ബന്ധങ്ങളെല്ലാം ഇതുപോലെ ഹൃദയത്തിൽ വേരുള്ളതായിരുന്നു. പാർട്ടി രണ്ടായപ്പോഴും കെ.ആർ. ഗൗരിയമ്മയും സി.കെ. വിശ്വനാഥനും രണ്ടുവശത്തേക്ക് ഭാഗം പിരിഞ്ഞ് പോയപ്പോഴും, ഒടുവിൽ ഗൗരിയമ്മ 'ജെ.എസ്.എസ്.' ആയി മാറിയപ്പോഴും ആ സ്നേഹത്തിന്റെ ആഴം കുറഞ്ഞിട്ടില്ല. വൈക്കത്തെ ഞങ്ങളുടെ വീട്ടിൽ സൂക്ഷിച്ചുവച്ച പഴയ ആൽബത്തിന്റെ താളുകളിൽ പി. കൃഷ്ണപിള്ള, എം.എൻ., ടി.വി., അച്യുതമേനോൻ, ആർ. സുഗതൻ, പി.ടി. പുന്നൂസ് എന്നിവരുടെ ഫോട്ടോകൾക്കൊപ്പം എ.കെ.ജിയുടെയും സി.കെ. സുശീലയുടെയും ഗൗരിയമ്മയുടെയും ചിത്രങ്ങൾ എന്നുമുണ്ടായിരുന്നു. പാർട്ടി ഭിന്നിച്ചപ്പോൾ അവ എടുത്തു മാറ്റപ്പെട്ടില്ല. പ്രസ്ഥാനം

വഴിപിരിഞ്ഞപ്പോൾ എന്റെ അച്ഛനമ്മമാർ മറുഭാഗത്തേക്ക് പോയ ഈ നേതാക്കളെ ശത്രുക്കളായി കണ്ടില്ല. രോഗബാധിതയായി യാത്ര ചെയ്യാൻ ബുദ്ധിമുട്ടായ ദിനങ്ങളിൽ എന്റെ അമ്മ സി. കെ. ഓമന പറഞ്ഞ ആഗ്രഹങ്ങളിലൊന്ന് ഗൗരിച്ചേച്ചിയെ കാണണം എന്നതായിരുന്നു.

ഒരു ദിവസം അതിനായി മാറ്റിവച്ചത് സായൂജ്യം നിറഞ്ഞ ഓർമ്മയായി മനസ്സിൽ ഇപ്പോഴും നിൽക്കുന്നു. മുന്നറിയിപ്പി ല്ലാതെയാണ് ഞങ്ങൾ ചെന്നത്. “ങാ ഓമനയോ!” എന്ന് ചോദി ച്ചുകൊണ്ട് ഗൗരിയമ്മ എന്റെ അമ്മയുടെ കൈ പിടിച്ചു. അവരി രുവരും സ്വീകരണമുറിയിലെ പഴയ സെറ്റിയിൽ അടുത്തടുത്തി രുന്നു ഒരുപാട് വർത്തമാനം പറഞ്ഞു. അടുത്ത കസേരയിൽ ഇരുന്ന ഞാൻ ആ സ്നേഹത്തിന്റെ ആഴം അളക്കാൻ ശ്രമിക്കു കയായിരുന്നു. ഉച്ചയോടെ ഞങ്ങൾ മടങ്ങുമ്പോൾ നല്ല കറി കൂട്ടി ഒരു ഊണ് തരാൻ കഴിയാത്തതിലുള്ള സങ്കടമായിരുന്നു ഗൗരിയമ്മയ്ക്ക്. അതിനോടകം ആ വീട്ടിലുള്ള അണ്ടിപ്പരിപ്പും ഉപ്പേരിയും ഈന്തപ്പഴവും കേക്കും എല്ലാം തന്നിട്ടും അവർക്ക് മതിയായില്ല. ഗൗരിയമ്മയ്ക്ക് നൂറ് വയസ്സാവുമ്പോൾ ഇത്തരം ഒരുപാട് ഓർമ്മകളാണ് മനസ്സിലേക്ക് തിക്കിത്തിരക്കി കടന്നുവ രുന്നത്.

ഗൗരിയമ്മയുടെ രാഷ്ട്രീയ ചരിത്രം എത്രയോ തവണ പലരും എഴുതിയതും പറഞ്ഞതുമാണ്. കേരളത്തിന്റെ രാഷ്ട്രീയ ചരിത്രത്തിൽ തന്റെ സ്ഥാനം സ്വന്തം കരുത്തുകൊണ്ട് അടയാള പ്പെടുത്തിയ ധീരവനിതയാണവർ. തന്നെപ്പറ്റി ചിലർ പൊടിപ്പും തൊങ്ങലും വച്ച് പറഞ്ഞ കഥകളിലെ കഥയില്ലായ്മയെപ്പറ്റിയും തുറന്നു പറയാനുള്ള ആർജ്ജവും ഗൗരിയമ്മയ്ക്കുണ്ട്. ‘വയ ലാർ റാണി’ എന്ന് തന്നെ ചിലർ വിശേഷിപ്പിച്ചതിനെപ്പറ്റി അവർ എന്നോടു പറഞ്ഞിട്ടുണ്ട്. കേരളത്തിന്റെ മുഖച്ഛായ മാറ്റി എഴു തിയ ആ സമരത്തിൽ തനിക്ക് നേതൃത്വപരമായ പങ്കില്ലെന്ന് പറയാൻ അവർക്ക് കൂസലുണ്ടായിരുന്നില്ല. പ്രസ്ഥാനത്തിലെ സഖാക്കളുടെ കേസുകൾ നടത്തുന്ന രാഷ്ട്രീയ മിത്രമായ അഭി ഭാഷകയായിരുന്നു അവർ അക്കാലത്ത്. അണ്ണൻ (സഹോദരൻ കെ.ആർ. സുകുമാരൻ) അന്നേ പാർട്ടിയിൽ സജീവമായിരുന്നു. അങ്ങനെയാണ് പി. കൃഷ്ണപിള്ള അടക്കമുള്ള പാർട്ടി നേതാ ക്കൾ ആ വീടുമായി ബന്ധപ്പെടുന്നത്. ഗൗരിയമ്മ തന്നെ പറ ഞ്ഞിട്ടുള്ള പിൽക്കാല രാഷ്ട്രീയ സംഭവങ്ങളൊന്നും പറയാനല്ല ഈ കുറിപ്പ് ഉദ്ദേശിക്കുന്നത്.

ഗൗരിയമ്മയും ടി.വി. തോമസും തമ്മിലുള്ള പ്രണയവും കല്യാണവും വഴിപിരിയലുമെല്ലാം കേരളത്തിൽ ഏറെ ചർച്ച ചെയ്യപ്പെട്ടിട്ടുണ്ട്. പാർട്ടി ഭിന്നിച്ചപ്പോൾ വഴിപിരിയേണ്ടിവന്ന ഭാര്യാഭർത്താക്കന്മാരാണവർ. ആ ബന്ധത്തിലെ സങ്കീർണ്ണത കളെപ്പറ്റി പറയാൻ ഞാൻ ആളല്ല. എന്നാൽ, ഒന്നെനിക്ക് ഉറ പ്പാണ്. ഗൗരിയമ്മ ടി.വി. തോമസ്സിനെ അഗാധമായി സ്നേഹി ക്കുന്നു. യൗവ്വനത്തിലേതുപോലെ ഈ നൂറാം വയസ്സിലും ഗൗരി യമ്മയ്ക്ക് ടി.വിയോട് ആരാധന കലർന്ന പ്രണയമുണ്ടെന്ന് പറ യാൻ ഞാൻ ധൈര്യപ്പെടുന്നു. ഗൗരിയമ്മയ്ക്ക് ശുണ്ഠി മൂക്കിന്റെ തുമ്പത്താണ്. ഈ വരികൾ വായിക്കുമ്പോൾ ചിലപ്പോൾ ആ അമ്മ കോപം കാണിച്ചേക്കും. അപ്പോഴും ആ മനസ്സിൽ ടി.വി യോടുള്ള സ്നേഹമായിരിക്കും നിറഞ്ഞുനിൽക്കുക.

ഒരിക്കൽ ഗൗരിയമ്മയോട് ഞാൻ അതിനെപ്പറ്റി ദീർഘമായി സംസാരിച്ചിട്ടുണ്ട്. സഖാവ്, സഹപ്രവർത്തക, ഭാര്യ എന്നീ നില കളിലെല്ലാം ടി.വിയെപ്പറ്റി പറയാൻ ഗൗരിയമ്മയ്ക്ക് അവകാശ മുണ്ട്. ടി.വി. ജീവിതത്തോട് വിടപറഞ്ഞ 1977 മാർച്ചിലെ ആ ദിനം ഓർമ്മയിലേക്കു വരുന്നു. തിരുവനന്തപുരത്തെ യൂണി വേഴ്സിറ്റി സെനറ്റ് ഹാളിൽ പൊതുദർശനത്തിനു വച്ച ടി.വി യുടെ മൃതദേഹത്തിനടുത്ത് അന്ന് എ.ഐ.എസ്.എഫ്. പ്രസി ഡന്റായിരുന്ന ഞാനും നില്പുണ്ടായിരുന്നു. അപ്പോഴാണ് ഗൗരി യമ്മ അങ്ങോട്ടു വന്നത്. വികാരവിക്ഷോഭങ്ങളുടെ തിരകൾ ആഞ്ഞടിച്ച അവരുടെ മുഖഭാവം ഇപ്പോഴും ഓർമ്മയിലുണ്ട്.

ഗൗരിയമ്മയുടെ വീട്ടിലെ സ്വീകരണമുറിയിൽ ആരുടെയും കണ്ണിൽ ആദ്യം പെടുന്നത് അവരുടെ വിവാഹഫോട്ടോയാണ്. അവർ രണ്ടുപേരും അന്ന് ആദ്യത്തെ കമ്യൂണിസ്റ്റ് മന്ത്രിസഭയിലെ അംഗങ്ങളായിരുന്നു. ചരിത്രത്തിൽ അനിഷേദ്ധ്യസ്ഥാനമുള്ള രണ്ടുപേർ ജീവിതത്തിൽ ഒന്നിച്ച നിമിഷത്തിന്റെ ഫോട്ടോയാ ണത്. ഒരിക്കൽ എന്റെ നിർബന്ധത്തിനു വഴങ്ങി ഗൗരിയമ്മ അവരുടെ ബെഡ്റൂമിലേക്ക് എന്നെ കൊണ്ടുപോയി. ആ മുറി യുടെ നാല് ചുവരുകളിലും ടി.വി. ആണ്. ആ ചിത്രങ്ങളിലൂടെ ടി.വി. ഗൗരിയമ്മയോട് സംസാരിക്കുന്നുണ്ടോ എന്ന് തോന്നി പ്പോകും. ഈ നൂറാം പിറന്നാളിൽ ആഘോഷങ്ങളുടെ ആരവ ങ്ങളൊടുങ്ങുമ്പോൾ ഗൗരിയമ്മ എന്ന വിപ്ലവ തേജസ്വിയായ വനിത എന്തെല്ലാം ചിന്തിക്കുമെന്ന് കൃത്യമായി പറയാനാവില്ല. എന്നാൽ, ആ ചിന്തകളുടെ ഏറ്റിറക്കങ്ങളിൽ ടി.വി. തോമസ് കടന്നുവരാതിരിക്കില്ല എന്ന് മനസ്സ് മന്ത്രിക്കുന്നു.

ടി.വി. തോമസ്സിന്റെ ജന്മശതാബ്ദിവേളയിൽ ഒരു മലയാള പ്രസിദ്ധീകരണം ആവശ്യപ്പെട്ടതുപ്രകാരം ഞാൻ അദ്ദേഹത്തെ

ക്കുറിച്ച് സാമാന്യം നീണ്ട ഒരു ലേഖനമെഴുതി. 'ടി.വി'യെക്കുറിച്ച് പറയുമ്പോൾ ഗൗരിയമ്മയും ഗൗരിയമ്മയെക്കുറിച്ച് പറയുമ്പോൾ ടി.വിയും ചർച്ചാവിഷയമാകുന്ന കുടുംബാന്തരീക്ഷത്തിലാണ് ഞാൻ വളർന്നുവന്നത്. അതിന്റെ സ്വാധീനത്തിലാകാം പ്രസ്തുത ലേഖനത്തിന്റെ അവസാന ഭാഗത്ത് ഇങ്ങനെ എഴുതാനാണ് എനിക്കു തോന്നിയത്: "എങ്കിലും ടി.വിയും ഗൗരിയമ്മയും തമ്മിൽ പിരിയാതിരുന്നെങ്കിൽ എന്ന് ഞാൻ ചിന്തിച്ചു പോകുന്നു." ലേഖനം പ്രാധാന്യത്തോടെ അച്ചടിച്ച് വന്ന ദിവസം ഞാൻ ഗൗരിയമ്മയെ കണ്ടു. ഇങ്ങനെ ഒരു കാര്യം കണ്ടതായിപ്പോലും അവർ ഭാവിച്ചില്ല. പിറ്റേ ദിവസം, ആ ലേഖനം വായിച്ചോ എന്ന് ചോദിക്കാതിരിക്കാനായില്ല. പ്രകടമായ നീരസത്തോടെ അവർ പറഞ്ഞത് ഞാൻ കണ്ടില്ല എന്നാണ്.

നിയമസഭയിലെ ഒരു രംഗം. കൃഷിയുടെയും കയറിന്റെയും ചുമതലയുള്ള മന്ത്രിയായിരുന്നു ഗൗരിയമ്മ. ഞാൻ സി.പി.ഐ യുടെ നിയമസഭാ കക്ഷി ഉപനേതാവ്. കയർ വ്യവസായത്തിലെ പ്രതിസന്ധിയെപ്പറ്റി മന്ത്രി ദീർഘമായി പ്രസംഗിക്കുകയായിരുന്നു. എവിടെയെങ്കിലും കയർ വ്യവസായ പുനഃസംഘടനയ്ക്കു വേണ്ടി ടി.വി. തോമസ് ആവിഷ്കരിച്ച 'ടി.വി. ഫോർമുല'യെപ്പറ്റി ഒരു പരാമർശമുണ്ടാകുമെന്ന് ഞാൻ കരുതി. അതുണ്ടാകുന്നില്ല. ഇടപെടാൻ ശ്രമിച്ചപ്പോൾ പതിവില്ലാത്തതുപോലെ ഗൗരിയമ്മ വഴങ്ങി. "ടി.വി. ഫോർമുലയെപ്പറ്റി ഒരു വാക്കുപോലും പറയാൻ അങ്ങ് എന്തേ മറന്നുപോകുന്നു" എന്ന ചോദ്യം പൂർത്തിയാക്കും മുൻപ് മന്ത്രി ചാടിയെഴുന്നേറ്റു. "ഇരിക്കെടൊ അവിടെ" എന്ന് ഗൗരിയമ്മ പറഞ്ഞപ്പോൾ വഴക്കടിക്കാനല്ല എനിക്കു തോന്നിയത്. പ്രതിപക്ഷത്തിന് പത്ഥ്യമല്ലാത്ത അനുസരണയോടെ ഞാൻ ഇരുന്നു. എന്റെ സുഹൃത്തുക്കളായ കോൺഗ്രസ് അംഗങ്ങൾ ആർത്തുചിരിച്ചുകൊണ്ട് എന്നെ കളിയാക്കി. അവർക്ക് മറുപടി പറയാൻ ഞാൻ എഴുന്നേൽക്കേണ്ടി വന്നില്ല. തിരിഞ്ഞു നിന്നുകൊണ്ട് അവരോടായി ഗൗരിയമ്മ പറഞ്ഞതിങ്ങനെയാണ്:

"നിങ്ങളാരും ചിരിക്കേണ്ട, അയാൾ വിശ്വന്റെ മകനാണ്. എനിക്ക് അയാളോട് അങ്ങനെ പറയാൻ അധികാരമുണ്ട്." ആ അധികാരത്തിനും അതിന്റെ പുറകിലെ സ്നേഹത്തിനും ആണ് ഇന്ന് നൂറ് വയസ്സാകുന്നത്. എനിക്ക് മാത്രമല്ല, ആ സ്നേഹ ശാസനകൾ അനുഭവിച്ചറിഞ്ഞ പതിനായിരങ്ങൾക്ക് ഈ ദിനത്തിൽ ഇത്തരം ഓർമ്മകൾ തികട്ടിവരും. പാർട്ടികൾ പലതാണെങ്കിലും ചേരികൾ മാറിമറിഞ്ഞെങ്കിലും കെ.ആർ. ഗൗരി എന്ന വിപ്ലവ വനിതയെ പരിചയപ്പെട്ട എല്ലാവരുടെയും മനസ്സിൽ

ജ്വലിച്ചു നിൽക്കും. പുറമെ കാണുന്ന പരുക്കൻ ഭാവമല്ല, പല പ്പോഴും പൊട്ടിത്തെറിക്കുന്ന ദേഷ്യമല്ല വാസ്തവത്തിലെ ഗൗരി യമ്മ. ആ മനസ്സ് നിറയെ അടക്കി വച്ചിരിക്കുന്നത് അതിരില്ലാത്ത സ്നേഹമാണ്. ഒരേ ജയിലിൽ കെ.ആർ. ഗൗരിയമ്മയും കൂത്താട്ടു കുളം മേരിയും (എന്റെ ഭാര്യ ഷൈലയുടെ അമ്മയാണവർ) തടവുകാരായി കഴിഞ്ഞിട്ടുണ്ട്. രാഷ്ട്രീയ തടവുകാർക്കുള്ള പ്രത്യേക സെല്ലിലായിരുന്നു ഗൗരിയമ്മ. അമ്മച്ചി (കൂത്താട്ടു കുളം മേരി) സാധാരണ തടവുകാർക്കുള്ള സെല്ലിലും. രാഷ്ട്രീയ തടവുകാർക്ക് ഭക്ഷണത്തോടൊപ്പം മീൻവറുത്തത് അടക്കമുള്ള പ്രത്യേക വിഭവങ്ങൾ വല്ലപ്പോഴുമുണ്ടാകും. അത് പ്രത്യേകം പൊതിയാക്കി ഏതെങ്കിലും വാർഡന്മാർ മുഖേന മേരിക്ക് കൊടുത്തയയ്ക്കാൻ ഗൗരിയമ്മ മറന്നിട്ടില്ല.

"മേരിയും മറ്റും സഹിച്ച മർദ്ദനത്തിന്റെ മുൻപിൽ ഞാൻ അനുഭ വിച്ചതൊന്നും ഒന്നുമല്ലെന്ന്" പറയണമെങ്കിൽ അസാമാന്യമായ സത്യസന്ധതയുണ്ടാവണം. ചരിത്രത്തിനു മുൻപിൽ കണ്ണടച്ച് നിൽക്കാൻ പലരും സാമർത്ഥ്യം കാണിക്കുന്ന കാലത്ത് ചരിത്രത്തോടും നിലപാടുകളോടും പുലർത്തിയ നീതിബോധമാണ് ഗൗരിയമ്മയെ വ്യത്യസ്തയാക്കുന്നത്. ആ വ്യത്യസ്തതയ്ക്കു മുന്നിൽ തലകുനിച്ച് നിൽക്കാൻ മാത്രമാണ് ഈ കുറിപ്പ്.

■

ക്രിസോസ്റ്റം തിരുമേനി എന്ന 'വല്ലാത്ത മനുഷ്യൻ'

ക്രിസോസ്റ്റം തിരുമേനി 'വല്ലാത്ത' ഒരു മനുഷ്യനാണ്. പ്രായം തൊണ്ണൂറെത്തുമ്പോഴും മനസ്സിൽ പത്തൊമ്പതിന്റെ ചെറുപ്പം സൂക്ഷിക്കുന്ന വല്ലാത്ത വലിയ മനുഷ്യൻ! നർമ്മം ചോരയിൽ അലിഞ്ഞ ഈ വലിയ തിരുമേനി കാരുണ്യത്തിന്റെ വറ്റാത്ത ഉറവയാണ്. അസത്യങ്ങളുടെ മലവെള്ളപ്പാച്ചിലിൽ സത്യം പകച്ചു നിൽക്കുമ്പോൾ നേരിന്റെ പടയാളിയായി ഈ ശ്രേഷ്ഠപുരോഹിതൻ മനുഷ്യപക്ഷത്തുനിന്നു. നീതിയുടെ വെളിച്ചം കെട്ടു പോവുകയില്ലെന്ന് വിശ്വസിക്കാൻ അടുത്തും അകലെയുമുള്ള മാനവ മുന്നേറ്റങ്ങൾ നമ്മെ പ്രേരിപ്പിക്കാറുണ്ട്. നീതിക്കുവേണ്ടിയുള്ള നിലവിളികളുടെ കൂടെ നിൽക്കാൻ എന്നും കാണിച്ച അർപ്പണബോധം കൊണ്ടാണ് ക്രിസോസ്റ്റം തിരുമേനി കമ്യൂണിസ്റ്റുകാരനായ എനിക്ക് പ്രിയങ്കരനാവുന്നത്.

തിരുമേനിയുടെ നവതി ആഘോഷങ്ങളിൽ പങ്കെടുക്കാൻ മണ്ണന്തലയിലെ ജെ.എം.എം. സ്റ്റഡി സെന്ററിലേക്ക് ക്ഷണം വന്നപ്പോൾ എത്തിച്ചേരാനാവുമോ എന്ന് എനിക്കു സന്ദേഹമായിരുന്നു. എങ്ങനെയൊക്കെയോ ബദ്ധപ്പെട്ടാണ് ഞാൻ അവിടെ എത്തിയത്. എത്തിയില്ലായിരുന്നെങ്കിൽ അതൊരു വലിയ നഷ്ടമാകുമായിരുന്നു. ചുരുങ്ങിയ വാക്കുകൊണ്ട് ക്രിസോസ്റ്റം തിരുമേനി പറഞ്ഞതത്രയും ജീവിതത്തെക്കുറിച്ചുള്ള അദ്ദേഹത്തിന്റെ നിലപാടുകളായിരുന്നു. ആഴമേറിയ ആ ജീവിത നിരീക്ഷണങ്ങൾക്കിടയിൽ നർമ്മത്തിന്റെ മേമ്പൊടി ചേർത്തില്ലെങ്കിൽ അത് ക്രിസോസ്റ്റം തിരുമേനിയുടെ പ്രസംഗം ആവുകയില്ലല്ലോ! ചടങ്ങിനെത്തിയപ്പോൾത്തന്നെ അദ്ദേഹത്തിന്റെ കൈപിടിച്ചു കുലുക്കി സ്നേഹാദരങ്ങൾ അറിയിച്ചതാണ്. വലിയ തിരുമേനിയുടെ പ്രസംഗത്തിനു ശേഷം യാത്ര പറയുമ്പോൾ ആ

കൈയിൽ ഒരു മുത്തം കൊടുക്കാൻ എനിക്കു തോന്നി. ദൈവ വിശ്വാസി അല്ലാത്ത കമ്യൂണിസ്റ്റുകാരന്റെ മുത്തം സ്വീകരിക്കുമോ എന്ന് ചോദിക്കാൻ മാത്രമുള്ള അടുപ്പം വർഷങ്ങളിലൂടെ ഞാൻ അദ്ദേഹവുമായി നേടിയെടുത്തിട്ടുണ്ട്. സ്നേഹവാത്സല്യങ്ങൾ നിറയുന്ന കണ്ണുകളാൽ എന്നെ നോക്കിക്കൊണ്ട് അദ്ദേഹം എനിക്കുനേരെ കൈ നീട്ടിത്തന്നു. വിശ്വാസികൾക്കും കമ്യൂണിസ്റ്റു കാർക്കുമിടയിൽ പൊതുവായി യാതൊന്നുമില്ലെന്നാണ് ചില സഭാവക്താക്കൾ ശാഠ്യപൂർവ്വം പറയുന്നത്. എന്നാൽ ക്രിസോസ്റ്റം തിരുമേനിയെയും മാർ വർക്കി വിതയത്തിൽ തിരുമേനിയെയും പോലെയുള്ള പല ആത്മീയ നേതാക്കളോടും സംസാരിക്കു മ്പോൾ കമ്യൂണിസ്റ്റുകാർക്കും വിശ്വാസികൾക്കും ഒന്നിച്ചു ചെയ്യാൻ പലതുമുണ്ടെന്ന് എനിക്കു തോന്നിയിട്ടുണ്ട്. എല്ലാറ്റിലും നൂറു ശതമാനം യോജിപ്പുണ്ടെന്നല്ല ഇവിടെ വിവക്ഷ. എന്നാൽ വിയോജിപ്പുകൾ ഉള്ളപ്പോഴും സാമാന്യമനുഷ്യരെ ബാധിക്കുന്ന ധർമ്മസങ്കടങ്ങളുടെയും സാമൂഹിക അസ്വാസ്ഥ്യങ്ങളുടെയും പരിഹാരം തേടലിൽ യോജിപ്പിന്റെ തലം സാദ്ധ്യമാണെന്നത് തീർച്ച. അതന്വേഷിക്കാനും കണ്ടെത്താനും ആത്മാർത്ഥമായി പരിശ്രമിക്കുമ്പോഴാണ് വിശ്വാസികളും കമ്യൂണിസ്റ്റുകാരും തങ്ങളുടെ കാലഘട്ടത്തോടും ചുറ്റുപാടിലുള്ള മനുഷ്യരോടും പ്രതിബദ്ധതയുള്ളവരാകുന്നത്. ജനങ്ങളോടുള്ള ഈ സ്നേഹ ത്തിന്റെയും കടപ്പാടിന്റെയും കാര്യമാണ് ജെ.എം.എം. സ്റ്റഡി സെന്ററിൽ കൂടിയവരോടും മാർ ക്രിസോസ്റ്റം തിരുമേനി പറ ഞ്ഞത്. എത്രകാലം ജീവിച്ചു എന്നതല്ല, താൻ ജീവിക്കുന്ന സമൂ ഹത്തിന്റെ പുരോഗതിക്കുവേണ്ടി ഉയർത്തിപ്പിടിക്കുന്ന മൂല്യ ങ്ങളാണ് മനുഷ്യജീവിതത്തിന്റെ മാറ്റുരയ്ക്കുന്നതെന്ന് അദ്ദേഹം പറഞ്ഞു.

സാധാരണ കാര്യങ്ങളിൽ അസാധാരണത്വം കണ്ടെത്തേണ്ട തിന്റെ ആവശ്യകതയെപ്പറ്റി പറഞ്ഞപ്പോൾ നാട്ടിൻപുറത്തെ ഒരു വല്യമ്മയുടെ കഥയും അദ്ദേഹം ഓർത്തെടുത്തു. കോഴിക്കൂടു ണ്ടാക്കാൻ കാശില്ലെന്ന് പറഞ്ഞവരോട് ഒറ്റാലിയിലും കോഴിയെ സൂക്ഷിക്കാമെന്ന് പറഞ്ഞുകൊടുത്തു ആ വല്യമ്മ. അവർക്കെന്തേ ഐ.എ.എസ്. കൊടുത്തില്ല എന്നു നിരവധി ഐ.എ.എസ്സുകാർ നിരന്നിരുന്ന സദസ്സിലേക്ക് അദ്ദേഹം ചോദ്യമെറിഞ്ഞു. പരി ഹാസം നിറഞ്ഞ വിമർശനശരങ്ങൾ തനിക്കുനേരെയും തൊടുത്തു വിടാനുള്ള സിദ്ധിയാണ് അദ്ദേഹത്തിന്റെ പ്രസംഗങ്ങളെയും ലേഖനങ്ങളെയും ശ്രദ്ധേയമാക്കുന്നത്. തൊണ്ണൂറു വയസ്സായ തുകൊണ്ട് അതിൽനിന്നു വിരമിച്ചുകളയാമെന്ന് അദ്ദേഹം

തീരുമാനിച്ചാൽ എന്നെപ്പോലെയുള്ളവർ ക്രിസോസ്റ്റം തിരുമേനിയുമായി തീർച്ചയായും കലഹിക്കും.

ചിലരുടെ സാന്നിദ്ധ്യത്തിൽ നമുക്ക് ഒരുതരം മതിവരായ്ക അനുഭവപ്പെടും. ക്രിസോസ്റ്റം തിരുമേനിയുടെ അടുത്തിരുന്നപ്പോഴും അദ്ദേഹത്തോട് സംസാരിച്ചപ്പോഴും അദ്ദേഹത്തിന്റെ പ്രസംഗങ്ങൾ കേട്ടപ്പോഴും എല്ലാം എനിക്ക് അങ്ങനെ തോന്നിയിട്ടുണ്ട്. നിസ്വാർത്ഥതയുടെ സൗന്ദര്യമെന്താണെന്ന് ഇത്തരം ആളുകളുടെ ജീവിതം നമുക്കു കാണിച്ചു തരും. വലിയ തലയും വലിയ താടിയും വലിയ ദേഹവും വലിയ മനസ്സുമുള്ള വലിയ തിരുമേനി ആ സൗന്ദര്യത്തിന്റെ ഭാവഗരിമ എന്താണെന്നും നമ്മെ പഠിപ്പിക്കുന്നു. എഴുതാതിരിക്കാൻ കഴിയാത്തതുകൊണ്ടു മാത്രം എഴുതിപ്പോയ ഈ കുറിപ്പ് വായിച്ചിട്ട് ആ വല്ലാത്ത മനുഷ്യൻ ഇനി എനിക്കുനേരെ എങ്ങനെയാണാവോ ചാടിവീഴാൻ പോകുന്നത്? അതോർക്കുമ്പോൾ സത്യമായും എനിക്കു പേടി തോന്നുന്നില്ല. എന്തുകൊണ്ടെന്നാൽ ക്രിസോസ്റ്റം തിരുമേനി സ്നേഹത്തിന്റെ വലിയ ദൂതനാണ്. തൊണ്ണൂറിനും ചെറുപ്പമുണ്ടെന്നു തെളിയിച്ചുകൊണ്ട് നമുക്കിടയിൽ ജീവിക്കുന്ന അദ്ദേഹത്തിന്റെ കൈയിൽ ഞാൻ ഒരു മുത്തം കൂടി കൊടുക്കട്ടെ.

വാൽക്കഷ്ണം: ഏതെങ്കിലും ചടങ്ങിലേക്ക് കൂട്ടിക്കൊണ്ടുപോകാത്തതിന്റെ പേരിൽ എന്റെ ഭാര്യ ഇന്നോളം എന്നോട് കലഹിച്ചിട്ടില്ല. എന്നാൽ ക്രിസോസ്റ്റം തിരുമേനിയുടെ നവതി ആഘോഷത്തിനു പോയപ്പോൾ ഒപ്പം കൂട്ടാത്തതിന് അവളെന്നോട് പിണങ്ങി മുഖം വീർപ്പിച്ചു നടന്നു. ഇത്രയധികം ആരാധികമാർ ക്രിസോസ്റ്റം തിരുമേനിക്ക് ഉണ്ടായതെങ്ങനെയാണെന്ന് അദ്ദേഹം വ്യക്തമാക്കുമെന്ന് പ്രതീക്ഷിക്കട്ടെ.

■

മാർക്സിനെ ഓർക്കുമ്പോൾ

മൂലധനത്തിന്റെ ഉൽപ്പത്തിയെപ്പറ്റിയും വളർച്ചയെപ്പറ്റിയും മാർക്സിനോളം ആഴത്തിൽ പഠിച്ചവർ ആരും ഉണ്ടാവുകയില്ല. മൂന്നു വോള്യങ്ങളിലായി പുറത്തുവന്ന ആ മഹത്ഗ്രന്ഥത്തിന്റെ രചനയ്ക്കായി മുപ്പതുകൊല്ലമാണ് അദ്ദേഹം ഉഴിഞ്ഞുവച്ചത്. 1867-ൽ മൂലധനത്തിന്റെ ഒന്നാം വോള്യം പുറത്തിറങ്ങുന്നതു കാണാനേ അദ്ദേഹത്തിനു കഴിഞ്ഞുള്ളൂ. പക്ഷേ, മാർക്സ് തയ്യാറാക്കിവെച്ച കുറിപ്പുകളെ അടിസ്ഥാനപ്പെടുത്തി 1885-ൽ രണ്ടാം വോള്യവും 1894ൽ മൂന്നാംവോള്യവും അദ്ദേഹത്തിന്റെ അനുയായികൾ പുറത്തിറക്കി. കമ്പോളത്തിനും ലാഭത്തിനും വേണ്ടിയുള്ള പരക്കംപാച്ചിലാണ് മൂലധനവ്യവസ്ഥയുടെ (ബൂർഷ്വാ സമുദായത്തിന്റെ) മൗലിക സ്വഭാവമെന്ന് മാർക്സ് അസന്ദിഗ്ധമായി സ്ഥാപിച്ചു. ആ പരക്കംപാച്ചിലിന്റെ ഭാഗമായി എല്ലായിടത്തും കൂട് കൂട്ടാനും എല്ലാവരേയും കൂലിവേലക്കാരാക്കാനും ഉള്ള അതിന്റെ ത്വരയെപ്പറ്റി മനോഹരമായ ഭാഷയിൽ അദ്ദേഹം എഴുതി.

മൂലധനത്തിന്റെ ഒന്നാംവോള്യത്തിൽ അക്കാലത്തെ പ്രമുഖ ട്രേഡ് യൂണിയൻ നേതാവായ ടി.ജെ. ഡണ്ണിംഗിനെ ഉദ്ധരിച്ചുകൊണ്ട് മാർക്സ് ഇങ്ങനെ എഴുതി: "മൂലധനം ഒരു ലാഭത്തെയും ഒരു ചെറിയ ലാഭത്തെപ്പോലും കൈവിടുകയില്ല. മതിയായ ലാഭമുണ്ടെങ്കിൽ മൂലധനം വളരെ ധൈര്യശാലിയായിരിക്കും. ഒരു പത്തുശതമാനം ലാഭം, എവിടെയും അതിന്റെ സാന്നിദ്ധ്യം ഉറപ്പാക്കും. 20% അതിനെ ചടുലമായ സാഹസികതയിലേക്കു നയിക്കും. 100% എല്ലാ മാനുഷികമര്യാദകളെയും ചവുട്ടിമെതിക്കുന്നതിന് അതിനെ സന്നദ്ധമാക്കും. ലാഭം 300 ശതമാനമാകുമെങ്കിൽ അതു ചെയ്യാൻ മടിക്കാത്ത ഒരു കുറ്റകൃത്യവും ഉണ്ടാവുകയില്ല. സ്വന്തം ഉടമസ്ഥർ തൂക്കിലേറ്റപ്പെടുന്നതിനുപോലും ഇടയുള്ള നീചപ്രവൃത്തികൾ ചെയ്യാൻ അപ്പോൾ അതു മടിക്കില്ല. കലഹങ്ങളും സംഘട്ടനങ്ങളും ലാഭമുണ്ടാക്കുമെങ്കിൽ അവ രണ്ടിനെയും അതു കൈയയച്ചു പ്രോത്സാഹിപ്പിക്കും.

കള്ളക്കടത്തും അടിമവ്യാപാരവും തെളിയിക്കുന്നത് ഇവിടെ പ്രസ്താവിച്ചതെല്ലാം അക്ഷരംപ്രതി സത്യമാണെന്നാണ്." (അദ്ധ്യായം 31). പണത്തിന്റെ സ്വഭാവ പരിണാമങ്ങളെപ്പറ്റിയുള്ള ഇത്തരം പഠനത്തിനിടയിൽ മാർക്സും കുടുംബവും നിത്യദാരി ദ്ര്യത്തിന്റെ ആഴക്കയത്തിൽ മുങ്ങിത്താഴുകയായിരുന്നു. സ്വന്തം ചോരയിൽ പിറന്ന കുഞ്ഞ് നല്ല ആഹാരവും മെച്ചപ്പെട്ട ചികി ത്സയും കിട്ടാതെ മരിച്ചപ്പോൾ ഒരു കുഞ്ഞുശവപ്പെട്ടി വാങ്ങു വാൻപോലും ആ പിതാവിന്റെ പക്കൽ പണമില്ലായിരുന്നു. വിപ്ല വകാരിയുടെ ജീവിതം പരീക്ഷണങ്ങൾ നിറഞ്ഞതാണെന്ന തിരി ച്ചറിവോടെയാണ് താൻ സ്വയം തിരഞ്ഞെടുത്ത ജീവിതപാത യിൽ മാർക്സ് അചഞ്ചലനായി നിന്നത്. മനുഷ്യസൗഹൃദ ത്തിന്റെ മഹത്തായ മാതൃകപോലെ ഏംഗൽസ് എല്ലാ ദുരിത ങ്ങൾ പങ്കുവെയ്ക്കാനും മാർക്സിനൊപ്പം നിന്നു.

അന്നോളമുള്ള മറ്റെല്ലാ സാമൂഹികവ്യവസ്ഥകളെക്കാളും ഉയരെ യാണ് മുതലാളിത്തത്തിന്റെ സ്ഥാനമെന്ന് നിരീക്ഷിക്കാൻ മാർക്സിനു മടിയുണ്ടായിരുന്നില്ല. അപ്പോഴും കണ്ണിൽ ചോര യില്ലാത്ത അതിന്റെ ചൂഷണസ്വഭാവത്തെപ്പറ്റി അദ്ദേഹം കൃത്യ മായി വിലയിരുത്തി. കൂട്ടായ അദ്ധ്വാനവും സ്വകാര്യമായ ഉടമ സ്ഥതയും തമ്മിലുള്ള നിലയ്ക്കാത്ത വൈരുദ്ധ്യവും തത്ഫല മായ ചൂഷണവും എങ്ങനെയാണെന്ന് മാർക്സ് കൃത്യതയോടെ വിശദീകരിച്ചു. ഉല്പാദന ഉപാധികൾ വികാസം പ്രാപിച്ചപ്പോഴും ഉല്പാദനരീതികളിൽ മാറ്റം വന്നപ്പോഴും അദ്ധ്വാനത്തിന്റെ രൂപവും ഭാവവും മാറുമ്പോഴും മൂലധനവും അദ്ധ്വാനവും തമ്മി ലുള്ള അടിസ്ഥാനവൈരുദ്ധ്യം ഒരു രൂപത്തിലല്ലെങ്കിൽ മറ്റൊരു രൂപത്തിൽ ഇന്നും തുടരുകയാണ്. അതിന്റെ ഫലമായാണ് അഗാധമായ പ്രതിസന്ധികളിലേക്കു മുതലാളിത്ത വ്യവസ്ഥ ഇട യ്ക്കിടെ തലകുത്തി വീഴുന്നത്. 'ചാക്രിക പ്രതിസന്ധി' എന്നു വിളിക്കപ്പെടുന്ന ഈ പ്രതിഭാസമാണ് ആഗോളവൽക്കരണ കാലത്ത് 'സാമ്പത്തിക സുനാമി' തുടങ്ങിയ പേരുകളിൽ അറിയ പ്പെടുന്നത്. പ്രതിസന്ധികൾ ചുഴി കണക്കെ വരുമ്പോൾ അതിൽ നിന്നു പുറത്തുകടക്കാനുള്ള വിദ്യകൾ കണ്ടെത്താനുള്ള കഴിവ് മുതലാളിത്തം ഇതുവരെ പ്രകടിപ്പിച്ചിട്ടുണ്ട്. എന്നാൽ മുത ലാളിത്ത വ്യവസ്ഥയുടെ കൂടപ്പിറപ്പായ ആഭ്യന്തര വൈരുദ്ധ്യ ങ്ങളെപ്പറ്റി ആഴത്തിൽ പഠിക്കാൻ മാർക്സിസം തന്നെയാണ് മുതലാളിത്ത ബുദ്ധിജീവികൾക്കുള്ള കൈത്താങ്ങ്. സംശയം വേണ്ട, അതുകൊണ്ടാണ് ഇരുപത്തിയൊന്നാം നൂറ്റാണ്ടിലും ലോകം മാർക്സിനെ തേടുന്നത്.

വർഗ്ഗങ്ങളും വർഗ്ഗവൈരുദ്ധ്യങ്ങളും ഒരിക്കലും മാർക്സിന്റെ കണ്ടുപിടുത്തമല്ല. അന്നോളമുള്ള മനുഷ്യവിജ്ഞാനങ്ങളെയെല്ലാം അടിസ്ഥാനപ്പെടുത്തി രേഖപ്പെടുത്തപ്പെട്ട മാനവരാശിയുടെ ചരിത്രം വർഗ്ഗസമരത്തിന്റെ ചരിത്രമാണെന്ന കണ്ടെത്തൽ പക്ഷേ, മാർക്സിന്റേതാണ്. വർഗ്ഗങ്ങളും വർഗ്ഗസമരങ്ങളുമില്ലാത്ത ഒരു ലോകമാണ് മാർക്സിന്റെ സ്വപ്നം. അതിനെയാണ് അദ്ദേഹം കമ്മ്യൂണിസം എന്നു വിളിച്ചത്. മനുഷ്യൻ മനുഷ്യരെ ചൂഷണം ചെയ്യാത്ത, വർഗ്ഗം വർഗ്ഗത്തെ കൊള്ളയടിക്കാത്ത ഒരു നവസമൂഹം, ആ സമൂഹത്തെയാണ് ആലങ്കാരികമായി നാം വിശേഷിപ്പിക്കുന്നത്, "മനുഷ്യർ പരസ്പരം സ്നേഹിക്കുകയും അപരന്റെ വാക്കുകൾ സംഗീതംപോലെ ആസ്വദിക്കുകയും ചെയ്യുന്ന കാലം." ചരിത്രം കണ്ട എല്ലാ പ്രവാചകരും മനുഷ്യസ്നേഹികളായ സാമൂഹിക പരിഷ്കർത്താക്കളും നന്മനിറഞ്ഞ ഇത്തരം ഒരു ലോകം സ്വപ്നം കണ്ടവരാണ്. പക്ഷേ, ആ സ്വപ്നം സഫലമാക്കാനുള്ള വഴികൾ തേടിയതാണ് മാർക്സിന്റെ മഹത്ത്വം. ചൂഷകവ്യവസ്ഥയുടെ സാമ്പത്തിക ബന്ധങ്ങളെക്കുറിച്ചുള്ള അഗാധമായ പഠനങ്ങളിലൂടെ തൊഴിലാളി വർഗ്ഗമാണ് പരിവർത്തനത്തിന്റെ സാമൂഹികശക്തിയെന്ന് അദ്ദേഹം സ്ഥാപിച്ചു. സമൂഹത്തിന്റെ വികാസനിയമങ്ങളെ അടിസ്ഥാനപ്പെടുത്തി വിപ്ലവതത്ത്വശാസ്ത്രത്തിലൂടെ ആ വർഗ്ഗത്തെ ആശയപരമായി ആയുധമണിയിച്ചാൽ ചൂഷിതരും മർദ്ദിതരും ആയ മറ്റെല്ലാ വർഗ്ഗങ്ങളുമായും കൈകോർത്തുകൊണ്ട് സമൂഹത്തെ പുതുക്കിപ്പണിയാൻ ആ വർഗ്ഗത്തിനു കഴിയുമെന്ന് മാർക്സിസം നിരീക്ഷിച്ചു. അതിന്റെ പ്രഖ്യാപനമാണ് 1848-ൽ പുറത്തിറങ്ങിയ 'കമ്മ്യൂണിസ്റ്റ് മാനിഫെസ്റ്റോ'. ലോകം ആദ്യമായി കണ്ട കമ്മ്യൂണിസ്റ്റ് പാർട്ടി പരിപാടിയെന്ന് അതിനെ വിളിക്കാം.

സമൂഹവും സാമൂഹികബന്ധങ്ങളും ചലനമറ്റു നിൽക്കുമെന്ന് മാർക്സിസം വിശ്വസിക്കുന്നില്ല. മാർക്സിസ്റ്റ് വിജ്ഞാനസമ്പത്തിനെ മുഴുവൻ ഒറ്റവാക്കിലേക്കൊതുക്കാൻ കഴിയുമെങ്കിൽ ആ വാക്ക് 'മാറ്റം' എന്നായിരിക്കും. തത്ത്വചിന്തകന്മാർ ലോകത്തെ വ്യാഖ്യാനിച്ചിട്ടേയുള്ളൂ. നമുക്കാകട്ടെ, അതിനെ മാറ്റിമറിക്കേണ്ടിയിരിക്കുന്നു." എന്നു പറഞ്ഞപ്പോഴും മാർക്സ് അടിവരയിടുന്നത് ഈ സത്യത്തിനാണ്. ഉല്പാദന ഉപാധികളുടെ വളർച്ച ഉല്പാദന ബന്ധങ്ങളിൽ മാറ്റത്തിന് വഴിതെളിക്കും. മാറുന്ന സമൂഹം മുന്നോട്ടുവയ്ക്കുന്നത് പുതിയ രൂപത്തിലുള്ള

വൈരുദ്ധ്യങ്ങളായിരിക്കും. ആ വൈരുദ്ധ്യങ്ങൾ മുന്നോട്ടു വയ്ക്കുന്ന പുതിയ ചോദ്യങ്ങൾക്ക് പഴയ മറുപടികൾ ഒരിക്കലും മതിയാവുകയില്ല. അവയ്ക്ക് പുതിയ ഉത്തരം വേണം. ആ ഉത്തരം കണ്ടുപിടിക്കാനുള്ള കടമയാണ് ഇന്ന് ലോകത്തെവിടെയുമുള്ള മാർക്സിസ്റ്റുകൾ നേരിടുന്ന വെല്ലുവിളി. ആ വെല്ലുവിളി ഫലപ്രദമായി ഏറ്റെടുക്കാനാകണമെങ്കിൽ മാർക്സിസത്തെ സർഗ്ഗാത്മകമായി വികസിപ്പിച്ചേ തീരൂ. അതു പറയാൻ എളുപ്പമാണെങ്കിലും പ്രാവർത്തികമാക്കാൻ അത്ര എളുപ്പമല്ല.

വ്യാവസായിക വിപ്ലവം ജന്മംകൊടുത്ത ആധുനിക ബൂർഷ്വാസി പിച്ചവയ്ക്കുന്ന കാലത്താണ് 'കമ്മ്യൂണിസ്റ്റ് മാനിഫെസ്റ്റോ' എഴുതപ്പെട്ടത്. അതിൽനിന്ന് ആഗോളവൽക്കരണത്തിലേക്ക് ബൂർഷ്വാസി വളർന്നപ്പോൾ സമൂഹത്തിന്റെ മുഖച്ഛായ എല്ലാ പ്രകാരത്തിലും മാറിയിരിക്കുന്നു. ആ മാറ്റങ്ങൾ പുതിയ പുതിയ വൈരുദ്ധ്യങ്ങൾക്കു കാരണമായി. അവയെ അഭിസംബോധന ചെയ്യാൻ കഴിയുംവിധം സിദ്ധാന്തത്തിലും പ്രയോഗത്തിലും വരുത്തേണ്ട മാറ്റങ്ങളെക്കുറിച്ചാണ് ഇന്ന് കമ്മ്യൂണിസ്റ്റ് പാർട്ടികൾ ചിന്തിക്കേണ്ടത്. അതിനുള്ള ശാസ്ത്രീയമായ അടിത്തറ മാർക്സിസം തന്നെയാണ്. അതിന്റെ ലോകവീക്ഷണത്തിന്റെ മൗലികസത്യങ്ങൾ ഇന്നു നടക്കേണ്ടുന്ന അന്വേഷണങ്ങൾക്കു വഴികാണിക്കും. ഇരുന്നൂറു കൊല്ലം മുൻപ് സാമൂഹിക വൈരുദ്ധ്യങ്ങളെ അപഗ്രഥിക്കാൻ മാർക്സ് പുലർത്തിയ അർപ്പണബോധവും വിജ്ഞാനതൃഷ്ണയും ഇന്നത്തെ മാർക്സിസ്റ്റുകൾക്ക് ഉണ്ടാകണം എന്നതാണ് പ്രശ്നം.

മുതലാളിത്ത വ്യവസ്ഥയുടെ അപരിഹാര്യമായ പ്രതിസന്ധി കൂടുതൽ രൂക്ഷമാകുന്നതിന് ഇരുപതാംനൂറ്റാണ്ടും ഇരുപത്തൊന്നാം നൂറ്റാണ്ടും ഇടയ്ക്കിടെ സാക്ഷ്യം വഹിച്ചു. അതിനിടയിൽ 1990-കളുടെ ആരംഭത്തിൽ സോവിയറ്റ് യൂണിയൻ നിലംപതിച്ചു. സോഷ്യലിസ്റ്റ് വ്യവസ്ഥ അതോടെ ദുർബലമായി. മാർക്സിസത്തിന്റെ കാലം കഴിഞ്ഞെന്ന് സ്ഥാപിക്കാൻ 'ചരിത്രത്തിന്റെ അന്ത്യം' (End of History) പോലെയുള്ള പുസ്തകങ്ങളിലൂടെയാണ് മുതലാളിത്ത സൈദ്ധാന്തികന്മാർ രംഗത്തു വന്നത്. എന്നാൽ അതിൽ ചിലർക്ക് ഏറെ വൈകാതെ 'ആഗോള മുതലാളിത്തത്തിന്റെ പ്രതിസന്ധി' (Crisis of Global Capitalism) പോലെയുള്ള പുസ്തകങ്ങളും എഴുതേണ്ടിവന്നു. ആവർത്തിച്ചുണ്ടാകുന്ന മുതലാളിത്ത പ്രതിസന്ധികൾക്ക് നടുവിൽവച്ച് നാം ശ്രദ്ധേയമായ ഒരു പ്രയോഗം കേട്ടു. ലോകം വീണ്ടും

മാർക്സിനെ തേടുന്നു! അങ്ങനെ മാർക്സിനെ തേടുന്നവരിൽ കമ്മ്യൂണിസ്റ്റുകാർ മാത്രമല്ല. ബൂർഷ്വാ പണ്ഡിതന്മാരും ഉണ്ട് എന്നുള്ളതാണ് കൗതുകകരമായ സത്യം. മുതലാളിത്ത വൈരുദ്ധ്യങ്ങൾ വിശദീകരിക്കാൻ മാർക്സിന്റെ ദർശനങ്ങൾക്കേ സാധിക്കുന്നുള്ളൂ എന്നുള്ളതുകൊണ്ടാണ് ഇതു സംഭവിക്കുന്നത്. ഇരുപതാംനൂറ്റാണ്ടിന്റെ വികാസഗതിയെ സ്വാധീനിച്ച ഏറ്റവും മഹാനായ മനുഷ്യനായി ബി.ബി.സിയുടെ അഭിപ്രായവോട്ടെടുപ്പിൽ മാർക്സ് ഉയർന്നുനിന്നതും ഈ ദാർശനിക ഗരിമകൊണ്ടു തന്നെയാണ്.

ശാസ്ത്രസാങ്കേതികവിദ്യയുടെ കുതിച്ചുചാട്ടം എല്ലാ ജീവിത തുറകളിലും ഉണ്ടാക്കിയ മാറ്റം എത്രയോ വലുതാണ്. അതു ജീവിതത്തെ കൂടുതൽ സങ്കീർണമാക്കി. സാമ്പത്തികരംഗവും സാമൂഹ്യബന്ധങ്ങളും തത്ത്വശാസ്ത്രവും രാഷ്ട്രീയവുമെല്ലാം മുൻപില്ലാത്ത പല സമസ്യകളുടെയും മുൻപിലാണ് എത്തിനിൽക്കുന്നത്. ഇരുപത്തിയൊന്നാം നൂറ്റാണ്ടിൽ മാർക്സിസം ആഗോളവൽക്കരണകാലത്തിലെ മാർക്സിസമാണ്. ആഗോളവൽക്കരണത്തിന്റെ കൂടപ്പിറപ്പായ ആഗോളതാപനംപോലെയുള്ള പൊള്ളുന്ന പ്രശ്നങ്ങൾക്കു മുൻപിൽ മാർക്സിസ്റ്റുകൾക്ക് അസന്ദിഗ്ദ്ധമായ നിലപാടുകൾ എടുക്കാതിരിക്കാനാകില്ല. ഭൂമി ഇനി വരാനിരിക്കുന്ന തലമുറകൾക്കുവേണ്ടി കരുതലോടെ സൂക്ഷിച്ചുവയ്ക്കേണ്ടതാണെന്ന മാർക്സിസ്റ്റ് നിലപാടും അതിനെ കുത്തിക്കവരാൻ കോപ്പുകൂട്ടുന്ന തലതിരിഞ്ഞ വികസനവാദവും തമ്മിലുള്ള സംഘർഷം ലോകത്തെവിടെയും മൂർച്ഛിക്കാനാണ് പോകുന്നത്. പരിസ്ഥിതി സംരക്ഷിക്കാനുള്ള സമരശക്തികളുമായി മാർക്സിസ്റ്റുകൾക്കു കൂടുതൽ ആരടുപ്പമുള്ള സൗഹാർദ്ദബന്ധങ്ങൾ ഊട്ടിയുറപ്പിക്കേണ്ടിവരും. മർദ്ദിത ജനവിഭാഗങ്ങളുടെ നിരയിൽ സാമൂഹിക പിന്നോക്കാവസ്ഥയുടെ ഭാരം പേറുന്ന ദളിതരും ആദിവാസികളും ന്യൂനപക്ഷങ്ങളും കുടിയേറ്റക്കാരും അടക്കമുള്ളവർ നിർണായകസ്ഥാനം നേടുകയാണ്. സ്ത്രീകൾ ലോകത്തെവിടെയും സമത്വത്തിനുവേണ്ടിയുള്ള സമരത്തിൽ സജീവപങ്കാളിയാകുമ്പോൾ സ്ത്രീപ്രശ്നങ്ങളിൽ കൂടുതൽ തെളിച്ചമുള്ള നിലപാടുകൾ ഉയർത്തിപ്പിടിക്കാൻ മാർക്സിസ്റ്റുകൾക്കു കടമയുണ്ട്.

ലൈംഗിക ന്യൂനപക്ഷങ്ങളടക്കമുള്ള വിഭാഗങ്ങളുമായി സംവദിക്കാനുള്ള ഭാഷ അവർ കണ്ടെത്തുകതന്നെ വേണം. മുതലാളിത്ത ആഗോളവൽക്കരണം വാഗ്ദാനം ചെയ്ത 'ഇറ്റിറ്റു വീഴൽ സിദ്ധാന്തം' മിഥ്യ മാത്രമാണെന്നു തെളിഞ്ഞുകഴിഞ്ഞു.

പണിയെടുക്കുന്നവരും അഭയാർത്ഥികളും സ്ത്രീകളും പ്രകൃതി യുമടക്കം ദുർബലമായ എല്ലാറ്റിനോടും മൂലധനം കൊടിയ ദ്രോഹം ചെയ്യുന്നു എന്നു പറയുന്ന ഒരു മാർപ്പാപ്പയെ ഇന്നത്തെ ലോകം കാണുന്നുണ്ട്. വാതിലുകൾ കൊട്ടിയടച്ച് 'അമേരിക്ക അമേരിക്കക്കാർക്കു മാത്രം' എന്നു പറയുന്ന ട്രംപിനെ പോലെയുള്ള 'പുത്തൻ ആഗോളവൽക്കരണ' വാദികളെയും ഇന്ന് ജനങ്ങൾ കാണുന്നു. ഇത്തരം പ്രതിഭാസങ്ങളുടെ നേർക്ക് കണ്ണടച്ചുകൊണ്ട് മാർക്സിസത്തിനു മുന്നോട്ടു പോകാനാവില്ല. ലെനിൻ പറഞ്ഞു: "മാർക്സിസം അജയ്യമാണ്. കാരണം അത് സത്യമാണ്." മാർക്സിസം സത്യമാകുന്നത് അതു വളരാൻ കെൽപ്പുള്ള ശാസ്ത്രമായതുകൊണ്ടാണ്. ആ ശാസ്ത്രീയതയുടെ വെളിച്ചം ആർജ്ജിച്ചുകൊണ്ടായിരിക്കണം കമ്മ്യൂണിസ്റ്റുകാർ മാർക്സിന്റെ ഇരുന്നൂറാം ജന്മവാർഷികം ആചരിക്കാൻ സജ്ജമാകേണ്ടത്. ∎

ഫിദൽ കാസ്ട്രോയും ഫ്രാൻസിസ് മാർപാപ്പയും

ആശയങ്ങളാണ് ചരിത്രഗതിയെ എന്നും സ്വാധീനിച്ചത്. ആശയങ്ങളോട് അകലം പാലിക്കുന്നു എന്ന് അവകാശപ്പെടുന്നവർ സത്യം പറയുന്നവരല്ല. അവരും അവരുടേതായ ഒരാശയത്തിന്റെ പക്ഷം ചേർന്നുകൊണ്ടാണ് 'ആശയനിരാസം' എന്ന വാദഗതി മുന്നോട്ടുവയ്ക്കുന്നത്. സാമൂഹികജീവിതത്തിന്റെ ഗതിവിഗതികൾ എന്നും നിർണയിച്ചത് ആശയങ്ങൾ തമ്മിലുള്ള സമരങ്ങൾ തന്നെയാണ്. ചരിത്രത്തിൽ മായാത്ത മുദ്ര പതിപ്പിച്ചവരെല്ലാം ഈ സത്യത്തിന്റെ പാത പിൻപറ്റിയവരാണ്. ക്യൂബയിൽ തന്റെ അധികാരങ്ങളും പദവികളും എല്ലാം വച്ചൊഴിയുന്ന വേളയിൽ ഫിദൽ കാസ്ട്രോ പറഞ്ഞത് താൻ 'ആശയങ്ങളുടെ പടയാളി' യായി ശിഷ്ടജീവിതത്തിൽ മുൻപോട്ടു പോകുമെന്നാണ്. അവസാന ശ്വാസംവരെയും തന്റെ കൊച്ചുരാജ്യത്തിന്റെ മണ്ണിൽ ചവിട്ടിവനിന്നുകൊണ്ട് അദ്ദേഹം ഈ വലിയ ലോകത്തിലെ ആശയസമരത്തിൽ പങ്കാളിയാവുകയായിരുന്നു. വിപ്ലവത്തിന്റെ പാതയാണ് തന്റെ വഴിയെന്നു കണ്ടെത്തിയ ഫിദൽ മാർക്സിസ്റ്റ് പ്രത്യയശാസ്ത്രത്തിന്റെ മുന്നണിപ്പോരാളിയാണ് താനെന്ന് അഭിമാനപൂർവ്വം പ്രഖ്യാപിച്ചു. ആ നിശ്ചയദാർഢ്യം അദ്ദേഹത്തിന്റെ പ്രത്യയശാസ്ത്ര പ്രതിയോഗികളിൽപ്പോലും ആദരവു വളർത്തിയതാണ്. പതറാത്ത ആശയദാർഢ്യവുമായി ലോകത്തിന്റെ മറ്റൊരു ഭാഗത്ത് ഒരാൾ ഇതാ തലയെടുപ്പോടെ നിൽക്കുന്നു. അത് ഫ്രാൻസിസ് മാർപാപ്പയാണ്.

ഫിദൽ കാസ്ട്രോയുടെയും ഫ്രാൻസിസ് മാർപാപ്പയുടെയും വഴികൾ വ്യത്യസ്തമണ്. എന്നാൽ, ആശയങ്ങളുടെ പോരാളിയാകുന്നതിലുള്ള അവരുടെ ജാഗ്രത അവർക്കിടയിലെ സാദൃശ്യതയായി മാറുന്നു. മർദ്ദിതരും ചൂഷിതരും നിരാശ്രയരാണെന്ന കണ്ടെത്തലാണ് ഫിദലിനെ കമ്മ്യൂണിസത്തിലേക്കു ജ്ഞാനസ്നാനം ചെയ്യിച്ചത്. നിന്ദിതരും പീഡിതരും നിരാശ്രയരുമായവർ തന്റെ അരികിലേക്ക് വരൂ എന്ന യേശുവിന്റെ വചനമാണ്

പോപ്പ് ഫ്രാൻസിസിനെ ക്രിസ്തീയ ദർശനങ്ങളുടെ പടയാളിയാക്കി മാറ്റിയത്. പാവങ്ങൾക്കു വേണ്ടിയുള്ള പക്ഷപാതിത്വത്തിൽ ഉരുക്കുപോലെ ഉറച്ച നിലപാട് അവർക്കിടയിലെ സാദൃശ്യത്തിന് കരുത്തുകൂട്ടുന്നു. മർദ്ദിതർക്കും പീഡിതർക്കും വേണ്ടിയുള്ള പോരാട്ടപഥങ്ങളിൽ നിസ്വാർത്ഥതയാണ് അവരുടെ മുഖമുദ്ര. ആശയങ്ങളുടെ പടയാളിയാകാൻ ഹൃദയംകൊണ്ടു തീരുമാനിച്ചവർക്ക് യാഥാർത്ഥ്യബോധത്തിന്റെ അടിത്തറയിൽനിന്നും അകന്നുനിൽക്കാൻ കഴിയുകയില്ല. അനുകൂലിക്കുന്നവരെപ്പോലെ എതിർക്കുന്നവരും ചുറ്റുമുണ്ടാകുമെന്ന് അറിയുമ്പോഴും അവർക്കു ലക്ഷ്യത്തിലേക്കുള്ള യാത്രയിൽ മുന്നോട്ടു പോകാനേ കഴിയൂ. ക്രിസ്ത്രീയ അന്തരീക്ഷത്തിൽ ജനിച്ചു വളർന്ന ഫിദൽ നിന്ദിതരുടെയും പീഡിതരുടെയും മോചനത്തിന് മാർക്സിസത്തിന്റെ വഴിയാണ് ഫലപ്രദമെന്നു ചരിത്രാന്വേഷണത്തിലൂടെയും ജീവിതാനുഭവങ്ങളിലൂടെയും കണ്ടെത്തുകയായിരുന്നു. തികഞ്ഞ ഭൗതികവാദിയായി മാറിയപ്പോഴും രണ്ടായിരം വർഷങ്ങൾക്കപ്പുറത്ത് അടിയാളരുടെ കണ്ണീരൊപ്പാൻ തന്നെ സമർപ്പിച്ച യേശു വെന്ന പോരാളിയോടുള്ള തന്റെ ആദരവ് ഫിദൽ ഒരിക്കലും മറച്ചുവെച്ചില്ല.

"മാനവരാശിയുടെ ചരിത്രത്തിലെ ഏറ്റവും വലിയ വിപ്ലവ കാരികളിൽ ഒരാളായാണ് ഞാനെന്നും ക്രിസ്തുവിനെ കണ്ടിട്ടുള്ളത്" എന്ന് ഫിദൽ പറഞ്ഞിട്ടുണ്ട്. 1985-ൽ ബ്രസീലിലെ പുരോഹിതനും രാഷ്ട്രീയ സാമൂഹികപ്രവർത്തകനുമായ ഫ്രെയ് ബ്രെറ്റോ നടത്തിയ ദീർഘസംഭാഷണത്തിൽ മതത്തോടുള്ള തന്റെ സമീപനം ഫിദൽ വിശദീകരിക്കുകയുണ്ടായി. നീണ്ടു നീണ്ടുപോയ ആ സംഭാഷണത്തിന്റെ ഒരു ഘട്ടത്തിൽ, കാര്യ കാരണബന്ധങ്ങളെപ്പറ്റി ചിന്തിക്കാൻ തുടങ്ങിയ കാലം മുതൽ തന്നെ ആകർഷിച്ച അസാമാന്യപ്രതിഭാസമെന്നാണ് ഫിദൽ ക്രിസ്തുവിനെ വിശേഷിപ്പിച്ചത്. തന്റെ വിപ്ലവരാഷ്ട്രീയത്തിന്റെ ഭൂമികയിൽ അടിയുറച്ചു നിലകൊള്ളാൻ പ്രേരിപ്പിക്കുന്ന ആശയങ്ങളും ക്രിസ്തുവിന്റെ ആശയങ്ങളും തമ്മിൽ വൈരുദ്ധ്യങ്ങളില്ല എന്നാണ് അദ്ദേഹം വ്യക്തമാക്കിയത്. (ഫിദൽ ആന്റ് റിലീജിയൻ, 1985). മോൺകാഡാ ആയുധപ്പുരയ്ക്കു നേരെ നടന്ന പരാജയപ്പെട്ട ആക്രമണത്തെ തുടർന്ന് തടവിൽ കഴിയവെ 1953-ൽ ഫിദൽ ഇങ്ങനെ എഴുതി: "സമരത്തിലും സഹനത്തിലുമുള്ള എന്റെ വിശ്വാസത്തിന് ആഴംകൂടുന്നത് ഞാൻ തിരിച്ചറിയുന്നുണ്ട്. സ്വാർത്ഥമായ സുഖസൗകര്യങ്ങളിൽ അള്ളിപ്പിടിച്ചുകൊണ്ടുള്ള

കേവലമായ അസ്തിത്വത്തിൽ ഒതുങ്ങിക്കൂടാൻ ഞാൻ ഇഷ്ട പ്പെടുന്നില്ല."

ഫ്രാൻസിസ് മാർപാപ്പ ആകട്ടെ മനുഷ്യവംശത്തിന്റെ വിമോ ചകനായ യേശുവിനെ ദൈവമായി വാഴ്ത്തുമ്പോൾ, നിരീശ്വര വാദികളുമായി കലഹിച്ച് അകലുന്നതിലല്ല, സഹകരിച്ചു മുന്നേറു ന്നതിലാണ് വിശ്വാസത്തിന്റെ മഹിമ കണ്ടെത്തിയത്. അവി ശ്വാസികൾ തങ്ങളുടെ മനസ്സാക്ഷിയുടെ വിളികേൾക്കാൻ വിസ മ്മതിക്കുന്നവരാണെന്നാണ് മാർപാപ്പ പറയുന്നത്. എന്നാൽ, അതിന്റെ പേരിൽ അവിശ്വാസികളെ ശത്രുമുദ്രകുത്തി അകറ്റി നിർത്തേണ്ടവരാണെന്ന വാദം അദ്ദേഹത്തിനു സ്വീകാര്യമല്ല. ആ കാഴ്ചപ്പാടിലൂടെയാണ് കമ്മ്യൂണിസ്റ്റുകാരുമായുള്ള തന്റെ ബന്ധം അദ്ദേഹം പലപ്പോഴും നിർവ്വചിച്ചിട്ടുള്ളത്. സഭയുടെ പക്ഷ പാതിത്വം ആരോടായിരിക്കണം എന്നതിനെക്കുറിച്ച് ലാറ്റിൻ അമേരിക്കയിൽനിന്നു വരുന്ന, ദാരിദ്ര്യത്തിന്റെ കാഠിന്യം അറി യുന്ന ഫ്രാൻസിസ് മാർപാപ്പയ്ക്ക് ഒരിക്കലും സംശയമുണ്ടാകു ന്നില്ല. അത് വാക്കുകൾകൊണ്ടുമാത്രം പറയേണ്ട ഒരു കാര്യമാ ണെന്ന് അദ്ദേഹം വിശ്വസിക്കുന്നില്ല. വിശ്വാസത്തിന്റെയും ബോദ്ധ്യത്തിന്റെയും അടിസ്ഥാനത്തിലാണ് അദ്ദേഹം പാവ ങ്ങളെയും അവരുടെ ജീവിതപ്രശ്നങ്ങളെയും സമീപിക്കുന്നത്. മർദ്ദിതർക്കുവേണ്ടിയുള്ള സമരത്തിൽ കമ്മ്യൂണിസ്റ്റുകാർ പ്രകടി പ്പിക്കുന്ന ആത്മാർത്ഥതയെക്കുറിച്ച് തന്റെ അനുഭവത്തിന്റെ വെളിച്ചത്തിൽ അദ്ദേഹം സംസാരിക്കുന്നുണ്ട്. പാവങ്ങൾക്കു വേണ്ടി കമ്മ്യൂണിസ്റ്റുകാരുമായി കൈകോർക്കുന്നതിൽ എന്താണ് തെറ്റ് എന്ന ചോദ്യവുമായി അദ്ദേഹം സഭയിലെ പാരമ്പര്യവാദി കളെ അമ്പരപ്പിച്ചിട്ടുമുണ്ട്. ക്രിസ്തുമതത്തിന്റെയും മാർക്സിസ ത്തിന്റെയും പതാക പാവങ്ങളോടുള്ള കരുതലാണെന്നു പറഞ്ഞ മാർപാപ്പ ക്രിസ്തുവിൽനിന്നാണ് കമ്മ്യൂണിസ്റ്റുകാർ ആ പതാക ഏറ്റെടുത്തതെന്നും വാദിക്കുന്നു.

ആഴവും പരപ്പുമുള്ള ദാർശനികചർച്ചകൾക്കു വഴിതുറക്കുന്ന നിലപാടാണ് പോപ്പിന്റേത്. വിമോചനദൈവശാസ്ത്രത്തിന്റെ ശരിതെറ്റുകളെക്കുറിച്ചു ഖണ്ഡിതമായി അഭിപ്രായം പറയാൻ പോപ്പ് കൂട്ടാക്കാത്തതെന്തെന്ന് പല കേന്ദ്രങ്ങളും ചോദ്യം ഉന്ന യിച്ചിട്ടുണ്ട്. എന്നാൽ, അതിനിടയിലും നീതിയുക്തമായ ലോക ത്തിനുവേണ്ടി ക്രിസ്തുമതവിശ്വാസികൾക്കും കമ്മ്യൂണിസ്റ്റു കാർക്കും ഒരുമിച്ചു സഞ്ചരിക്കാനുള്ള സാദ്ധ്യത ആരായുന്ന ദൈവശാസ്ത്രജ്ഞന്റെ സാന്നിധ്യം അദ്ദേഹത്തെ വായിക്കു മ്പോൾ നമുക്ക് അനുഭവപ്പെടുന്നു. വിമോചന ദൈവശാസ്ത്രം

ക്രിസ്തുവിലൂടെ മാർക്സിനെ കണ്ടെത്താനുള്ള പരിശ്രമമാണെന്നു പറയുന്നവരുണ്ട്. മാർക്സിലൂടെ ക്രിസ്തുവിനെ വായിക്കലാണ് വിമോചന ദൈവശാസ്ത്രമെന്നു വിശ്വസിക്കുന്നവരും ഏറെയാണ്.

എന്തായാലും മർദ്ദിതരുടെയും ചൂഷിതരുടെയും മോചനം തേടിയുള്ള യാത്രയിൽ ക്രിസ്തുവിലൂടെയും മാർക്സിലൂടെയും യോജിപ്പിന്റെ അടിത്തറയുണ്ടെന്നാണ് വിമോചന ദൈവശാസ്ത്രം പറഞ്ഞത്. നിക്കാരാഗ്വായിലെ സാൻഡിനിസ്റ്റ് ഗവണ്മെന്റിലെ സാംസ്കാരിക വകുപ്പിന്റെ മന്ത്രിയായിരുന്ന ഏൺസ്റ്റോ കർദ്ദിനാൾ 1986-ൽ ഒരു സംഭാഷണമദ്ധ്യേ എന്നോട് പറഞ്ഞത് പരലോകത്തിൽ താൻ ക്രിസ്തുവിനേയും ഈ ലോകത്തിൽ മാർക്സിനെയും പിന്തുടരുന്നുവെന്നാണ്. ഒരു കൈയിൽ ബൈബിളും മറുകൈയിൽ തോക്കുമായി പുരോഹിതന്മാർ മർദ്ദക ഭരണകൂടങ്ങൾക്കെതിരെ പോരാട്ടങ്ങൾക്കിറങ്ങിയ കാലമായിരുന്നു അത്. വെനിസ്വേലയിലെ പ്രസിഡണ്ടായിരുന്ന ഹ്യൂഗോ ഷാവേസ് താൻ ഒരേസമയം ക്രിസ്തുവിലും കാസ്ട്രോവിലും വിശ്വസിക്കുന്നു എന്നാണ് പറഞ്ഞത്.

പശ്ചിമാർദ്ധഗോളത്തിൽ, അമേരിക്കയിൽനിന്നും 90 നോട്ടിക്കൽ മൈൽ മാത്രം അകലെ കിടക്കുന്ന കൊച്ചുരാജ്യമാണ് ഫിദലിന്റെ ക്യൂബ. കത്തോലിക്ക മതവിശ്വാസികളുടെ മാത്രം ആത്മീയഗുരുവാണ് ഫ്രാൻസിസ് മാർപാപ്പ. എന്നാൽ, അവരിരുവരും ലോകത്തോളം വളർന്നവരാണ്. മാനവരാശി നേരിടുന്ന അടിസ്ഥാനപ്രശ്നങ്ങളെപ്പറ്റിയെല്ലാം അഗാധമായി ചിന്തിച്ചവരാണ്. അവരുടെ വാക്കുകൾക്കായി ലോകമെന്നും കാതോർത്തതാണ്. ആഗോള സാമ്പത്തികവ്യവസ്ഥയിലെ ഉച്ചനീചത്വങ്ങളെപ്പറ്റി 1980-കൾ മുതൽ പഠിക്കുകയും ചിന്തിക്കുകയും പ്രതികരിക്കുകയും ചെയ്തു ഫിദൽ കാസ്ട്രോ. ചേരിചേരാ പ്രസ്ഥാനത്തിന്റെ നേതൃത്വപദവിയിൽ ഇരുന്നുകൊണ്ട് അദ്ദേഹം അമേരിക്കൻ സാമ്രാജ്യത്വം ബഹുരാഷ്ട്രകുത്തകകളുമായി ചേർന്നു മൂന്നാം ലോകത്തോട് ചെയ്തുകൂട്ടുന്ന അനീതികളെക്കുറിച്ച് നിരന്തരം കലഹിച്ചു. ഏഷ്യയിലെയും ആഫ്രിക്കയിലെയും ലാറ്റിൻ അമേരിക്കയിലെയും നവസ്വതന്ത്ര രാജ്യങ്ങൾ ഐ.എം.എഫും ലോകബാങ്കും അടിച്ചേല്പിച്ച കടബാധ്യതകൊണ്ട് പൊറുതിമുട്ടിയ കാലമായിരുന്നു അത്. “ഈ കടം തിരിച്ചടയ്ക്കാനും പിടിച്ചെടുക്കാനും കഴിയാത്തതാണ്. അതിനാൽ അവയ്ക്ക് ദീർഘകാല മൊറൊട്ടോറിയം പ്രഖ്യാപിക്കുകതന്നെ വേണം.” കാസ്ട്രോ പറഞ്ഞു. അന്ന് ആഗോളവൽക്കരണത്തിന്റെ

സർവ്വസ്പർശിയായ കെടുതികളിലേക്ക് ലോകം നിപതിച്ചിരുന്നില്ല. എന്നാൽ, ലോകത്തിന്റെ രാഷ്ട്രീയവും സാമ്പത്തിക ചലനങ്ങളുമെല്ലാം തങ്ങളാൽ നിയന്ത്രിക്കപ്പെടണമെന്ന അമേരിക്കൻ ഭരണനയങ്ങളുടെ പരിണിതി അതായിരിക്കുമെന്നും ഫിദൽ കാസ്ട്രോ അന്നുതന്നെ പറഞ്ഞിരുന്നു. വൈറ്റ്ഹൗസിനെ നിയന്ത്രിക്കുന്നത് വോട്ടുചെയ്യുന്ന ജനങ്ങൾ അല്ല, സൈനിക വ്യാവസായിക സമുച്ചയങ്ങളും ആഗോള കോർപ്പറേറ്റുകളുടെ അതിരില്ലാത്ത ആർത്തിയുമാണെന്ന് അദ്ദേഹം വിശദമായ ഭാഷയിൽ എത്രയോ തവണ വ്യക്തമാക്കി! കമ്പോള മേധാവിത്വത്തിന്റെ ലാഭാർത്തി ആഗോളവൽക്കരണമായി പരിണമിച്ചപ്പോൾ അതിനെതിരായ ആശയങ്ങളുടെ പടയായി കാസ്ട്രോ തന്നെ കണ്ടു.

ഫ്രാൻസിസ് മാർപാപ്പയാകട്ടെ, ആഗോളവൽക്കരണത്തിന്റെ മനുഷ്യത്വഹീനമായ കടന്നുകയറ്റത്തെപ്പറ്റി എന്നും ഉത്കണ്ഠപ്പെട്ട ക്രൈസ്തവാശയങ്ങളുടെ പടയാളിയാണ് താൻ എന്നാണ് നിരന്തരം തെളിയിച്ചുകൊണ്ടിരിക്കുന്നത്. ആഗോളവൽക്കരണത്തിന്റെ ആരംഭകാലത്തെ വശ്യസിദ്ധാന്തമായിരുന്നു, 'Trickle Down Theory (കിനിഞ്ഞിറങ്ങൽ സിദ്ധാന്തം)'. ഐശ്വര്യം താഴേക്ക് കിനിഞ്ഞിറങ്ങുമെന്നും ഒടുവിൽ ഏറ്റവും താഴെയുള്ള വരടക്കം എല്ലാവർക്കും വേണ്ടതെല്ലാം ലഭ്യമാകും എന്നുമാണ് അവർ വിളിച്ചുകൂവിയത്. ഈ വാദഗതിയെ ഫിദൽ കാസ്ട്രോ ആദ്യംതന്നെ തള്ളിപ്പറഞ്ഞതാണ്.

ഒരു കമ്മ്യൂണിസ്റ്റ് വിപ്ലവകാരിയുടെ എതിർപ്പാണെന്ന് അതിനെ മുദ്രകുത്തിയവർ ലോകത്തേറെയുണ്ടായിരുന്നു. 2013 ജൂണിൽ പുറത്തിറക്കിയ തന്റെ ചാക്രികലേഖനത്തിൽ ഫ്രാൻസിസ് മാർപാപ്പ സംശയലേശമെന്യേ പറഞ്ഞു, 'Trickle down theory has been proven a myth (കിനിഞ്ഞിറങ്ങൽ സിദ്ധാന്തം മിഥ്യയാണെന്ന് തെളിയിക്കപ്പെട്ടുകൊണ്ടിരിക്കുന്നു)."

എല്ലാ മനുഷ്യപ്രവൃത്തികളുടെയും പരമമായ ലക്ഷ്യം ലാഭം മാത്രമാണെന്നുവന്നാൽ മാനവികതയുടെ എല്ലാ മൂല്യങ്ങളും തകർന്നുവീഴുമെന്ന് അദ്ദേഹം മുന്നറിയിപ്പു നൽകി. താനൊരു മാർക്സിസ്റ്റല്ല എന്നു പറയുമ്പോഴും ഫ്രാൻസിസ് മാർപാപ്പ ഇങ്ങനെ പറഞ്ഞു: "പണത്തിനുവേണ്ടിയുള്ള അതിരില്ലാത്ത പരക്കംപാച്ചിൽ ആധിപത്യം നേടുമ്പോൾ പൊതുനന്മ ലാക്കാക്കിയുള്ള യത്നങ്ങളെല്ലാം വിസ്മൃതമാകുന്നു. മൂലധനം ആരാധനാബിംബമായി മാറി തീരുമാനങ്ങൾക്കു വഴികാണിക്കുമ്പോൾ,

സാമൂഹിക-സാമ്പത്തിക സംവിധാനങ്ങളുടെ എല്ലാം അദ്ധ്യക്ഷ പദവി പണം കൈയേൽക്കുമ്പോൾ, ലോകത്തിന്റെ ജീവിതഘടന ആകെത്തന്നെ നാശോന്മുഖമാകുന്നു. സ്ത്രീ-പുരുഷഭേദമെന്യേ അതു മനുഷ്യരെ അവഹേളിക്കുകയും അടിമകളാക്കുകയും ചെയ്യുന്നു. മൂലധനം മനുഷ്യസൗഹാർദ്ദത്തിന്റെ മഹോന്നതമൂല്യങ്ങളെയെല്ലാം തകർത്തെറിയുന്നു. അതു മനുഷ്യനെ തമ്മിൽ ത്തമ്മിൽ അകറ്റിനിർത്തുന്നു. മനുഷ്യരാശിയുടെ പൊതുഭവനമായ ഭൂമിയുടെ നിലനില്പിനെത്തന്നെ മൂലധനം അപകടപ്പെടുത്തുകയാണ്." (2015-ലെ ലാറ്റിൻ അമേരിക്കൻ സന്ദർശനവേളയിൽ ബൊളീവിയയിൽ വച്ചു നടത്തിയ പ്രസംഗത്തിൽനിന്ന്).

മുതലാളിത്തത്തിന്റെ തിന്മകൾക്കെതിരെ ഇത്രയും മൂർച്ചയുള്ള നിലപാടുകളുമായി നിൽക്കുന്ന നമ്മുടെ കാലഘട്ടത്തിലെ ഒരു മഹാപുരുഷൻ മാർക്സിസ്റ്റ് ആണോ അല്ലയോ എന്ന ചോദ്യം ഒരർത്ഥത്തിൽ അസംബന്ധമായിരിക്കും. മനുഷ്യരെ ലാഭമോഹത്തിന്റെ പൽച്ചക്രങ്ങൾക്കിടയിൽ കടിച്ചമർത്തുന്ന മുതലാളിത്തചൂഷണത്തിനെതിരെ അദ്ദേഹമുയർത്തുന്ന നിലപാടുകളുടെ മാനവികതയും കാർക്കശ്യവുമാണ് പ്രധാനം. അങ്ങനെ നോക്കിയാൽ ഫ്രാൻസിസ് മാർപാപ്പ മുതലാളിത്തത്തിന് എതിരായ ആശയത്തിന്റെ, മനുഷ്യനു നീതിയുക്തമായ സമൂഹം വേണമെന്ന ആശയത്തിന്റെ തെളിച്ചമുള്ള മുഖമാണ്. മുതലാളിത്തം പിച്ചവയ്ക്കാൻ തുടങ്ങിയ കാലത്ത് മാർക്സും ഏംഗൽസും പറഞ്ഞ ആശയങ്ങളുമായി തോളുരുമ്മുന്ന വാക്കുകളാണ് മാർപാപ്പ പറഞ്ഞത്.

"അനസ്യൂതം വികസ്വരമാകുന്ന കമ്പോളത്തിന്റെ ആവശ്യകത ബൂർഷ്വാസിയെ (മൂലധനത്തെ) ഭൂഗോളത്തിലെമ്പാടും പരക്കംപായിക്കുന്നു. എല്ലായിടത്തും അതിനു കൂടുകൂട്ടണം, അതിനു ബന്ധങ്ങൾ സ്ഥാപിക്കണം, എല്ലായിടത്തും അതിനു താവളങ്ങൾ തീർക്കണം. ബൂർഷ്വാസിക്ക് എല്ലാറ്റിനേയും തങ്ങളുടെ കൂലിവേലക്കാരാക്കണം. അദ്ധ്യാപകനെ, ന്യായാധിപനെ, ഭിഷഗ്വരനെ, പുരോഹിതനെ, ശാസ്ത്രജ്ഞനെ, എല്ലാവരേയും തങ്ങളുടെ കൂലിവേലക്കാരാക്കാനാണ് ബൂർഷ്വാസി ഉഴറുന്നത്' (കമ്മ്യൂണിസ്റ്റ് മാനിഫെസ്റ്റോ, 1848). ഈ സമീപനങ്ങൾ തമ്മിലുള്ള സാദൃശ്യം വർത്തമാനകാലഘട്ടത്തിലെ ആശയസംവാദങ്ങളെ ഒരേസമയം പ്രകമ്പനം കൊള്ളിക്കുന്നതും പ്രതീക്ഷാഭരിതവും ആക്കുന്നതാണ്. There is no alternative (TINA ഇതല്ലാതെ മറ്റൊരു വഴിയില്ല) എന്ന വാദവുമായി മൂലധനം ലോകം കീഴ്പ്പെടുത്താൻ വരുമ്പോൾ ദൈവമുണ്ടോ ഇല്ലയോ എന്ന ചോദ്യത്തിൽ തട്ടി മനുഷ്യപ്രതിഷേധങ്ങൾ തകർന്നു

പൊയ്ക്കൂടാ. അങ്ങനെ ചിന്തിക്കുന്നവർ ക്രിസ്തുവിനെയും മാർക്സിനെയും കാസ്ട്രോയെയും മാർപാപ്പയെയും വീണ്ടും വീണ്ടും വായിക്കുന്നത് ഇത്തരുണത്തിൽ ആവശ്യമായി വരും.

ആഗോളതാപനത്തിന്റെ ദിനങ്ങളിൽ ആശയസമരത്തിന്റെ കേന്ദ്രപ്രശ്നങ്ങളിൽ ഒന്ന് പരിസ്ഥിതി സംരക്ഷണം തന്നെയാണ്. നാളത്തേക്ക് മാറ്റിവയ്ക്കാൻ ആകാത്തവിധം അതിന്റെ കടമകൾ നിരന്തരം മനുഷ്യനെ കുലുക്കി ഉണർത്തുകയാണ്. Laudato Si (ദൈവത്തിനു സ്തുതി -മേയ്, 2015) എന്ന ചാക്രിക ലേഖനത്തിൽ ഫ്രാൻസിസ് മാർപാപ്പ മുൻവയ്ക്കുന്നത് നമ്മുടെ പൊതുഭവനം എന്ന ആശയമാണ്.

ആ പൊതുഭവനം ഭൂമിയാണ്. എല്ലാത്തരം വൈജാത്യങ്ങളും വൈവിധ്യങ്ങളും നിലനിൽക്കുമ്പോഴും മനുഷ്യർക്ക് ഈ ഭൂമിയല്ലാതെ മറ്റൊരു വാസഗേഹമില്ല. മൂലധനത്തിന്റെ ലാഭാർത്തി നമ്മുടെ ആ ഭവനത്തിന്റെ മേൽക്കൂരയെ മാത്രമല്ല, അസ്ഥിവാരത്തെയും പിടിച്ചുലയ്ക്കുകയാണ്. ഈ ആക്രമണത്തിൽനിന്നും ഭൂമിയെ രക്ഷിക്കാനുള്ള സമരത്തെപ്പറ്റി, അതിനായി ഊട്ടി വളർത്തേണ്ട സമരസഖ്യങ്ങളെപ്പറ്റി പോപ്പ് ഫ്രാൻസിസും ഫിദൽ കാസ്ട്രോയും ആശങ്കകൾ മാത്രമല്ല, ആശയങ്ങളും പങ്കിടുന്നുണ്ട്. പ്രകൃതിയുടെ താളം തെറ്റിക്കുന്ന ഏതൊരു പ്രവൃത്തിയും കുറ്റമാണെന്ന് തറപ്പിച്ചു പറയുന്ന ഒരു പോപ്പിനെയാണ് നാം ഇന്നു കാണുന്നത്. സമ്പത്തിനെയും ആഗോളതാപനവുമായി ബന്ധപ്പെടുത്തുന്ന വീക്ഷണമാണ് അദ്ദേഹത്തെ വ്യത്യസ്തനാക്കുന്നത്.

“കാലാവസ്ഥ വ്യതിയാനമുണ്ടാക്കുന്നതിൽ ഭൂമിയിലെ പാവങ്ങൾ വഹിച്ച പങ്ക് തുലോം നിസ്സാരമാണെങ്കിലും അവരാണ് അതിന്റെ ദുരന്തഫലങ്ങൾ എല്ലാം ഏറ്റവും കൂടുതൽ ഏറ്റുവാങ്ങേണ്ടിവരുന്നത്. ഈ കഴിഞ്ഞ ഇരുന്നൂറ് കൊല്ലങ്ങളിൽ കാണിച്ചുകൂട്ടിയതുപോലുള്ള കൊടുംക്രൂരതകൾ മുൻപൊരിക്കലും നമ്മുടെ പൊതുഭവനമായ ഭൂമിയോട് മനുഷ്യൻ കാട്ടിയിട്ടില്ല.”

ഈ ആശയം മാർപാപ്പ പറയുന്നതായതുകൊണ്ട് മാർക്സിസ്റ്റുകൾക്ക് അന്യമാകുന്നില്ല. പുതിയകാലത്ത് ഭൂമിയെയും ജീവനെയും രക്ഷിക്കാനുള്ള സമരത്തിൽ വിശ്വാസികൾക്കും മാർക്സിസ്റ്റുകൾക്കും കൈകോർത്തു നീങ്ങുവാൻ കഴിയുമെന്നാണ് അതു വ്യക്തമാക്കുന്നത്.

■

ലോകത്തിനു ചുറ്റും
പറന്നു നടന്ന കാലം

ഇരുപതു കൊല്ലങ്ങൾ കടന്നുപോയി. ചിലപ്പോൾ തോന്നും വർഷങ്ങൾ വേഗത്തിൽ കൊഴിഞ്ഞുവീണെന്ന്. ചിലപ്പോൾ മറിച്ചും. ജീവിതത്തിന്റെ ബദ്ധപ്പാട് നിറഞ്ഞ പാച്ചിലിനിടയിൽ അതേപറ്റി ചിന്തിക്കാൻ വേണ്ടത്ര പറ്റിയിട്ടില്ല.

കസായി ഈ വക കാര്യങ്ങളെ എങ്ങനെ കണ്ടുവെന്നറിയില്ല. ടെലിഫോണിന്റെ അങ്ങേതലയ്ക്കൽ നിന്നു കസായി ആദ്യം പറഞ്ഞത് ഇരുപതു കൊല്ലങ്ങൾ കൊഴിഞ്ഞുപോയി എന്നായിരുന്നു. തുടർന്ന് ഒരു നെടുവീർപ്പിന്റെ നേർത്ത സ്വരം ഫോണിലൂടെ എനിക്കു കേൾക്കാമായിരുന്നു. പിന്നീട് നീണ്ട ഒരു പൊട്ടിച്ചിരിയായിരുന്നു. ഒന്നിച്ചു കഴിഞ്ഞപ്പോഴൊന്നും കസായിക്ക് അങ്ങനെ ചിരിക്കാൻ അറിയാമെന്ന് എനിക്കു തോന്നിയിട്ടേയില്ല. ജപ്പാനീസ് ചുവയുള്ള ഇംഗ്ലീഷിൽ കസായി പറഞ്ഞു "ഹോ ബിനോയ്, എനിക്ക് വിശ്വസിക്കാൻ കഴിയുന്നില്ല. ഇരുപതു കൊല്ലങ്ങൾക്കു ശേഷം നാം വീണ്ടും കണ്ടുമുട്ടുന്നു. പഴയതെല്ലാം മനസ്സിലൂടെ കടന്നുപോകുന്നു. ഒരുപാട് നേരം നമുക്ക് ഒരുമിച്ചിരിക്കണം. പഴയതും പുതിയതുമായ ഒത്തിരി വർത്തമാനങ്ങൾ പറയണം." ആ ആശയം എനിക്കെപ്പോഴേ സമ്മതമായിരുന്നു. തിരക്കില്ലാത്ത ഒരു ഒത്തുകൂടൽ. വാച്ചും സമയവും ആൾബഹളങ്ങളുമില്ലാത്ത ഒരു പുനഃസമാഗമം. എവിടെ വച്ച്? എപ്പോൾ? ഒന്നുകിൽ ടോക്കിയോവിലെ ഏതെങ്കിലും റസ്റ്റോറണ്ടിൽ വച്ച്. അല്ലെങ്കിൽ നഗരപ്രാന്തത്തിലുള്ള കസായിയുടെ വീട്ടിൽ. കവാത്തയെ ഞാൻ വിളിക്കണമെന്നും തുടർന്ന് കസായി അയാളെ കൂട്ടാമെന്നും ഞങ്ങൾ തമ്മിൽ ധാരണയായി. ചിലപ്പോൾ അങ്ങനെയാണ്. ഓർക്കാപ്പുറത്ത് സന്തോഷങ്ങൾ നമ്മളെ തേടിയെത്തും. ആ ദിവസം എനിക്ക് അങ്ങനെ ഒന്നായിരുന്നു.

അക്കീറ കാസായി ഇന്ന് ജപ്പാൻ പാർലമെന്റിലെ ശ്രദ്ധേയനായ ഒരംഗമാണ്. ജപ്പാനീസ് കമ്യൂണിസ്റ്റ് പാർട്ടിയുടെ കേന്ദ്ര കമ്മിറ്റിയംഗമായ അദ്ദേഹം പ്രധാനപ്പെട്ട പല പാർലമെന്ററി കമ്മിറ്റികളിലും ജാപ്പ് കമ്യൂണിസ്റ്റ് പാർട്ടി പ്രതിനിധിയാണ്. ലോക ജനാധിപത്യ യുവജന ഫെഡറേഷന്റെ ഭാരവാഹികളുമായി ഞങ്ങൾ ഒരുമിച്ച് രണ്ടു കൊല്ലം പ്രവർത്തിച്ചു. തുടർന്ന് കസായി നാട്ടിലേക്കു മടങ്ങിയപ്പോൾ കവാത്ത ഡബ്ല്യുഎഫ്ഡിവൈ ആസ്ഥാനമായ ബുഡാപെസ്റ്റിലേക്ക് വന്നു. കവാത്തയോടൊപ്പവും ഞാൻ രണ്ടു കൊല്ലം പ്രവർത്തിച്ചു. എ.ഐ.വൈ.എഫ്. പ്രതിനിധിയായ ഞാൻ സംഘടനയുടെ വൈസ് പ്രസിഡന്റായിരുന്നെങ്കിൽ ജപ്പാനിലെ ഡെമോക്രാറ്റിക് യൂത്ത് ലീഗ് പ്രതിനിധികളായ അവർ സെക്രട്ടറി സ്ഥാനമാണ് വഹിച്ചിരുന്നത്. സംഘടനയുടെ ഏഷ്യാ പസഫിക് കമ്മീഷന്റെ നേതൃസ്ഥാനം ഇന്ത്യയ്ക്കും ഉപനേതൃസ്ഥാനം ജപ്പാനും എന്നതായിരുന്നു ഞങ്ങളുടെ സംഘടനാ ക്രമീകരണം. കൂടിക്കാഴ്ചകൾക്ക് ഞങ്ങൾക്കൊരുപാട് അവസരങ്ങളുണ്ടായിരുന്നു. ഔപചാരികവും സംഘടനാപരവും വ്യക്തിപരവുമായ അവസരങ്ങൾ.

അനുഭവങ്ങളിൽ സമ്പന്നമായിരുന്നു ആ വർഷങ്ങൾ. സാമ്രാജ്യത്വവിരുദ്ധ യുവജനപ്രസ്ഥാനത്തിന്റെ കണ്ണുകളിലൂടെ ലോക രാഷ്ട്രീയത്തെ ഞങ്ങൾ അടുത്തു നിന്നു നോക്കിക്കണ്ട വർഷങ്ങൾ. പഞ്ചഭൂഖണ്ഡങ്ങളിലെ വിവിധ വിശ്വാസഗതിക്കാരായ യുവജന സംഘടനകളുമായി ഞങ്ങൾ നേരിട്ട് ബന്ധം പുലർത്തിയ വർഷങ്ങൾ. ലോകത്തിനു ചുറ്റും പറന്നു നടന്ന കാലഘട്ടം. ചരിത്രപുരുഷന്മാരായ രാഷ്ട്രത്തലവന്മാർ അടക്കമുള്ളവരെ നേരിൽ കാണാൻ കഴിഞ്ഞ അവസരങ്ങൾ. അനുഭവങ്ങളിലൂടെ കടന്നുപോകാൻ കഴിഞ്ഞ ഏതൊരാളിന്റെയും ജീവിതത്തിലെ അവിസ്മരണീയ ഘട്ടമായിരിക്കും അത്.

ഹംഗറിയുടെ തലസ്ഥാനമായ ബുഡാപെസ്റ്റിലെ ആദിആന്ദ്രെ സ്ട്രീറ്റിലായിരുന്നു ഞങ്ങളുടെ ഓഫീസ്. 22 രാജ്യങ്ങളിലെ യുവജന പ്രസ്ഥാനങ്ങളുടെ പ്രതിനിധികൾ അവിടെ ഒരുമിച്ച് പ്രവർത്തിച്ചു. നഗരത്തിന്റെ വിവിധ പ്രദേശങ്ങളിലായി ഞങ്ങൾ താമസിച്ചിരുന്ന ഫ്ളാറ്റുകളും അടുത്തടുത്തായിരുന്നു.

അഞ്ച് ഭാഷകളിൽ തയ്യാറാക്കപ്പെടുന്ന സാമൂഹിക രാഷ്ട്രീയ രേഖകളും അവയുടെ അടിസ്ഥാനത്തിൽ ബുധനാഴ്ചകൾ തോറും നടക്കുന്ന ബ്യൂറോ മീറ്റിങ്ങുകളും നിരന്തരമുണ്ടാകുന്ന യാത്രകളും എല്ലാം ചേർന്നതായിരുന്നു ഡബ്ല്യു.എഫ്.ഡി.വൈ.

ആസ്ഥാനത്തെ ഞങ്ങളുടെ ജീവിതം. എത്ര ചെയ്താലും തീരാത്ത്രത്ര ജോലികൾ ഞങ്ങൾക്ക് ഓരോരുത്തർക്കുമുണ്ടായിരുന്നു. വിശ്രമവേളകൾ വിനോദപ്രദമാക്കാനുള്ള സൗകര്യങ്ങളും ഞങ്ങളുടെ ഓഫീസിന്റെ ഭാഗമായി ഉണ്ടായിരുന്നു. ഇൻഡോർ-ഔട്ട്ഡോർ ഗെയിംസും ഭക്ഷണശാലയും സൗണയും അടക്കമുള്ള ആധുനിക സൗകര്യങ്ങളെല്ലാം അവിടെയുണ്ടായിരുന്നു. യൂറോപ്പിൽ നിന്നും ലാറ്റിൻ അമേരിക്കയിൽ നിന്നുമുള്ള ഞങ്ങളുടെ സുഹൃത്തുക്കൾ വിശ്രമവേളകളെ അടിച്ചു പൊളിച്ചപ്പോൾ ഞങ്ങൾ ഏഷ്യക്കാർ പലപ്പോഴും സങ്കോചത്തോടെ മാറി നിൽക്കുകയായിരുന്നു.

ഫിൻലൻഡിലെ കമ്യൂണിസ്റ്റ് യൂത്ത് യൂണിയനാണ് ഞങ്ങളുടെ ഓഫീസിനോട് ചേർന്ന ജിംനേഷ്യത്തിനടുത്ത് സൗണാക്കുളിക്കുള്ള സംവിധാനങ്ങൾ സംഭാവന ചെയ്തത്. അല്പവസ്ത്രധാരികളായി തണുപ്പും ചൂടും മാറിമാറി നുകരുന്ന ഈ ആവിക്കുളിയുടെ അടുത്തേക്കെത്തുവാൻ തന്നെ ഞങ്ങൾക്ക് മാസങ്ങൾ വേണ്ടി വന്നു. ഏഷ്യൻ വംശജരുടെ ലജ്ജയോ സങ്കോചമോ ഞങ്ങളുടെ മറ്റു സുഹൃത്തുക്കളാൽ അന്നു കളിയാക്കപ്പെട്ടിരുന്നു. കസായിയുമായുള്ള ഫോൺ സംഭാഷണം അങ്ങനെയുള്ള എത്രയെത്ര സന്ദർഭങ്ങളിലേക്കാണ് എന്റെ ഓർമ്മകളെ കൂട്ടിക്കൊണ്ടുപോയത്.

എൺപതുകളുടെ ആ രണ്ടാം പകുതി കമ്മ്യൂണിസ്റ്റുകളെ സംബന്ധിച്ച് നിർണായകമായ പലതിന്റെയും വഴിത്തിരിവായിരുന്നു. ഡബ്ല്യു.എഫ്.ഡി.വൈ. ഭാരവാഹികളായ ഞങ്ങൾക്കിടയിൽ കമ്യൂണിസ്റ്റുകാരും അല്ലാത്തവരുമുണ്ടായിരുന്നു. ഗ്ലാസ്നസ്റ്റും പെരിസ്ട്രോയിക്കയും ഞങ്ങളുടെ ഓഫീസിൽ ആദ്യം അനുഭവപ്പെട്ടത് വിചിത്രമായ രീതിയിലായിരുന്നു. എപ്പോഴും കോട്ടും സൂട്ടുമിട്ടുവന്നിരുന്ന സോവിയറ്റ് യങ്ങ് കമ്യൂണിസ്റ്റ് ലീഗിന്റെ പ്രതിനിധികൾ അനൗപചാരിക വേഷം ധരിച്ച് വന്നു തുടങ്ങി. അച്ചടിവടിവിൽ കടലാസ് നോക്കി മാത്രം വർത്തമാനം പറഞ്ഞിരുന്ന അവർ സാധാരണ മനുഷ്യരെ പോലെ സംസാരിക്കാൻ തുടങ്ങി. ജനാധിപത്യവും സോഷ്യലിസവും തമ്മിൽ കൈകോർത്തു നീങ്ങുമെന്നാണ് അന്ന് സങ്കല്പിക്കപ്പെട്ടത്. എന്നാൽ എഴുപത് കൊല്ലത്തിലേറെ പരീക്ഷിക്കപ്പെട്ട ഒരു മഹാവ്യവസ്ഥിതിയുടെ തകർച്ചയിലാണ് കാര്യങ്ങൾ കലാശിച്ചത്.

അക്കാലത്ത് കൂടിയ ഡബ്ല്യു.എഫ്.ഡി.വൈ. ബ്യൂറോ മീറ്റിങ്ങുകളിലും ഏഷ്യാ പസഫിക് കമ്മീഷൻ യോഗങ്ങളിലും

ഞാനും കസായിയും തമ്മിൽ പല തവണ വാക്തർക്കങ്ങളു ണ്ടായി. അവയെല്ലാം 'പെരിസ്ട്രോയിക്ക യുഗ'ത്തിലെ യുവ ജന പ്രസ്ഥാനത്തിന്റെയും സമാധാനപ്രസ്ഥാനത്തിന്റെയും കട മകളെ ചുറ്റിപ്പറ്റിയായിരുന്നു. സ്വാഭാവികമായും ആ ചർച്ച കൾക്കൊന്നിനും അന്തിമമായ തീർപ്പുകളുണ്ടായില്ല. സോഷ്യ ലിസത്തിന്റെ ബന്ധുക്കൾ അന്ന് ലോകത്തെവിടെയും നേരിട്ട ദാർശനിക പ്രതിസന്ധി ഞങ്ങളും നേരിടുകയായിരുന്നു. ഇന്ന് തിരിഞ്ഞു നോക്കുമ്പോൾ ആ ചരിത്ര കാലഘട്ടത്തിന്റെ ആഴവം പരപ്പും അന്ന് ഞങ്ങൾ കരുതിയതിനേക്കാൾ വലുതാണെന്നു തോന്നുന്നു. കഠിനമായ വാക്കുകളും പരിഹാസ പ്രയോഗങ്ങളും അന്നത്തെ സംവാദങ്ങളിൽ വേണ്ടുവോളമുണ്ടായിരുന്നു.

ഞങ്ങളുടെ സൗഹൃദബന്ധങ്ങൾ മുറിഞ്ഞുപോവുകയാണോ യെന്ന് സംശയിച്ചവരും കുറവല്ലായിരുന്നു. യമനിൽ നിന്നുള്ള സലിം അൽതമീമി ബന്ധങ്ങൾ മുറിയാതെ നോക്കണമെന്ന് ഞങ്ങളെ രണ്ടുപേരെയും ഒറ്റക്കൊറ്റയ്ക്കായി ഉപദേശിച്ചു.

വ്യത്യസ്ത അഭിപ്രായങ്ങൾ ശക്തമായി പുലർത്തിയ അക്കാ ലത്ത് ഞങ്ങളുടെ സ്നേഹബന്ധങ്ങളിൽ കുറവുണ്ടായില്ലെന്ന താണ് സത്യം. വൈകുന്നേരങ്ങളിൽ ദാന്യൂബിന്റെ തീരത്ത് നട ക്കാൻ പോയപ്പോൾ, ഒഴിവു ദിനങ്ങളിൽ ബലത്തോൺ തടാക ത്തിലേക്കു കാറോടിച്ചു കുളിക്കാൻ പോയപ്പോൾ ഞങ്ങൾ ആശയ തർക്കങ്ങളെക്കുറിച്ച് പറഞ്ഞതേയില്ല. ഭാര്യയും മക്കളും കുടുംബ വുമടക്കം ഞങ്ങൾക്ക് പറയാൻ പൊതുതാത്പര്യമുള്ള മറ്റനേകം വിഷയങ്ങളുണ്ടായിരുന്നു.

പെട്ടെന്നാണ് 1986ന്റെ തുടക്കത്തിൽ കസായി ജപ്പാനിലേക്ക് മടങ്ങി. പാർട്ടിയിൽ പുതിയ ചുമതലകൾ ഏല്പിക്കാൻ നേതൃത്വം കസായിയെ തിരിച്ചുവിളിക്കുകയായിരുന്നു. പകരം വന്ന കവാ ത്തയെ പരിചയപ്പെടുത്തുമ്പോൾ കസായി പറഞ്ഞു "നമ്മുടെ നിലപാടുകളെ ഏറ്റവുമധികം വിമർശിക്കുന്ന ആൾ. എന്നാൽ നമ്മുടെ ഏറ്റവും അടുത്ത സുഹൃത്ത്'. കസായിയെപ്പറ്റി അന്ന് ഞാനും അങ്ങനെ തന്നെയായിരിക്കും പറയുക.

ഇരുപതു കൊല്ലങ്ങൾക്കുശേഷം നോക്കുമ്പോൾ ഞങ്ങൾ രണ്ടുപേരും പറഞ്ഞതിൽ പകുതി ശരിയും പകുതി തെറ്റുമാ ണെന്ന് തോന്നിപ്പോകുന്നു. ഫോണിലൂടെ കസായി ചിരിച്ച ആ നീണ്ട ചിരിയുടെ അർത്ഥം അതായിരുന്നുവോ?

ഒരുമിച്ചിരിക്കുമ്പോൾ ഇതെല്ലാം പറയണമെന്ന് ഞാൻ കരുതിയ തായിരുന്നു. പക്ഷേ, ആ കൂടിക്കാഴ്ച നടന്നില്ല. നിശ്ചയിക്കപ്പെട്ട

സമയത്ത് പാർലമെന്റ് പരിഗണിക്കുന്ന ബില്ലിനെ സംബന്ധിച്ച് പ്രധാനപ്പെട്ട ഒരു യോഗം കസായിയെ പാർലമെന്റ് മന്ദിരത്തിൽ പിടിച്ചു നിർത്തി. ജപ്പാനിലെ പ്രതിരോധ വിദഗ്ധർ പങ്കെടുക്കുന്ന ആ ചർച്ച മാറ്റിവെക്കാൻ കസായിക്കാകുമായിരുന്നില്ല. പിന്നീട് നിശ്ചയിക്കപ്പെട്ട സമയത്ത് യമനാഷി ഗവർണറുമായുള്ള കൂടിക്കാഴ്ചയ്ക്കായി എനിക്കു പുറപ്പെടേണ്ടി വന്നു. കാണാൻ കഴിയില്ലെന്ന് ഉറപ്പായപ്പോൾ സങ്കടമുണ്ടായി എന്നു പറയാതിരിക്കാനാകില്ല.

ഒരു ദിവസം കൂടി ടോക്കിയോയിൽ തങ്ങാനുള്ള കസായിയുടെ നിർബന്ധത്തിന് വഴങ്ങാൻ എനിക്കു കഴിയുമായിരുന്നില്ല.

അന്ന് ഞങ്ങൾ കാണാതെ പിരിഞ്ഞു. സയനോര എന്നു പറയാൻ ഞങ്ങൾക്ക് കഴിഞ്ഞില്ല. ഞങ്ങൾ അത്രമേൽ ദുഃഖിതരായിരുന്നു. ∎

ഹിരോഷിമയുടെ ഓർമ്മകൾ

'ഹിബാക്കുഷ' എന്ന വാക്കിന് ജപ്പാനീസ് നിഘണ്ടുവിൽ കൊടുത്തിട്ടുള്ള അർത്ഥം എന്താണെന്ന് കൃത്യമായി അറിയില്ല. അറ്റാമിക് ദുരന്തത്തിനിരയായി ജീവിക്കേണ്ടിവന്നവൻ എന്നാണ് ആ വാക്കിന്റെ സാമാന്യമായ അർത്ഥം. അതുപക്ഷേ അപൂർണമാണ്. വാക്കുകൾക്ക് വിശദമാക്കാൻ കഴിയാത്തത്ര ദൈന്യത നിറഞ്ഞ അനുഭവങ്ങളുടെയും അനിശ്ചിതത്വത്തിന്റെ കുത്തിക്കയറുന്ന മുൾമുനകളുടെയും മുകളിലൂടെ സഞ്ചരിക്കാൻ വിധിക്കപ്പെട്ട ഒരു പറ്റം മനുഷ്യരെയാണ് ആ പദം നമ്മുടെ മനസ്സാക്ഷിക്കു മുമ്പിൽ നിരത്തിനിർത്തുന്നത്. ഹിരോഷിമയിലെയും നാഗസാക്കിയിലേയും ക്രൂരമായ ദുരന്തത്തിനുശേഷം ദശാബ്ദങ്ങൾ കഴിഞ്ഞിട്ടും ഹിബാക്കുഷകളുടെ എണ്ണം ജപ്പാനിൽ കുറയുകയല്ലെന്ന് പറഞ്ഞാൽ വിശ്വസിക്കാൻ എളുപ്പമായിരിക്കും. എങ്കിലും അത് സത്യമാണ്. തലമുറകളിൽനിന്ന് തലമുറകളിലേക്ക് കൈമാറ്റം ചെയ്യപ്പെടുന്ന റേഡിയേഷൻ വിപത്തിന്റെ ദയനീയ ഇരകളായി അവർ ജീവിക്കുന്നു. അല്ല ജീവിതം തള്ളിനീക്കുന്നു. അവരുടെ പ്രശ്നങ്ങൾ കൈകാര്യം ചെയ്യാൻ അവിടെ സന്നദ്ധസംഘടനകൾ പ്രവർത്തിക്കുന്നുണ്ട്. ഭരണതലത്തിലും അതിനായി പ്രത്യേക വിഭാഗങ്ങളുണ്ട്. അവർ കടന്നുപോകുന്ന ശാരീരികവും മാനസികവുമായ പീഡാനുഭവങ്ങളുടെ തീക്ഷ്ണത കുറയ്ക്കാൻ സർക്കാർ സർക്കാരേതര സംവിധാനങ്ങൾ അവിടെ മാർഗങ്ങൾ ആരായുന്നുണ്ട്. എന്നാലും ഉണങ്ങാത്ത മുറിപ്പാടുകളുടെയും നിലയ്ക്കാത്ത വേദനകളുടെയും അനന്തമായ ആത്മസംഘർഷങ്ങളുടെയും കഥകളാണ് ഹിബാക്കുഷകൾക്ക് നമ്മോട് പറയാനുള്ളത്. ആ കഥകളിലൂടെ അവർ നമ്മോട് ചോദിക്കുന്നു, “യുദ്ധങ്ങൾ ആർക്കുവേണ്ടിയാണ്? അവയിൽ ജേതാക്കൾ ആരാണ്? ആരാണ് പരാജയപ്പെട്ടവർ?”

മുപ്പത്തഞ്ചു വർഷം മുമ്പായിരുന്നെങ്കിലും ഇന്നലെ എന്ന പോലെ ഓർക്കുന്നു. നിർവികാരമായ മുഖത്തോടെ അക്കീര

ഹിതോഷി എന്നോട് പറഞ്ഞു, "സ്നേഹിതാ, നിങ്ങൾ വിശ്വസിക്കില്ലായിരിക്കും. എന്നാൽ വിശ്വസിക്കുകതന്നെ വേണം. ജീവിച്ചിരിക്കുന്നവർ മരിച്ചവരെച്ചൊല്ലി അസൂയപ്പെടുന്ന ഒരു അവസ്ഥയുണ്ടാകും. അതുണ്ടാക്കാൻ ആറ്റമിക് ആയുധങ്ങൾക്ക് മാത്രമേ കഴിയൂ. ഞങ്ങൾ ഹിബാക്കുഷകൾ അതിന്റെ ജീവിക്കുന്ന തെളിവുകളാണ്." മരിച്ചവരെച്ചൊല്ലി അസൂയപ്പെടുന്ന ആ തണുത്ത വാക്കുകളിലെ രൂക്ഷത കാതിൽ ഇപ്പോഴും വല്ലാത്തൊരു ഇരമ്പം ഉണ്ടാക്കുന്നു. ഔദ്യോഗികമായി സാക്ഷ്യപ്പെടുത്തപ്പെട്ട 1.10,000 ഹിബാക്കുഷകൾ ഔദ്യോഗികരേഖകളില്ലാത്ത 2,60,000 പേർ (കണക്കുകൾ പഴയതാണ്.) അവർ അത്രയും പറയുമത്രേ. 1945 ആഗസ്റ്റ് 6-ാം തീയതി മരണമടഞ്ഞവർ തങ്ങളേക്കാൾ ഭാഗ്യവാന്മാരാണെന്ന്! ഹിരോഷിമ ദുരന്തത്തിൽ മരിച്ചവരുടെ ഓർമ്മയ്ക്കായി കടലാസുവിളക്കുകൾ പുഴയിലൂടെ ഒഴുക്കിവിടുന്ന തുടുത്തുരുണ്ട കൊച്ചുമിടുക്കനെ ചൂണ്ടി അദ്ദേഹം മന്ത്രിച്ചു. "മുടി കൊഴിയുന്നുവെന്നോ കണ്ണിന് കാഴ്ച മങ്ങുന്നുവെന്നോ കൈകാലുകളിൽ മാറാത്ത വേദനയുണ്ടെന്നോ പറഞ്ഞ് ഇവൻ നാളെ എന്റെ മുമ്പിൽ വന്നാൽ ഞാൻ അദ്ഭുതപ്പെടുകയില്ല. രക്താർബുദം ബാധിച്ച കുഞ്ഞുങ്ങളെ കാണുമ്പോൾ ആദ്യം തോന്നിയിരുന്ന ദുഃഖംപോലും എനിക്കിപ്പോൾ വറ്റിയിരിക്കുന്നു."

ഹിബാക്കുഷകളുടെ ചികിത്സയ്ക്കും പ്രത്യേക പ്രശ്നങ്ങൾക്കുംവേണ്ടി പ്രവർത്തിക്കുന്ന സംഘടനകളുടെ ആ മുൻനിര പ്രവർത്തകൻ ഏതോ അതീത കാലത്ത് നിന്നും ഇറങ്ങി വന്നവനാണോ എന്ന് ഞാൻ സംശയിച്ചു. ദുഃഖവും നിരാശയും ഘനീഭവിച്ച ആ നിർവികാരതയ്ക്ക് ആരെയും പേടിപ്പിക്കാൻ കഴിയുമെന്ന് അത് കേട്ടാലേ നിങ്ങൾക്ക് മനസ്സിലാവുകയുള്ളൂ. അത് ഒരു വ്യക്തിയുടേതല്ല, ലക്ഷോപലക്ഷം മനുഷ്യരുടേതാണ്. മനുഷ്യത്വത്തിന്റേതായത് സർവ്വവും ആണവായുധങ്ങളുടെ ശത്രുവാണെന്ന് പറയാൻ അമാന്തിക്കേണ്ടതില്ല. ആ സത്യപ്രസ്താവനയ്ക്ക് ഹിരോഷിമയും നാഗസാക്കിയും അടിവരയിടുന്നു.

ഊർജ്ജശാസ്ത്രത്തിന്റെ ലോകത്ത് അദ്ഭുതകരമായ മുന്നേറ്റങ്ങൾക്കാണ് ഇ=എം.സി. സ്ക്വയേഡ് ($E=MC^2$) എന്ന ഫോർമുല വഴിതുറന്നത്. അതിന്റെ ഉപജ്ഞാതാവ് സ്വപ്നത്തിൽപോലും ആഗ്രഹിച്ചില്ല, ആറ്റംബോംബുകളുടെ ആദ്യാക്ഷരങ്ങളായി തന്റെ കണ്ടുപിടുത്തം മാറണമെന്ന്. കൂട്ടക്കുരുതിയുടെ മാർഗങ്ങളിലൂടെ ലോകം കീഴ്പ്പെടുത്താൻ ശ്രമിച്ചവർക്ക് ആൽബർട്ട് ഐൻസ്റ്റീൻ എന്ന മഹാശാസ്ത്രജ്ഞന്റെ സത്യദർശനങ്ങൾ അംഗീകരിക്കാൻ മനസ്സില്ലായിരുന്നു. 1938ൽ തന്നെ ജർമ്മൻ ശാസ്ത്രജ്ഞരായ ഒ. ഹാൻ, എഫ്.എസ്. സ്ട്രോഫ്സ്മാൻ എന്നിവർ ചേർന്ന് ആണവോർജ്ജം വികസിപ്പിച്ചെടുക്കാനുള്ള ഫോർമുല കണ്ടെത്തി.

1939-ൽ രണ്ടാംലോകമഹായുദ്ധം പൊട്ടിപ്പുറപ്പെട്ടപ്പോൾ ഹിറ്റ്ലറുടെ യുദ്ധമന്ത്രാലയം ആണവസ്ഫോടന ആയുധങ്ങൾക്കുള്ള പരീക്ഷണത്തിൽ മുഴുകി. നാസി ജർമ്മനി ഈ പരിശ്രമത്തിൽ വിജയിച്ചാലുണ്ടാകുന്ന പ്രത്യാഘാതങ്ങളെക്കുറിച്ച് അമേരിക്കൻ പ്രസിഡണ്ട് റൂസ് വെൽറ്റിന് ഐൻസ്റ്റീൻതന്നെ കത്തെഴുതുകയുണ്ടായി എന്ന് ചരിത്രം പറയുന്നു. തുടർന്ന് അമേരിക്കൻ യുദ്ധ കാര്യാലയം സജീവമാകുന്നു. അമേരിക്കൻ ഊർജ്ജശാസ്ത്രജ്ഞൻ ആർ. ഓപ്പൻ ഹൈമർ ആറ്റംബോംബിന്റെ ഗവേഷണ മേധാവിയായി നിയോഗിക്കപ്പെടുന്നു. അതിവേഗത്തിൽ നീങ്ങിയ ഈ പദ്ധതിയുടെ ഭാഗമായി ചില സമയങ്ങളിൽ 1,25,000 പേർ പണിയെടുത്തിരുന്നുപോലും! യു.എസ്. സൈനികജനറൽ എൽ. ഗ്രോവ്സ് അതിന്റെ സൈനികവശങ്ങളുടെ മേൽനോട്ടക്കാരനായി എത്തിയപ്പോൾ കാര്യങ്ങൾക്ക് വീണ്ടും വേഗതകൂടി. 1942 ഡിസംബർ 2ന് ലോകത്തിലെ ആദ്യത്തെ ന്യൂക്ലിയർ പവർ സ്റ്റേഷൻ പ്രവർത്തിച്ചുതുടങ്ങി. 1945 ജൂലായ് 16ന് നെവേദ മരുഭൂമിയിൽ ആറ്റംബോംബിന്റെ പരീക്ഷണ സ്ഫോടനവും നടന്നു. പോസ്റ്റർഡാം സമ്മേളനത്തിൽ പങ്കെടുത്തുകൊണ്ടിരുന്ന അമേരിക്കൻ പ്രസിഡണ്ടിന് അടിയന്തിരസന്ദേശമെത്തി: "ഇന്നു രാവിലെ നടന്നു" എന്നായിരുന്നു അതിലെ വാചകം. കൂട്ടനശീകരണത്തിനായി അന്നോളം കണ്ടുപിടിക്കപ്പെട്ട മറ്റെല്ലാ ആയുധങ്ങളെയും നിസ്സാരമാക്കിത്തീർത്ത ആറ്റംബോംബ് പ്രവർത്തന സജ്ജമാക്കിയിരിക്കുന്നുവെന്നാണ് യുദ്ധകാര്യാലയമായ പെന്റഗൺ പ്രസിഡണ്ട് ട്രൂമാന് അയച്ച ആ സന്ദേശത്തിന്റെ പൊരുൾ.

സ്വന്തം ആയുധപ്പുരകളിൽ തങ്ങൾ വികസിപ്പിച്ചെടുത്ത മഹാശക്തന്റെ നശീകരണ സാമർത്ഥ്യം ലോകത്തെ അറിയിക്കലായിരുന്നു പെന്റഗണിന്റെ അടുത്ത ലക്ഷ്യം. പേൾഹാർബർ സംഭവത്തിന്റെ പേരിൽ ഹിരോഷിമയ്ക്കുമേൽ മൂന്ന് അമേരിക്കൻ ബോംബർ വിമാനങ്ങൾ പറന്നെത്തിയത് അങ്ങനെയാണ്.

1945 ആഗസ്റ്റ് 6ന് 8 മണി കഴിഞ്ഞ് 15 മിനിറ്റ് ആയപ്പോൾ ആറ്റംബോംബിന്റെ ഭീകരത മനുഷ്യരാശി ആദ്യമായി അറിഞ്ഞു. ആകാശത്ത് ഒരഗ്നിഗോളമായിരുന്നു ആദ്യം. അതിന് ആയിരം സൂര്യന്മാരുടെ പ്രകാശം ഉണ്ടായിരുന്നെന്നാണ് ദൃക്സാക്ഷികൾ പറയുന്നത്.

പിറകേയുണ്ടായ സ്ഫോടനത്തെത്തുടർന്ന് ആകാശത്തേക്ക് കനത്ത പുകപടലങ്ങളുടെ ഒരു വലിയ കുട ഉയരുകയായിരുന്നുവത്രേ. (ന്യൂക്ലിയർ മഷ്റൂം എന്നാണ് അത് പിന്നീട് വിളിക്കപ്പെട്ടത്) ഏതാനും നിമിഷങ്ങളിലേക്ക്. പിന്നെ ശ്മശാന മൂകത. അത് കഴിഞ്ഞ് വീശിയ അഗ്നിവാതത്തിന് ഭൂമിയെ മുഴുവൻ ചാമ്പലാക്കാനുള്ള ചൂടുണ്ടായിരുന്നുവെന്ന് അവർ പറയുന്നു. ആ

ഭീകരാനുഭവം ഉന്മാദാവസ്ഥയിലേക്കാണ് മനുഷ്യരെ എത്തിച്ചത്. ആളുകൾ പരസ്പരം മാന്തിക്കീറി, കൈയിലിരുന്ന കുഞ്ഞുങ്ങളെ അമ്മമാർ വലിച്ചെറിഞ്ഞു, ചൂട് സഹിക്കാനാവാതെ നൂറുകണക്കിനാളുകൾ അടുത്തുള്ള പുഴയിലേക്ക് എടുത്തുചാടി. ന്യൂക്ലിയർ പൈശാചികത താണ്ഡവമാടിയ ആ ഏതാനും മണിക്കൂറുകളിലും ദിവസങ്ങളിലും ആഴ്ചകളിലുമായി രണ്ടു ലക്ഷം പേരാണ് ഹിരോഷിമയിൽ ചത്തൊടുങ്ങിയത്. (നാഗസാക്കിയിൽ 80,000 പേരും). കാലമേറെ ചെന്നിട്ടും ആ ആദ്യദുരന്തത്തിന്റെ ഭീകരത മാഞ്ഞുപോകുന്നില്ല. മക്കളിലൂടെ മക്കളുടെ മക്കളിലൂടെ ആണവ റേഡിയേഷൻ മഹാവ്യാധികളായി വന്നു പല്ലിളിക്കുന്നു. പാറ്റകളെ നോക്കി നമിക്കാൻ പഠിക്കൂ. ഭൂമിയിലെ ജീവജാലങ്ങളിൽ ആണവവിപത്തിനെ അതിജീവിക്കാൻ അവയ്ക്കുമാത്രമേ കഴിവുള്ളൂവെന്ന് ശാസ്ത്രം പറയുന്നു. ലോകം വെല്ലാനുഴറുന്ന സർവ്വശക്തനായ മനുഷ്യനെനോക്കി ആ ജീവി ചിരിക്കുന്നുണ്ടാകണം.

"നിങ്ങൾ ശാന്തരായി ഉറങ്ങിക്കൊള്ളുക. ഈ തെറ്റ് മേലിൽ ആവർത്തിക്കില്ല" എന്ന് ഹിരോഷിമയിലെ സ്മൃതികുടീരത്തിൽ ആലേഖനം ചെയ്തിട്ടുണ്ട്. നിത്യേന രാവിലെ 8.15ന് സമാധാന പാർക്കിലെ സ്മാരക മണി മുഴങ്ങാറുണ്ട്. ദുരന്തത്തിന്റെ ഓർമ്മക്കുറിപ്പ് പോലെ മാനവരാശിക്ക് ആകമാനമുള്ള താക്കീതും മുന്നറിയിപ്പുംപോലെ. എന്നാൽ ലോകത്തിന്റെ ഭാവി നിർണയിക്കാൻ തുനിഞ്ഞിറങ്ങിയ നയരൂപവത്കരണത്തിന്റെ മേലാളന്മാർ ആരെയാണ് ശാന്തരായി ഉറങ്ങാൻ സമ്മതിക്കുക? ദശാബ്ദങ്ങൾക്ക് മുമ്പ് ആ ആഗസ്റ്റ് 6ന് ഹിരോഷിമയെ ഒരു മഹാശ്മശാനമാക്കി മാറ്റിയ അണുബോംബിനെ 'ലിറ്റിൽ ബോയ്' എന്ന് ചെല്ലപ്പേര് വിളിച്ച അതേ നീതിബോധമാണ് അമേരിക്കയെ ഇന്നും നയിക്കുന്നത്. സ്വന്തം ആയുധപ്പുരയിൽ ആണവായുധങ്ങൾ കുമിച്ചുകൂട്ടിവച്ചുകൊണ്ടാണ് അവർ ലോകരാഷ്ട്രങ്ങളോട് സി.ടി.ബി.ടി. - സമ്പൂർണ ആണവ പരീക്ഷണനിരോധന ഉടമ്പടിയെക്കുറിച്ച് ഉദ്ഘോഷിച്ചത്. അസമത്വപരവും അനീതി നിറഞ്ഞതുമായ അത്തരമൊരു ഉടമ്പടിയല്ല; സമ്പൂർണമായ ആണവ നിരായുധീകരണമാണ് മനുഷ്യരാശി ആവശ്യപ്പെടുന്നത്. ഹിബാക്കുഷകൾ ഇനി ലോകത്തൊരിടത്തും ഉണ്ടാകാതിരിക്കാൻ മനുഷ്യന്റെ ഏക ആവാസസ്ഥാനമായ ഭൂമി ആണവ യുദ്ധക്കെടുതികളിൽപ്പെട്ട് പിടയാതിരിക്കാൻ 'ആണവായുധങ്ങളെ വിട' എന്നാണ് ലോകരാഷ്ട്രങ്ങൾ ഒന്നിച്ചുപറയേണ്ടത്. അതിനുള്ള നടപടികൾ എന്നാരംഭിക്കുമെന്നാണ് ഹിരോഷിമയും നാഗസാക്കിയും ചോദിക്കുന്നത്.

■

യു.എസ്. കമ്മ്യൂണിസ്റ്റ് പാർട്ടി-ചെയർമാനെ കണ്ടപ്പോൾ

അമേരിക്കയിൽ കമ്മ്യൂണിസ്റ്റ് പാർട്ടിയോ? രാഷ്ട്രീയ കാര്യ ങ്ങൾ ശ്രദ്ധിക്കുന്നവരായിട്ടുപോലും അമേരിക്കയിൽ ജീവിക്കുന്ന എന്റെ ഇന്ത്യൻ സുഹൃത്തുക്കൾക്ക് സംശയം മാറുന്നില്ല. ഡെമോ ക്രാറ്റിക്-റിപ്പബ്ലിക്കൻ പാർട്ടികൾക്കിടയിൽ ചുറ്റിത്തിരിയുന്ന ദ്വികക്ഷിരാഷ്ട്രീയത്തിന്റെ ഏറ്റങ്ങളും ഇറക്കങ്ങളും മാത്രമേ അവർക്കറിയാമായിരുന്നുള്ളൂ. അതിനിടയിൽ മൂന്നാമതൊരു പാർട്ടി - അതും ഒരു കമ്മ്യൂണിസ്റ്റ് പാർട്ടി, അവർക്ക് വിശ്വസി ക്കാൻ പ്രയാസമായിരുന്നു. എന്നാൽ അവർ അതു വിശ്വസിക്ക ണമെന്നും അമേരിക്കയിൽ കമ്മ്യൂണിസ്റ്റ് പാർട്ടി ദശാബ്ദങ്ങ ളായി പ്രവർത്തിക്കുന്നുണ്ടെന്നും ഞാൻ പറഞ്ഞു.

1919 മുതൽ അമേരിക്കൻ രാഷ്ട്രീയത്തിൽ കമ്മ്യൂണിസ്റ്റ് പാർട്ടി ഉണ്ടായിരുന്നു. കമ്പോളമാണ് എപ്പോഴും ശരിയെന്ന് ലോകത്തെ പഠിപ്പിക്കുന്ന അമേരിക്കയിൽ, സോഷ്യലിസമാണ് ശരി എന്ന മുദ്രാവാക്യം ഉയർത്തുന്ന കമ്മ്യൂണിസ്റ്റ് പാർട്ടിക്ക് എന്നും ഒഴു ക്കിനെതിരെയാണ് നീന്തേണ്ടിയിരുന്നത്. ആ 'തുറന്ന ജനാധി പത്യ സമൂഹ'ത്തിലെ വൻകിട മാദ്ധ്യമങ്ങളെല്ലാം അതിനെ തമ സ്കരിച്ചു. ആഗോള മുതലാളിത്തത്തിന്റെ മഹാമല്ലന്മാർ കടി ഞ്ഞാൺ പിടിക്കുന്ന ഭരണകൂടം കൗശലപൂർവം അതിനെ ജന ങ്ങളുടെ കണ്ണിൽനിന്ന് അകറ്റിനിർത്തി. ആ പാർട്ടിയുടെ - മുത ലാളിത്ത നെടുങ്കോട്ടയിലെ കമ്മ്യൂണിസ്റ്റ് പാർട്ടിയുടെ - ചെയർ മാനെയാണ് നിങ്ങൾ കാണാൻ പോകുന്നതെന്നും ഞാൻ ആ സുഹൃത്തുക്കളോട് പറഞ്ഞു. ആ 'അദ്ഭുത'മനുഷ്യനെ കാണാൻ അവരെല്ലാവരും ആകാംക്ഷയോടെ കാത്തിരുന്നു.

അമേരിക്കൻ മലയാളികളുടെ സംഘടനയായ 'ഫൊക്കാന' യുടെ 16-ാമതു കൺവെൻഷനിൽ പങ്കെടുക്കാനാണ് ഞാൻ അത്ത വണ ചിക്കാഗോയിൽ എത്തിയത്. സമ്മേളനാനന്തരം ഒരു

സുഹൃത്തിന്റെ വീട്ടിൽ ഞങ്ങൾ സൗഹൃദം പുതുക്കാൻ ഒത്തു കൂടിയതായിരുന്നു. അവിടെ നിന്നാണ് ജോണിനെ വിളിച്ചത്. മുഴുവൻ പേർ ജോൺ ബ്രാക്ചൽ. ജൂൺ മാസത്തിൽ നടന്ന യു.എസ്. കമ്മ്യൂണിസ്റ്റ് പാർട്ടി ദേശീയ കൺവെൻഷ(പാർട്ടി കോൺഗ്രസ്)നിൽ വച്ച് ജോൺ പാർട്ടി ചെയർമാനായി തിരഞ്ഞെടുക്കപ്പെട്ട വിവരം ഞാൻ അവരുടെ വെബ്സൈറ്റിൽ നിന്നറിഞ്ഞിരുന്നു. ലോകജനാധിപത്യ യുവജനഫെഡറേഷനിൽ ഞാൻ പ്രവർത്തിക്കുന്ന കാലത്ത് അമേരിക്കയിലെ കമ്മ്യൂണിസ്റ്റ് യൂത്ത് ലീഗിന്റെ ജനറൽ സെക്രട്ടറിയായിരുന്നു ജോൺ. അക്കാലത്ത് ആരംഭിച്ചതാണ് ഞങ്ങളുടെ സ്നേഹബന്ധം. എപ്പോഴും സമ്പർക്കം പുലർത്താനായില്ലെങ്കിലും അതിന്റെ ദൃഢത ചോർന്നുപോകാതെ പരസ്പരം കാത്തുസൂക്ഷിച്ചു.

ജോണിന്റെ ഭാര്യയാണ് ടെറി അൽബാനോ. തിരുവനന്തപുരത്ത് വെച്ച് സി.പി.ഐ. 18-ാം കോൺഗ്രസ് നടന്നപ്പോൾ അമേരിക്കൻ പാർട്ടിയെ പ്രതിനിധീകരിച്ച് ടെറി എത്തിയിരുന്നു. ഭാര്യവശം അന്ന് ജോൺ കൊടുത്തയച്ച ആ ചെറിയ കുറിപ്പ് ഇപ്പോഴും എന്റെ കടലാസ് ശേഖരത്തിലുണ്ടാകും. 2002ൽ ആദ്യമായി ചിക്കാഗോയിലെത്തിയപ്പോൾ സ്വാഭാവികമായും ഞാൻ ആദ്യം കൊതിച്ചത് ഹേ മാർക്കറ്റിൽ എത്തണമെന്നായിരുന്നു "ചിക്കാഗോയിലെ തെരുവീഥികളിൽ രക്തം ചിന്തിയ ധീരന്മാരെ" ക്കുറിച്ച് അഭിമാനിക്കുന്നവരാണല്ലോ രാജ്യങ്ങൾ തോറുമുള്ള കമ്മ്യൂണിസ്റ്റുകാർ. അന്ന് എന്നെ ആ സമരഭൂമിയിലേക്ക് കൂട്ടിക്കൊണ്ടുപോയത് ജോണും ടെറിയും ചേർന്നായിരുന്നു. അത് അഗാധമായ ഒരു സൗഹൃദബന്ധമാണ്. അതുകൊണ്ട് രാത്രി കുറച്ച് വൈകിയെങ്കിലും പാർട്ടി ചെയർമാനായ ജോൺ ബ്രാക്ചലിനെ വിളിക്കാൻ എനിക്ക് സങ്കോചം തോന്നിയില്ല. ജോണിനോട് എനിക്കെന്തു പ്രോട്ടോക്കോൾ! പക്ഷേ, ജോൺ എന്നെയും അദ്ഭുതപ്പെടുത്തിക്കളഞ്ഞു. ഞാൻ ഇരിക്കുന്ന വീടിന്റെ അഡ്രസ് ചോദിച്ചറിഞ്ഞ ജോൺ ആ രാത്രിയിൽ അങ്ങോട്ടുവരാമെന്നു പറഞ്ഞു. ഈ രാത്രിയിൽ വേണ്ടെന്ന് ഞാൻ നിരുത്സാഹപ്പെടുത്തി. "നമ്മൾ ഈ രാത്രി കണ്ടിരിക്കും" എന്ന വാശിയായിരുന്നു ജോണിന്. അങ്ങനെ ചിക്കാഗോ പ്രാന്തത്തിലുള്ള ആ വീട്ടിൽവെച്ച് വർഷങ്ങൾക്കുശേഷം ഞങ്ങൾ വീണ്ടും കണ്ടുമുട്ടി.

ചെറുപ്പത്തിലേ ഗൗരവപ്രകൃതക്കാരനായിരുന്നു ജോൺ. അതിനാൽ പാർട്ടി ചെയർമാനായപ്പോൾ പുതിയ ഗൗരവമൊന്നും ഞാൻ കണ്ടില്ല. പെരുമാറ്റത്തിലെ ആത്മാർത്ഥതയും മുഖത്തെ നിശ്ചയദാർഢ്യവും അതുപോലെതന്നെ. അവിടെ

കൂടിയിരുന്നവരിൽ ഞാനൊഴികെ ബാക്കി എല്ലാവരും കമ്മ്യൂണി സത്തോട് വിയോജിക്കുന്നവരായിരുന്നു. എന്നാൽ അവരെ യെല്ലാം തന്റെ ലാളിത്യം നിറഞ്ഞ പെരുമാറ്റത്തിന്റെ മാസ്മരി കതകൊണ്ട് ജോൺ ബ്രാക്ചൽ കീഴ്പ്പെടുത്തി. യു.എസ്. കമ്മ്യൂ ണിസ്റ്റ് പാർട്ടി ചെയർമാനോടൊത്ത് ഒരു ഫോട്ടോ എടുക്കണ മെന്ന് അവർക്കെല്ലാം തോന്നിയത് അതുകൊണ്ടായിരിക്കും. അര മണിക്കൂർ നേരം ജോണിനോടു കുശലം പറഞ്ഞ് അവർ ഞങ്ങൾ ക്കായി സ്വീകരണമുറി ഒഴിഞ്ഞുതന്ന് അകത്തേക്കു പോയി. പിന്നീട് പാതിരാ കഴിയുംവരെ ജോണും ഞാനും സംസാരിച്ചത് രാഷ്ട്രീയമായിരുന്നു. രണ്ടു രാജ്യങ്ങളിലെ കമ്മ്യൂണിസ്റ്റുകാരായ ആത്മമിത്രങ്ങൾ കൂടിക്കാണുമ്പോൾ സ്വാഭാവികമായും കൈ മാറുന്ന ആശയങ്ങൾ അടങ്ങുന്ന രാഷ്ട്രീയം.

ഇന്ത്യയിലെ തിരഞ്ഞെടുപ്പിനെയും ഇടതുപക്ഷത്തിനേറ്റ തിരിച്ചടിയേയും കുറിച്ചായിരുന്നു ജോണിന് അറിയേണ്ടിയിരു ന്നത്. ജൂൺമാസത്തിൽ ചേർന്ന നാഷണൽ കൗൺസിൽ യോഗ ത്തിന്റെ രേഖകളുടെ സംക്ഷിപ്തം ഞാൻ വിശദീകരിച്ചു കൊടുത്തു. ഗൗരവതരമാണ് വെല്ലുവിളികളെങ്കിലും അവയെ മുറിച്ചുകടന്നു പ്രസ്ഥാനം മുമ്പോട്ടു പോകുമെന്നു പറഞ്ഞപ്പോൾ ആ അമേരിക്കൻ സഖാവിന്റെ മുഖത്ത് ഒരു പുഞ്ചിരി വിരിഞ്ഞത് ഞാൻ ശ്രദ്ധിച്ചു. ആഴ്ചകൾക്കു മുമ്പ് നടന്ന യു.എസ്. കമ്മ്യൂ ണിസ്റ്റ് പാർട്ടി ദേശീയ കൺവെൻഷനെ (കോൺഗ്രസ്)ക്കുറി ച്ചാണ് ജോൺ പ്രധാനമായും സംസാരിച്ചത്. കോർപ്പറേറ്റ് മൂല ധനത്തിന്റെ ആശയങ്ങളും താത്പര്യങ്ങളും പിടിമുറുക്കിയ അമേരിക്കയിൽ കമ്മ്യൂണിസ്റ്റ് പാർട്ടിക്കു സുഗമമായ വളർച്ച സാധ്യമല്ല. എങ്കിലും അവിടെ കമ്മ്യൂണിസ്റ്റ് പാർട്ടി മെല്ലെയാ ണെങ്കിലും വളരുകയാണ്. തൊഴിലാളികളും വിദ്യാർത്ഥികളും യുവാക്കളും പാർട്ടിയെപ്പറ്റി മനസ്സിലാക്കാൻ പഴയതിനേക്കാളും താത്പര്യം കാണിക്കുന്നു. അതിനെ കൂടുതൽ കൂടുതൽ ഫല പ്രദമായി നയിക്കാൻ കഴിയുന്ന വ്യാപകമായ പാർട്ടി സംഘടന യുടെ അഭാവമായിരുന്നു പാർട്ടി കോൺഗ്രസ്സിലെ പ്രധാന ചർച്ചാ വിഷയം.

പാർട്ടി പ്രസിദ്ധീകരണങ്ങളായ 'പീപ്പിൾസ് ഡെയ്‌ലി വേൾഡും' 'പൊളിറ്റിക്കൽ മന്ത്‌ലി'യും കൊണ്ടുമാത്രം ആശയ പ്രചാരണത്തിന്റെ വിപുലമായ കടമകൾ പൂർത്തീകരിക്കാൻ കഴി യുന്നില്ല. അതിനാൽ നവമാധ്യമങ്ങളുടെ സാധ്യതകൾ കൂടുതൽ ഫലപ്രദമായി പ്രയോജനപ്പെടുത്തുന്നതിനെക്കുറിച്ച് പാർട്ടി ചിന്തിക്കുകയാണ്. ഉയർന്ന നേതൃഘടകമായ പൊളിറ്റിക്കൽ

ബോർഡിൽ ഒമ്പതു പേരാണ്. അവരിൽ മൂന്നുപേർ ന്യൂയോർക്കിൽ പാർട്ടി ആസ്ഥാനം കേന്ദ്രമായി പ്രവർത്തിക്കുന്നു. ബാക്കിയുള്ളവർ വിശാലമായ നാടിന്റെ പലഭാഗങ്ങളിലാണ്. ഇടയ്ക്കിടെ യോഗങ്ങൾക്കെത്തുക പലതുകൊണ്ടും പ്രായോഗികമല്ല. അതിനാൽ മാസത്തിലൊരിക്കൽ വീഡിയോ കോൺഫ്രൻസ് സംവിധാനം ഉപയോഗപ്പെടുത്തുകയാണ് പാർട്ടി.

അമേരിക്കൻജീവിതത്തെ അടിമുടി ബാധിച്ച സാമ്പത്തിക തകർച്ചയിൽനിന്നു കരകയറിയെന്നാണ് ഭരണകൂടം അവകാശപ്പെടുന്നത്. സർക്കാർ കൈയയച്ചു നൽകിയ സാമ്പത്തിക സഹായത്തിന്റെ ബലത്തിൽ ബാങ്കുകൾ തിരിച്ചുവരവിന്റെ ലക്ഷണങ്ങൾ കാണിക്കുന്നുവെങ്കിലും പ്രതിസന്ധിയുടെ കാർമേഘങ്ങൾ ഒഴിഞ്ഞുപോയിട്ടില്ലെന്ന് ജോൺ വ്യക്തമാക്കി. ഒബാമാ ഭരണത്തിന്റെ മേൽ നാനാവിധത്തിലുള്ള സമ്മർദ്ദം ചെലുത്തി നേട്ടം കൊയ്യാനാണ് വൻകിട മൂലധനശക്തികൾ ശ്രമിക്കുന്നത്. പ്രതിസന്ധിയുടെ ഭാരം ജനങ്ങൾ വഹിക്കട്ടെ എന്ന് അവർ ചിന്തിക്കുന്നു. തന്മൂലം പുതിയ സാമ്പത്തിക-രാഷ്ട്രീയ സംഘർഷങ്ങൾ അമേരിക്കയെ കാത്തിരിക്കുന്നു.

മദ്ധ്യ-പൗരസ്ത്യമേഖലയിലെ യു.എസ്. നയങ്ങളുടെ സമ്പൂർണപരാജയത്തെക്കുറിച്ച് ജോൺ എടുത്തുപറഞ്ഞു. ഇറാഖിലെയും പലസ്തീനിലെയും സംഭവവികാസങ്ങൾ ഞങ്ങളുടെ സംഭാഷണങ്ങളിൽ കടന്നുവന്നു. കൂട്ടനശീകരണത്തിന്റെ ആയുധങ്ങൾ ഇല്ലാതാക്കാൻ എന്നുപറഞ്ഞാണ് അമേരിക്ക ഇറാഖിൽ ഇടപെട്ടത്. യു.എസ്. ഭരണകൂടം കാറ്റുവിതച്ച് കൊടുങ്കാറ്റുകൊയ്യുകയായിരുന്നു. ഇന്ന് ആഭ്യന്തരയുദ്ധത്തിൽ ഇറാഖ് ശ്വാസംമുട്ടുമ്പോൾ സൈനിക ഇടപെടലിനുവേണ്ടി അമേരിക്കയിലെ വലതുപക്ഷം മുറവിളികൂട്ടുകയാണ്. എന്നും യു.എസ്. നയങ്ങളെ നിയന്ത്രിച്ചിട്ടുള്ള 'Military industrial complex'കൾ (സൈനികവ്യാവസായിക സാകല്യം) ഇന്നും വിദേശനയകാര്യങ്ങളിൽ വഴിവിട്ട് ഇടപെടാൻ ശ്രമിക്കുകയാണ്. യുദ്ധവെറിപൂണ്ട ഈ സാഹസികന്മാർ ലോകത്തെവിടെയും സംഘർഷങ്ങൾ മൂർച്ഛിക്കുമ്പോൾ സന്തോഷിക്കുന്നവരാണ്. ആയുധക്കച്ചവടവും അതു നൽകുന്ന കൂറ്റൻ ലാഭവും മാത്രമാണ് അവരുടെ ലക്ഷ്യം. അമേരിക്കയുടെ മക്കളെ ഇനിയും യുദ്ധഭൂമിയിൽ ഹോമിക്കരുതെന്ന് ജനങ്ങൾ വിളിച്ചുപറയുന്നു. ഇറാഖും അഫ്ഗാനിസ്ഥാനും നൽകുന്ന പാഠങ്ങളിലേക്ക് അവർ വിരൽചൂണ്ടുന്നു. ഇതിന്റെ പശ്ചാത്തലത്തിൽ സമാധാനപ്രസ്ഥാനം അവിടെ സജീവമാകുകയാണ്. കമ്മ്യൂണിസ്റ്റുകാർ ശ്രദ്ധ കേന്ദ്രീകരിക്കുന്ന ഒരു പ്രധാന

മേഖലയാണത്. വർദ്ധിച്ചുവരുന്ന വിദ്യാഭ്യാസച്ചെലവുകളുടെ പ്രശ്നം ഉന്നയിച്ച് വിദ്യാർത്ഥികൾക്കിടയിൽ വളരുന്ന പ്രതിഷേധനിരകളിലും കമ്മ്യൂണിസ്റ്റുകാർ സജീവമാകാൻ ശ്രമിക്കുന്നുണ്ട്.

ലാഭത്തിനേക്കാൾ മുമ്പിൽ മനുഷ്യനു സ്ഥാനം വേണമെന്ന് എന്നും ശഠിച്ചവരാണ് അമേരിക്കയിലെ കമ്മ്യൂണിസ്റ്റുകാർ. ഇന്ന് ആഗോളതാപനത്തിന്റെ ഇക്കാലത്ത് അവർ തങ്ങളുടെ മുദ്രാവാക്യം കാലോചിതമായി പുതുക്കിയിരിക്കുന്നു. 'Put the people and nature before profits'(മനുഷ്യനെയും പ്രകൃതിയെയും ലാഭത്തിനു മുമ്പിൽ പരിഗണിക്കുക) എന്നാണ് അമേരിക്കയിലെ കമ്മ്യൂണിസ്റ്റ് പാർട്ടിയുടെ പുതിയ മുദ്രാവാക്യം. മുതലാളിത്തത്തിന്റെ ലാഭാർത്തി ഭൂമിയെ ചുട്ടുകൊല്ലുമ്പോൾ പ്രകൃതിക്കു വേണ്ടിയുള്ള സമരം കമ്മ്യൂണിസ്റ്റുകാരുടെ മുഖ്യകടമയായി മാറുന്നുവെന്ന് അവർ മനസ്സിലാക്കിക്കഴിഞ്ഞു. മുതലാളിത്ത നരിമടയിൽ നിന്ന് അതിനെതിരെ തൊണ്ണൂറ്റിയഞ്ചു കൊല്ലമായി പടപൊരുതുന്ന യു.എസ്. കമ്മ്യൂണിസ്റ്റ് പാർട്ടി എന്നും സമരബോധത്തിലും സൈദ്ധാന്തിക അന്വേഷണങ്ങളിലും മുൻനിരയിലായിരുന്നു. ഗസ്ഹാളും സാംവെബ്ബും അടക്കമുള്ള നേതാക്കൾ നയിച്ച ആ പാർട്ടിയുടെ അനുഭവസമ്പത്തിനെയും വിപ്ലവദൃഢതയെയും ലോകകമ്മ്യൂണിസ്റ്റ് പ്രസ്ഥാനം എക്കാലവും മാനിച്ചതും അതുകൊണ്ടുതന്നെ. മനുഷ്യനും പ്രകൃതിക്കും വേണ്ടിയുള്ള അതീവപ്രയാസകരമായ പടയോട്ടത്തിൽ സോഷ്യലിസമാണ് ബദൽ' (Socialism is the alternative) എന്ന് പ്രഖ്യാപിച്ചുകൊണ്ട് യു.എസ്. കമ്മ്യൂണിസ്റ്റ് പാർട്ടി മുന്നോട്ടുപോകുന്നു. ആ യാത്രയിൽ എല്ലാ കഠിനപഥങ്ങളെയും താണ്ടാനുള്ള വിപ്ലവകാരിയുടെ ചങ്കുറപ്പാണ് ഞാൻ ജോൺ ബ്രാക്ചലിൽ കണ്ടത്. താരതമ്യേന ചെറുപ്പക്കാരനായ ഈ പുതിയ ചെയർമാൻ അമേരിക്കയിലെ കമ്മ്യൂണിസ്റ്റ് പാർട്ടിയെ പുതിയ വളർച്ചയിലേക്ക് നയിക്കുമെന്ന് പ്രത്യാശിക്കാം. ∎

ജാസ്മിനോടു സംസാരിച്ചപ്പോൾ...

ഞാൻ ഇപ്പോൾ ജാസ്മിനുമായി സംസാരിച്ചതേയുള്ളൂ. അവളുടെ സ്വരത്തിൽ തുടിച്ചുനിന്ന ഉദ്ബുദ്ധതയാണ് എന്നെക്കൊണ്ട് ഈ വരികൾ എഴുതിപ്പിക്കുന്നത്.

ജാസ്മിൻ ആരാണെന്നോ?

രാഷ്ട്രപ്രതി എ.പി.ജെ. അബ്ദുൽ കലാമിനോട് രാജ്യം ശ്രദ്ധിച്ച ചോദ്യം ചോദിച്ച പെൺകുട്ടി. നാദാപുരത്തെ ഇളംതലമുറയുടെ ആ പ്രതിനിധി തൊടുത്തു വിട്ട ചോദ്യത്തിനു മുമ്പിൽ രാഷ്ട്രത്തിന്റെ പ്രഥമപൗരൻ ഒരു നിമിഷം സ്തംഭിച്ചു നിന്നുകാണും എന്നു തീർച്ചയാണ്. അവൾ ചോദിച്ചത് വൃക്ഷങ്ങളെപ്പറ്റിയാണ്. ദൈവദൂതരെപ്പോലെ വൃക്ഷങ്ങൾ നട്ടുപിടിപ്പിക്കണമെന്ന് വിദ്യാർത്ഥികളുമായുള്ള സംഭാഷണവേളയിൽ രാഷ്ട്രപതി അന്ന് പറയുകയുണ്ടായി. എന്നാൽ അദ്ദേഹത്തിന്റെ വരവിനുവേണ്ടി കാലിക്കറ്റ് യൂണിവേഴ്സിറ്റി ക്യാമ്പസ്സിൽ വൃക്ഷങ്ങൾ വെട്ടിനശിപ്പിച്ചതിനെക്കുറിച്ച് എന്തു പറയാനുണ്ടെന്നായിരുന്നു ജാസ്മിൻ ചോദിച്ചത്. മഹത്തുക്കളുടെ വാക്കിനെയും പ്രവൃത്തിയെയും ഇളംതലമുറ എത്ര നിശിതമായി നിരീക്ഷിക്കുന്നുവെന്ന് രാഷ്ട്രപതി അപ്പോൾ സ്വയം ചോദിച്ചുകാണണം. അദ്ദേഹം ജാസ്മിനോടും അവിടെക്കൂടിയ എല്ലാവരോടുമായി പറഞ്ഞു. “തീർച്ചയായും അതു തെറ്റാണ്. ഞാൻ അത് ആഗ്രഹിച്ചതല്ല. ചില്ലകൾ മുറിച്ചുമാറ്റേണ്ടതിനു പകരം വൃക്ഷങ്ങൾ വെട്ടി വീഴ്ത്തിയതിനെക്കുറിച്ച് അന്വേഷിക്കുകതന്നെ വേണം.”

ആയിരത്തിൽപരം മരങ്ങൾക്ക് രാഷ്ട്രപതിയുടെ സന്ദർശനത്തോടനുബന്ധിച്ച് മരണം വിധിക്കപ്പെട്ടതായാണ് അറിയുന്നത്. രാഷ്ട്രപതിയുടെ വരവിന്റെ മറവിൽ വെട്ടിവീഴ്ത്തിയ മരങ്ങൾ ചില കേമന്മാർ വിറ്റുകാശാക്കുകയും ചെയ്തുവത്രെ. ആ കൂട്ടമരഹത്യയുടെ കൂടുതൽ വിവരങ്ങൾ പുറത്തുവരും മുമ്പാണ്

രാഷ്ട്രപതിയെ കാണാൻ ജാസ്മിനും കൂട്ടുകാർക്കും അവസരം ഉണ്ടായത്. രാഷ്ട്രപതിയുടെ പ്രസംഗം കേട്ടിരിക്കവേ, മരം വെട്ടിയതിനെപ്പറ്റി ചോദിച്ചേ തീരൂവെന്ന് അവൾക്ക് തോന്നിയത്രെ. തിങ്ങിനിറഞ്ഞ സദസ്സിൽ നാട്ടുമ്പുറത്തെ സ്കൂളിൽനിന്നെത്തിയ ജാസ്മിനെപ്പോലുള്ളവരെ ആരു ശ്രദ്ധിക്കാനാണ്!

പാടുപെട്ടാണ് അവൾ മൈക്ക് കൈക്കലാക്കിയത്. പരിശീലനം നേടിയെടുത്തുന്ന പട്ടണങ്ങളിലെ കുട്ടികളുടെ അടുത്തേക്കേ സാധാരണഗതിയിൽ ഇത്തരം സന്ദർഭങ്ങളിൽ മൈക്കുപോലും എത്താറുള്ളൂ. മരങ്ങൾ വെട്ടിവീഴ്ത്തപ്പെട്ടതിലുള്ള ദുഃഖവും ആ സംഭവം രാഷ്ട്രപതിയെ അറിയിക്കണമെന്നുള്ള പ്രേരണയും കൂടി ചേർന്നപ്പോഴാണ് തന്റെ അടുത്തും മൈക്ക് എത്തണമെന്ന വാശി ജാസ്മിനുണ്ടായത്. ആ ധൈര്യം എങ്ങനെ വന്നുവെന്ന് തനിക്കറിയില്ലെന്നാണ് എന്നോടവൾ പറഞ്ഞത്.

നാദാപുരം ടി.ഐ.എം. ഗേൾസ് ഹയർ സെക്കണ്ടറി സ്കൂൾ പ്ലസ്ടുവിനാണ് ജാസ്മിൻ പഠിക്കുന്നത്. അവളുടെ ഉപ്പ മൂന്നു കൊല്ലം മുമ്പ് മരിച്ചുപോയി. ഉമ്മയും കൊച്ചനിയത്തിയുമാണ് ജാതിയേരി എന്ന ഉൾനാടൻ ഗ്രാമത്തിലെ വീട്ടിൽ അവളോടൊപ്പമുള്ളത്. അസാധാരണമായതൊന്നും ചെയ്യാൻ സാധിക്കാത്ത തികച്ചും സാധാരണമായ സാഹചര്യങ്ങളിൽനിന്നാണ് ജാസ്മിൻ വരുന്നത്. പക്ഷേ, അവളോടു സംസാരിച്ചപ്പോൾ എനിക്കു തോന്നി, നമ്മുടെ കുട്ടികൾ എത്ര നല്ലവരും വലിയവരുമാണെന്ന്!

വിദ്യാഭ്യാസത്തെപ്പറ്റിയും മനുഷ്യപ്രകൃതത്തെപ്പറ്റിയും ഞങ്ങൾ സംസാരിച്ചു. നന്നേ ചെറുപ്രായത്തിൽ ഉപ്പ നഷ്ടപ്പെട്ട ആ മകൾക്ക് ജീവിതത്തെപ്പറ്റി പ്രസാദാത്മകമായ ഒരു കാഴ്ചപ്പാടുണ്ട്. സംഭവിച്ച നഷ്ടത്തിന്റെ ആഴം അവൾക്കറിയാം. എന്നാൽ അതിനു മുമ്പിൽ തല കുനിക്കാതെ ജീവിതസമരത്തിൽ മുന്നോട്ടു നീങ്ങാനുള്ള നിശ്ചയദാർഢ്യമാണ് ജാസ്മിന്റെ വാക്കുകളിൽ ഞാൻ കേട്ടത്.

അവസരം കിട്ടുകയാണെങ്കിൽ രാഷ്ട്രപതിയോടു ചോദിക്കാനായി ജാസ്മിൻ ഒരു ചോദ്യം നേരത്തേ കരുതിവെച്ചിരുന്നു. ഗാന്ധിജിയുടെ സത്യനിഷ്ഠയോ നെഹ്രുവിന്റെ സൗന്ദര്യാത്മകതയോ ഏതാണ് എ.പി.ജെ. അബ്ദുൽകലാമിനെ കൂടുതൽ ആകർഷിക്കുന്നത്? ഈ ചോദ്യം അവളുടെ മനസ്സിലേക്ക് ആരെങ്കിലും പറിച്ചുനട്ടതല്ല. അബ്ദുൽകലാമിന്റെ രചനകൾ വായിച്ചപ്പോൾ അവളുടെ മനസ്സിലേക്ക് ഊറിയെത്തിയതാണ്. എന്നാൽ യാദൃച്ഛികമായി, മരങ്ങളെപ്പറ്റി രാഷ്ട്രപതി സംസാരിച്ചപ്പോൾ

ഗാന്ധിജിക്കും നെഹ്രുവിനുമായി കരുതിവെച്ചിടത്തേക്ക് വെട്ടി വീഴ്ത്തപ്പെട്ട മരങ്ങൾ കടന്നുവരുകയായിരുന്നു. അതു ചോദിക്കുമ്പോൾ ഒരു വലിയ പ്രശ്നം താൻ ഉന്നയിക്കുകയാണെന്നോ സമൂഹത്തിന്റെ ശ്രദ്ധയിലേക്ക് താൻ കടന്നുചെല്ലുകയാണെന്നോ അവൾ ചിന്തിച്ചില്ല. പിന്നീട് വാർത്തകളും അഭിനന്ദനങ്ങളും വന്നപ്പോഴാണ് തന്റെ ചോദ്യത്തിന്റെ വലിപ്പം ജാസ്മിൻതന്നെ മനസ്സിലാക്കുന്നത്.

ജാസ്മിനോട് സംസാരിച്ചിട്ടും സംസാരിച്ചിട്ടും എനിക്കു മതി വന്നില്ല. അവൾക്ക് എന്റെ ഇളയമകളുടെ പ്രായമാണ്. അതിലുപരി നാദാപുരത്തെ ഒരു വിദ്യാലയത്തിൽനിന്നാണ് രാഷ്ട്രപതിയുടെയും നാടിന്റെയും കണ്ണിലേക്ക് അവൾ നടന്നുകയറിയത്. ജനിച്ചു വളർന്ന നാടിന്റെ നൈർമ്മല്യവും ലാളിത്യവും അവളുടെ മുഖമുദ്രയാകുന്നു. പുതിയ തലമുറ സ്വായത്തമാക്കിയ നിശ്ചയദാർഢ്യത്തിന്റെ അടയാളമെന്നതു പോലെയാണ് അവളുടെ വാക്കുകൾ എനിക്കനുഭവപ്പെട്ടത്. ഞങ്ങളുടെ നാദാപുരത്തിന്റെ ഭാവി രൂപപ്പെടുത്താൻ പോകുന്നത് ഇതുപോലെയുള്ള ആയിരമായിരം ജാസ്മിൻമാർ ചേർന്നായിരിക്കും. അതുകൊണ്ട് എനിക്കു സംശയമേയില്ല; നാദാപുരത്തിന്റെ ഭാവി നന്മ നിറഞ്ഞതായിരിക്കും. ∎

സാറയ്ക്ക് ഒരു കാല് വേണം

സാറയ്ക്കൊരു കാലുവേണം.

ഒരിടത്തുനിന്ന് മറ്റൊരിടത്തേക്ക് നീങ്ങാൻ അവളെ സഹായിക്കുന്ന ഒരു കൃത്രിമക്കാൽ! 'അത് കിട്ടിയാൽ അവളുടെ സ്വന്തം കാര്യങ്ങളെങ്കിലും അവൾക്ക് നോക്കാമല്ലോ' എന്ന് പറയുമ്പോൾ സാറയുടെ ഉമ്മ കരഞ്ഞുപോയി. പക്ഷേ, സാറ അപ്പോഴും കരഞ്ഞില്ല. ഹൃദയത്തിൽ ദുഃഖത്തിന്റെ കടലിരമ്പുമ്പോഴും അവൾക്ക് കരയാതിരിക്കാൻ കഴിയുന്നു എന്ന് മാത്രമല്ല. കാണാനെത്തിയ വരോട് പാലിക്കേണ്ട മര്യാദ ഓർത്തുകൊണ്ടാകാം അവളുടെ മുഖത്ത് ഒരു നേർത്ത പുഞ്ചിരി തെളിഞ്ഞുവന്നു.

പാവപ്പെട്ട മനുഷ്യരങ്ങനെയാണ്. ഏത് കടുത്ത പരീക്ഷണങ്ങൾക്കുമുമ്പിലും പ്രത്യാശയുടെ നേരിയ ഇഴ കിട്ടിയാൽ മതി അവർക്ക് പുഞ്ചിരിക്കാൻ കഴിയും. ആധിവ്യാധികളുമായി സദാ ഉത്ക്കണ്ഠപ്പെട്ട് ഉഴലുന്ന ഇടത്തരക്കാരും സമ്പന്നതയുടെ പാരമ്യത്തിലും ചിരിക്കാൻ കഴിയാതാകുന്ന പണക്കാരും സാറമാരിൽ നിന്ന് ഒരുപാട് പഠിക്കാനുണ്ട്. ജീവിതത്തോട് മനുഷ്യനുള്ള അടക്കാനാവാത്ത സ്നേഹംകൊണ്ട് മാത്രമാണ് അവരിൽ പലരും ജീവിക്കുന്നത്. ജീവിതം ആസ്വാദ്യകരമായതുകൊണ്ടല്ല പട്ടിണിക്കാരായ ആ പാവങ്ങൾ തങ്ങളുടെ ജീവിതത്തെ സ്നേഹിക്കുന്നതെന്ന് തീർച്ച.

ജീവിതം ജീവിച്ചുതീർക്കേണ്ടതാണെന്നും എറിഞ്ഞുടയ്ക്കാനുള്ളതല്ലെന്നും അവർ കരുതുന്നു. ആടയാഭരണങ്ങളും അലങ്കാരങ്ങളുമില്ലാത്ത പരുക്കൻ യാഥാർത്ഥ്യമാണ് അവർക്ക് ജീവിതം. അതുകൊണ്ട് സ്വപ്നങ്ങളെയും സ്വപ്നഭംഗങ്ങളെയും കുറിച്ച് അവർ വേവലാതിപ്പെടുന്നില്ല. അല്ലെങ്കിൽതന്നെ അവർക്കതിന് നേരമെവിടെയാണ്? അന്നന്നുള്ള അഷ്ടിക്ക് വകയില്ലാത്തവരുടെ ഏറ്റവും വലിയ സ്വപ്നവും അതുതന്നെയായിരിക്കുമല്ലോ.

സാറയുടെ ദുഃഖം ഘനീഭവിച്ച പുഞ്ചിരിയുടെയും അവളുടെ ഉമ്മയുടെ കണ്ണുനീരിൻ്റെയും നടുവിലായിരുന്നു ഞാൻ. അത്തരം ഘട്ടങ്ങളിൽ മനഃസ്തോഭത്തിനടിപ്പെട്ടുപോകരുതെന്ന് പലരും എന്നെ ഉപദേശിക്കുന്നു. അത് കഴിയാത്തതിൻ്റെ പേരിൽ അടുപ്പമുള്ള ചിലരെങ്കിലും എന്നെ വിമർശിക്കുന്നു. ആശ്വാസ വാക്കുകൾ പറയാനാണ് ഞാൻ ആശുപത്രിക്കിടക്കയിൽ സാറയുടെ അരികിലേക്ക് ചെന്നത്. കുറച്ച് നിമിഷങ്ങളിലേക്കെങ്കിലും ഒന്നും പറയാൻ എനിക്കായില്ല. എൻ്റെ ഭാര്യ ഷൈലയാണ് മുറിച്ചുമാറ്റിയ കാൽമുട്ടിനു മുകളിലേക്ക് വേദനയുണ്ടോ എന്നു ചോദിച്ചുകൊണ്ട് വർത്തമാനം തുടങ്ങിയത്. കാലിൻ്റെ വേദനയ്ക്ക് നല്ല കുറവുണ്ടെന്ന് അവൾ പറഞ്ഞു. എന്നാൽ, ഒരിക്കലും മാറാത്ത ഒരു വേദന അവളുടെ മനസ്സിലിരുന്ന് വിങ്ങുന്നുണ്ടായിരുന്നു. ഇടിമിന്നലേറ്റ് മരണപ്പെട്ട അവളുടെ കുഞ്ഞിനെക്കുറിച്ചുള്ള വേദന!

ആ സംഭവത്തെപ്പറ്റി ചോദിക്കാൻ സ്വാഭാവികമായും ഞങ്ങൾ ഇഷ്ടപ്പെട്ടതല്ല. ഇടിമിന്നൽ ഉണ്ടായതിൻ്റെ പിറ്റേദിവസം ആ കൊച്ചുവീട്ടിൽ ചെന്നപ്പോൾ കണ്ട കാഴ്ചകൾ ഞാൻ ഷൈലയോട് പറഞ്ഞിരുന്നു. കൂരിരുട്ടിൽ വെളിച്ചം കാണിക്കുമെന്ന് കവി പാടിയ ഇടിമിന്നൽ കുറ്റ്യാടി, കായക്കൊടി, ചെക്യാട്, നാദാപുരം പ്രദേശങ്ങളിൽ തുടർച്ചയായി ഭീതി വിതയ്ക്കുകയാണ്. കഴിഞ്ഞ കൊല്ലം വേളത്തെ എൽ.പി. സ്കൂളിൽ ഒരധ്യാപികയും നാല് പിഞ്ചുവിദ്യാർത്ഥികളും മിന്നലേറ്റ് മരിച്ചതാണ്. ഇക്കൊല്ലം ഏപ്രിൽമാസം പാതിരിപ്പറ്റയിലും ചെക്യാട്ടും കായക്കൊടിയിലെ സാറയുടെ വീട്ടിലും മരണത്തിൻ്റെ ദൂതനായി മിന്നലെത്തി.

നാദാപുരം-കുറ്റ്യാടി മേഖല 'ലൈറ്റ്നിംഗ് പ്രോൺ ഏരിയ' ആയി മാറുകയാണോ? ഇത്തരം പ്രകൃതിപ്രതിഭാസങ്ങളെക്കുറിച്ച് പഠിക്കാൻ സർക്കാരിന് കീഴിൽ ഏജൻസികളുണ്ട്. അവ രാരും ഇതുവരെയും ഈ പ്രദേശങ്ങളിലേക്ക് തിരിഞ്ഞുനോക്കിയിട്ടില്ല. ആ വീടുകളിലേക്ക് ഭിത്തി തുളച്ച് മിന്നൽപിണരുകൾ ചെന്ന വഴി ആരെയും അദ്ഭുതപ്പെടുത്തും. ആരോ പറഞ്ഞു. എല്ലാം ഈശ്വര നിശ്ചയമാണെന്ന്! ഈശ്വരൻ ഇത്ര ക്രൂരനാണെന്ന് വിശ്വസിക്കാൻ എനിക്ക് കഴിയുന്നില്ല.

സാറയ്ക്ക് നഷ്ടപ്പെട്ടത് അവളുടെ കാൽ മാത്രമല്ല, നൊന്തു പെറ്റ പൊന്നുമക്കളിലൊരാളെയും കൂടിയാണ്. മിന്നൽ വിളയാടിയ ആ രാത്രിയിലും പറക്കമുറ്റാത്ത രണ്ട് കുഞ്ഞുങ്ങളെയും

അരികിൽ ചേർത്ത് അവൾ ഉറങ്ങാൻ കിടന്നതാണ്. 35 വയസ്സിനടിയിൽ ജീവിതത്തിന്റെ കയ്പുനീർ ഏറെ കുടിക്കേണ്ടിവന്ന സാറയുടെ ഭർത്താവ് ജീവിച്ചിരിപ്പുണ്ടെങ്കിലും അവളുടെ വീട്ടിൽ ഒരാൺതുണയില്ല. സന്ധ്യയ്ക്ക് ഇടിയും മിന്നലുമുണ്ടായപ്പോൾ അടുത്തുകൂടെ പാഞ്ഞുപോയ മിന്നൽപിണരിൽ അവൾ കുറേനേരം തരിച്ചുനിന്നുപോയി. ആ ഭയപ്പാട് മാറ്റാൻവേണ്ടി കൂടിയാണ് തൊട്ടടുത്ത നാണുവേട്ടന്റെ വീട്ടിൽ പറക്കമുറ്റാത്ത കുഞ്ഞുങ്ങളുമായി സാറ കുറേസമയം ചെലവഴിച്ചത്.

നാദാപുരത്ത് വർഗീയത രൂക്ഷമാണെന്നും ഹിന്ദുക്കളും മുസ്ലീങ്ങളും ശത്രുക്കളെപ്പോലെയാണ് കഴിയുന്നതെന്നും പുറം ലോകത്ത് പലരും വിശ്വസിക്കുന്നു. വർഗീയ ഭ്രാന്തിനടിപ്പെട്ട ഒരു ചെറിയ ശതമാനം ആളുകൾ നാദാപുരത്തെ ഹിന്ദുക്കളിലും മുസ്ലീങ്ങളിലും ഉണ്ടെന്നുള്ളത് ശരിയാണ്. അവസരങ്ങൾ കിട്ടിയാൽ സംഘർഷങ്ങൾ കുത്തിപ്പൊക്കി മുതലെടുപ്പ് നടത്താൻ അവർക്ക് സാമർത്ഥ്യമേറുമെന്നതും തെളിയിക്കപ്പെട്ടതാണ്. എന്നാൽ, നാദാപുരത്തെ ഹിന്ദുക്കളിലെയും മുസ്ലീങ്ങളിലെയും മഹാഭൂരിപക്ഷം പേരും ശാന്തിയും സമാധാനവും കൊതിക്കുന്നവരാണ്. പൈതൃകമായി കിട്ടിയ ഗ്രാമജീവിതത്തിന്റെ പരിശുദ്ധിയും കൂട്ടായ്മയും അവർ പ്രിയങ്കരമായി കാത്തുസൂക്ഷിക്കുന്നു.

ഇടിയും മിന്നലും അടങ്ങിയപ്പോഴാണ് മക്കളേയും കൂട്ടി സാറ വീട്ടിലേക്ക് പോയത്. രണ്ട് മക്കളേയും ഇരുവശത്തും കിടത്തി ഉറങ്ങാൻ കിടന്നപ്പോൾ അവർ മൂവരും ഒന്നിച്ചുള്ള അവസാനത്തെ ഉറക്കമാണതെന്ന് ആ അമ്മ കരുതിയില്ല. എവിടെയോ ഒളിച്ചിരുന്നതുപോലെയാണ് ഇടിമിന്നൽ ആ കൊച്ചുവീട്ടിലേക്ക് പാഞ്ഞുകയറിയത്. സമീപത്തുള്ള പാറയിൽ തട്ടി വീടിന്റെ ഓരത്തുകൂടി സഞ്ചരിച്ച് ഭിത്തി തുളച്ച് അത് അകത്തേക്ക് കയറുകയായിരുന്നു. ആ ഇടിമിന്നലാണ് സാറയുടെ കൊച്ചുമകളെ അവളിൽനിന്ന് മരണത്തിലേക്ക് കൂട്ടിക്കൊണ്ടുപോയത്. സാറയുടെ ഒരു കാലുകൂടി ഇടിമിന്നലിന് വേണമായിരുന്നു.

പോരാൻ നേരമാവുമ്പോൾ സാറ ഞങ്ങളോട് കുടുംബകാര്യങ്ങൾ ഏറെ പറഞ്ഞുകഴിഞ്ഞിരുന്നു. ഇനിയുള്ള മകളെ സ്കൂളിൽ ചേർക്കണം, പഠിപ്പിക്കണം എങ്ങനെയെങ്കിലും മാനമായിട്ട് ജീവിക്കണം. അപ്പോഴത്തെ അവളുടെ മുഖം പരാജയം സമ്മതിക്കുന്ന ഒരാളിന്റേതായിരുന്നില്ല.

"ഒന്നിനെ പടച്ചോൻ കൊണ്ടുപോയില്ലേ. ഇനിയുള്ളതിനെ എനിക്ക് നേരാംവണ്ണം നോക്കിവളർത്തണം." അടുത്തുനിന്ന

സാറയുടെ ഉമ്മ കരച്ചിലോളമെത്തിയ സ്വരത്തിൽ ചോദിച്ചു. "നിങ്ങളിവൾക്ക് ഒരു കാലുകൂടി ഉണ്ടാക്കിക്കൊടുക്കുമോ? ആ ആ ഉമ്മയുടെ തോളിൽ കൈവെച്ചുകൊണ്ട് ഞാൻ പറഞ്ഞു: "സാറയ്ക്ക് നടക്കാൻ ഒരു കാലുണ്ടാവും. ഉമ്മ ഉറപ്പിച്ചുകൊള്ളുക."

തിരിച്ചുപോരാൻ ആശുപത്രി പടികളിറങ്ങുമ്പോൾ ഷൈല എന്നെ ചോദ്യം ചെയ്തു. " ആ പാവത്തിന് കാല് കിട്ടുമോ? ഇല്ലെങ്കിൽ എന്തിനാണവൾക്ക് ആശ കൊടുത്തത്?" ഭാര്യയോട് ഞാൻ പറഞ്ഞതിങ്ങനെയാണ്: "ഭൂമിയിൽ മനുഷ്യത്വം ബാക്കി യുണ്ടെങ്കിൽ സാറയ്ക്ക് കാലുണ്ടാവും." ∎

ഭാഗം രണ്ട്
രാഷ്ട്രീയ വിചാരങ്ങൾ

നമ്മുടെ തലച്ചോറുകൾ കീഴ്പ്പെട്ടുപോവരുത്

ലോകം വെട്ടിപ്പിടിക്കാൻ നവസാമ്രാജ്യത്വശക്തികൾ നിതാന്ത പരിശ്രമത്തിലേർപ്പെട്ടിരിക്കുകയാണ്. ആഗോളവൽക്കരണകാല ഘട്ടം അതിന്റെ ആപത്സൂചനകളാണ് മാനവരാശിയോട് വിളിച്ചു പറയുന്നത്. സാമ്രാജ്യത്വത്തിന് ഇതുവരെ കീഴ്പ്പെടുത്തിയതു കൊണ്ടൊന്നും മതിയാവുന്നില്ല. രാജ്യങ്ങളെയും ജനതകളെയും കടലുകളെയും ആകാശങ്ങളെയും അവർക്ക് വരുതിയിൽ കൊണ്ടുവരണം. ലാഭം, പരമാവധി ലാഭം. അതിനുവേണ്ടിയുള്ള പരക്കംപാച്ചിലിലാണ് സാമ്രാജ്യത്വശക്തികൾ ഏർപ്പെട്ടിരിക്കുന്നത്.

കമ്പോളവൽക്കരണത്തിന്റെ പുതിയ നീതിശാസ്ത്രങ്ങളിലൂടെ അവർ പുതിയ മൂല്യബോധങ്ങളെ അവരോധിക്കാൻ ശ്രമിക്കുന്നു. അതിന്റെ തള്ളിക്കയറ്റത്തിനു മുന്നിൽ മനുഷ്യനും മാനവികമൂല്യങ്ങളുമെല്ലാം ഞെരിഞ്ഞമരുന്നു. സാമ്രാജ്യത്വശക്തികളുടെ പടയോട്ടങ്ങളും മനുഷ്യരുടെ നിലവിളികളും നാം ഇന്ന് കാണുകയും കേൾക്കുകയും ചെയ്യുന്നു. ഇറാഖും അഫ്ഗാനും പാലസ്തീനും ലാറ്റിനമേരിക്കയും ആഫ്രിക്കയും ഏഷ്യയുമെല്ലാം സാമ്രാജ്യവാദ നീരാളിക്കൈകളിൽ അമർന്നുവീഴാതിരിക്കാനുള്ള തത്രപ്പാടിലാണിപ്പോൾ.

ഇന്ന് സാംസ്കാരിക സാമ്രാജ്യത്വം അതിന്റെ പുതിയ മുഖത്തെ വിളംബരം ചെയ്യുകയാണ്. എല്ലാ ദൈവങ്ങളേക്കാൾ വലിയ ദൈവം പണമാണെന്ന കമ്പോള തത്ത്വശാസ്ത്രത്തിന്റെ അടിത്തറമേലാണ് സാംസ്കാരിക സാമ്രാജ്യത്വം അതിന്റെ നയോപായങ്ങൾ രൂപപ്പെടുത്തിയിരിക്കുന്നത്. പുതിയ കലയും സാഹിത്യവും എല്ലാം ലാഭത്തിന്റെയും പണത്തിന്റെയും ചൊല്ലും വിളിയും കേട്ടുകൊണ്ടാവണമെന്ന് സാമ്രാജ്യത്വം നിർബന്ധം പിടിക്കുന്നു. മനുഷ്യന്റെ വേദനയും വിശപ്പും ധർമ്മസങ്കടങ്ങളും

പരിഗണനാവിഷയങ്ങളായിക്കൂടെന്ന് അവർ സാംസ്കാരിക മേഖലയോട് കല്പിക്കുന്നു. മതങ്ങളുടെയും പ്രത്യയശാസ്ത്രങ്ങളുടെയും ദർശനങ്ങൾ സാംസ്കാരിക സാമ്രാജ്യത്തിന് ചതുർത്ഥിയാണ്. ഈ വെല്ലുവിളിയാണ് പുതിയ കാലഘട്ടം നേരിടുന്ന ഏറ്റവും കടുത്ത ആശയപരമായ വെല്ലുവിളി. സാംസ്കാരിക സാമ്രാജ്യത്വത്തെയും അതിനു ജന്മം കൊടുക്കുന്ന ഏകധ്രുവലോകവാദത്തെയും അതിന്റെ നടുനായകത്വം വഹിക്കുന്ന അമേരിക്കൻ സാമ്രാജ്യത്വത്തെയും ലോകജനതയുടെ ഒന്നാം നമ്പർ ശത്രുവായേ കാണാൻ കഴിയൂ. ഈ കറുത്ത കോയ്മയ്ക്കെതിരെ ഏറ്റവും വിശാലമായ ഐക്യനിര ഊട്ടിയുറപ്പിക്കുകയെന്നത് ഇന്നത്തെ അടിയന്തിരാവശ്യമാണെന്ന് ഇടതുപക്ഷം വിശ്വസിക്കുന്നു.

1848ൽ മാർക്സും ഏംഗൽസും ചേർന്ന് കമ്യൂണിസ്റ്റ് മാനിഫെസ്റ്റോയിൽ എഴുതി: "ബൂർഷ്വാസിക്ക് എല്ലാത്തിനെയും അതിന്റെ കൂലിവേലക്കാരാക്കണം. ഭിഷഗ്വരനെ, ശാസ്ത്രജ്ഞനെ, ന്യായാധിപനെ, അഭിഭാഷകനെ, പുരോഹിതനെ എല്ലാത്തിനെയും.' പുതിയ കാലഘട്ടത്തിലെ ബൂർഷ്വാസിക്ക് അതുകൊണ്ടും മതിയാവുന്നില്ല. ഐ.എം.എഫിനെയും ലോകബാങ്കിനെയും ഡബ്ല്യു.ടി.ഒയെയും തങ്ങളുടെ കൂലിവേലക്കാരാക്കി മാറ്റിക്കഴിഞ്ഞു. എന്നിട്ടും മതിവരാഞ്ഞ് യു.എൻ.ഒയെയും തങ്ങളുടെ ചൊൽപ്പടിയിലാക്കാനാണ് പരിശ്രമം. അതും ഏതാണ്ടൊക്കെ വിജയിച്ചുവെന്ന് പറയാം.

കമ്മ്യൂണിസ്റ്റ് മാനിഫെസ്റ്റോയിൽ എഴുതി: "അനുസ്യൂതം വികസ്വരമാകുന്ന കമ്പോളത്തിന്റെ ആവശ്യകത ബൂർഷ്വാസിയെ ഭൂമണ്ഡലത്തിലെങ്ങും പരക്കം പായിക്കുന്നു. എല്ലായിടത്തുമതിന് കൂടുകൂട്ടണം, ബന്ധങ്ങൾ സ്ഥാപിക്കണം, താവളങ്ങൾ തീർക്കണം." ആഗോളവൽക്കരണകാലത്തും ചൂഷകവർഗത്തിലെ ഏറ്റവും പിന്തിരിപ്പന്മാർ അതുതന്നെയാണ് ചെയ്യുന്നത്. അതിനായി ജനതകളെ ഭിന്നിപ്പിക്കുകയും സ്വന്തം വരുതിയിൽ നിർത്തുകയുമാണ് അവർക്കുവേണ്ടത്. യുദ്ധത്തിന്റെയും വെട്ടിപ്പിടിക്കലിന്റെയും തന്ത്രങ്ങളോടൊപ്പം തലച്ചോറുകളെയും മനസ്സുകളെയും കീഴ്പ്പെടുത്താനുള്ള തന്ത്രങ്ങളും അവർ അതിനായി മെനഞ്ഞിട്ടുണ്ട്. അവരുയർത്തുന്ന വെല്ലുവിളിയുടെ വ്യാപ്തി നിസ്സാരമല്ലെന്ന് നാം തിരിച്ചറിയേണ്ടതുണ്ട്.

അതിനാൽ മനുഷ്യനോടും മാനവികമൂല്യങ്ങളോടും കൂറുള്ളവരെല്ലാം, അധർമ്മത്തിന് മുമ്പിൽ ധർമ്മം തലകുനിക്കരുതെന്ന്

വിശ്വസിക്കുന്നവരെല്ലാം ഈ ഭൂമിയിൽ മനുഷ്യൻ കെട്ടിപ്പടുത്ത സാംസ്കാരിക ഈടുവയ്പുകളെ മാനിക്കുന്നവരെല്ലാം ഒന്നിച്ച് കൈകൾ കോർക്കുന്ന സാമ്രാജ്യത്വവിരുദ്ധ സമരസഖ്യമാണ് ഇന്നിന്റെ ആവശ്യം. മനുഷ്യജീവിതത്തിന്റെ എണ്ണിയാലൊടുങ്ങാത്ത പ്രശ്നങ്ങൾക്ക് പരിഹാരം ചൂണ്ടിക്കാണിക്കുന്ന സാമ്പത്തിക-രാഷ്ട്രീയ-സാംസ്കാരിക അജണ്ട ഈ സമരസഖ്യത്തിന് രൂപപ്പെടുത്താനാവും. ഭാവിയെ ഇരുട്ടിലാക്കാനുള്ള സാമ്രാജ്യത്വ നീക്കത്തെ ചെറുത്തുതോല്പിക്കാനും നാളെകളെ വെളിച്ചം കൊണ്ട് നിറയ്ക്കുവാനുമുള്ള ഈ മഹായത്നത്തിൽ തങ്ങളുടെ സ്വന്തം പങ്ക് നിറവേറ്റാൻ ഇടതുപക്ഷം എപ്പോഴും തയ്യാറായിരിക്കും. ∎

വികസനവും പ്രകൃതിയും

എന്റെ ഉറച്ച വിശ്വാസം കമ്മ്യൂണിസ്റ്റുകാർക്ക് മാത്രമല്ല, ഈ സമൂഹത്തിന്റെ നാളെയെപ്പറ്റി ചിന്തിക്കുന്ന എല്ലാവർക്കും പരിസ്ഥിതി വിഷയത്തിൽ ഒരു നിലപാട് വേണമെന്നാണ്. ആ നിലപാട് പ്രഖ്യാപിക്കാൻ വൈകുന്തോറും ഈ ഭൂമിയിലെ ജീവിതം കൂടുതൽ ഇരുണ്ടതും വരണ്ടതുമായി മാറുമെന്ന് ലോകം നമ്മളെ അറിയിക്കുന്നു. കണക്കുകൾ നിരത്തേണ്ട കാര്യമില്ല. വെള്ളം തന്നെയാണ് ഏറ്റവും മൗലികപ്രശ്നം. വികസനം വേണ്ട എന്നാരാണ് പറഞ്ഞത്? തീർച്ചയായിട്ടും വികസനം വേണം. എല്ലാ ജീവജാലങ്ങളുടെയും അവകാശമാണ് വെള്ളം. ആർക്കും അത് നിഷേധിക്കാൻ പറ്റില്ല.

വികസനത്തിന്റെ കേന്ദ്രപ്രശ്നം എന്താണ്? ആ ചോദ്യത്തിന് ഒരു ഉത്തരം ആവശ്യമാണ്. വികസനത്തിന്റെ കേന്ദ്രപ്രശ്നം വെള്ളമാണ്. വെള്ളമില്ലെങ്കിൽ പിന്നെയുണ്ടാകുന്ന എല്ലാ വികസനവും പച്ചക്കള്ളമാണ്. ലോകത്തെവിടെയുമുള്ള സ്ഥിതിയാണിത്. വെള്ളം കൊടുക്കാത്ത വികസനത്തെപ്പറ്റിയാണ് മൂലധനം ലോകത്തെല്ലായിടത്തും പറയുന്നത്.

മൂലധനം ചൂണ്ടിക്കാണിക്കുന്ന വികസനത്തിന് താൽക്കാലികമായ അദ്ഭുതങ്ങൾ കാണിക്കാൻ കഴിഞ്ഞേക്കാം. മൂലധന കേന്ദ്രീകൃതമായ, ലാഭകേന്ദ്രീകൃതമായ ആ വികസനം മാനവരാശിക്കു നൽകാൻ പോകുന്നത് തീർച്ചയായും യഥാർത്ഥ വികസനമല്ല. ഇതാണ് ലോകം നമ്മളെ പഠിപ്പിച്ച പാഠം. അതുകൊണ്ട് യഥാർത്ഥ വികസനത്തിന്റെ അടിയിൽ വെള്ളത്തിന്റെയും ഭക്ഷണത്തിന്റെയും പ്രശ്നങ്ങളുണ്ട്.

അടുത്തകാലത്തായി യു.എൻ. ഒരു വാക്കു പറയുന്നുണ്ട്: അത് 'ഫുഡ് റെഫ്യൂജീസ്' എന്ന വാക്കാണ്. ഭക്ഷ്യഅഭയാർത്ഥികളെന്നാണ്

അതിന്റെ മലയാളം. കൊടുംവരൾച്ചയിൽ എല്ലാ ഭക്ഷ്യഉല്പാദനസ്ഥലങ്ങളും വറ്റിവരളുമ്പോൾ ആഹാരംതേടി ജനങ്ങൾ ലക്ഷക്കണക്കിനും കോടിക്കണക്കിനും സ്വന്തം രാജ്യാതിർത്തികൾ താണ്ടി എങ്ങോട്ടെങ്കിലും പലായനം ചെയ്യുന്ന അവസ്ഥയെപറ്റിയാണ് ആ വാക്ക് ദ്യോതിപ്പിക്കുന്നത്. ആഹാരത്തിനുവേണ്ടി ഉണ്ടാകാൻ പോകുന്ന കലാപത്തെപ്പറ്റിയുള്ള മുന്നറിയിപ്പുകളുണ്ട്. 'ഫുഡ് റിവോൾട്ട്!'. ആഹാരത്തിനുവേണ്ടി ജനങ്ങൾ കലാപത്തിന് നിർബന്ധിതരാകുന്നു. അതിന്റെ പുറകിലും വെള്ളത്തിന്റെയും വികസനത്തിന്റെയും പ്രശ്നങ്ങൾ തന്നെയാണുള്ളത്.

ആഗോളതാപനം ആരെയെങ്കിലും ഭയപ്പെടുത്താൻവേണ്ടി ആരെങ്കിലും പറഞ്ഞ കെട്ടുകഥയല്ല. ആഗോളതാപനം നമ്മെ എല്ലാവരെയും തുറിച്ചുനോക്കുന്ന മൂർച്ചയേറിയ വെല്ലുവിളിയാണ്. അതു മനസ്സിലാക്കാൻ എല്ലാവർക്കും സാധിക്കണം. അത് ഏറ്റവും ആദ്യം കഴിയേണ്ടത് കമ്മ്യൂണിസ്റ്റുകാർക്കാണ്. ഇടതുപക്ഷം എല്ലാ രാഷ്ട്രീയവുംപോലെ വെറും ഒരു പക്ഷമല്ല എന്നാണ് എന്റെ വിശ്വാസം. കമ്മ്യൂണിസ്റ്റുകാർക്ക് ആശയപരമായിതന്നെ, വർഗ്ഗപരമായിത്തന്നെ ഈ സത്യം തിരിച്ചറിയാനുള്ള ആദ്യത്തെ ബാദ്ധ്യത ഉണ്ട്. മൂലധനത്തിൽ ഭൂമിയെപ്പറ്റി മാർക്സ് പറയുകയാണ്: "ഒരാൾ വേറെ ഒരാളിന്റെ സ്വകാര്യസമ്പാദ്യമാണെന്ന് പറയുംപോലെ അബദ്ധജടിലമാണ് ഈ ഭൂമി ആരുടെയെങ്കിലും സ്വകാര്യ സ്വത്താണെന്നു പറയുന്നത്. അദ്ദേഹം പറയുന്നു ഭൂമി ഒരാളിന്റേതല്ല, ഒരുകൂട്ടം ആളുകളുടേതല്ല, ഇവിടെയുള്ള എല്ലാ സാമൂഹിക സംവിധാനങ്ങളും ചേർത്തുവച്ചാലും അതിന്റെയും സ്വകാര്യസ്വത്തല്ല. ഭൂമി ഇനിയും ജനിക്കാനിരിക്കുന്ന എല്ലാവർക്കും വേണ്ടിയുള്ള ഒരു പൊതു സ്വത്താണ്. ആ പൊതുസ്വത്ത് യാഥാർത്ഥ്യബോധമുള്ള ഒരു കാരണവർ പിൻതലമുറകൾക്കുവേണ്ടി സൂക്ഷിച്ചുവയ്ക്കാൻ ശ്രമിക്കുന്നതുപോലെ നാം കാത്തുരക്ഷിക്കണ"മെന്നാണ് മാർക്സ് എഴുതിയിരിക്കുന്നത്. ഇതാണ് പരിസ്ഥിതിയെ സംബന്ധിച്ച, അതിന്റെ രാഷ്ട്രീയത്തെ സംബന്ധിച്ച മാർക്സിസ്റ്റ് നിലപാട് എന്നാണ് എന്റെ ബോധ്യം. എന്നാൽ, മാർക്സിസത്തിന്റെ മാത്രം വിഷയമായിട്ടോ മാർക്സിസ്റ്റുകൾ മാത്രമായി ചെയ്യേണ്ട കാര്യമായിട്ടോ ഞാനതിനെ കാണുന്നില്ല.

ഫ്രാൻസിസ് മാർപാപ്പ ആവർത്തിച്ചാവർത്തിച്ചു പറയുന്നു, നമ്മുടെ പൊതുഭവനത്തെപ്പറ്റി: 'ഔവർ കോമൺ ഹോം' എന്ന ദ്ദേഹം വിളിക്കുകയാണ് ഭൂമിയെ. അതു നേരിടുന്ന ആപത്തിനെ പ്പറ്റിയാണ് മാർപാപ്പ വ്യാകുലപ്പെടുന്നത്. മാർക്സ് എഴുതിയതിന്റെ അനുബന്ധമായിട്ടല്ല, അതുമായി സാദൃശ്യമുള്ള കാഴ്ചപ്പാട് എന്ന വണ്ണം മാർപാപ്പ പറഞ്ഞു: "ലാഭം മാത്രമാണ് എല്ലാ മനുഷ്യ പ്രവൃത്തികളുടെയും അടിസ്ഥാന ചോദന എന്നുവന്നാൽ സഭയും വിശ്വാസവും പറയുന്ന സകലമാന മൂല്യങ്ങൾക്കും മുറി വേൽക്കും." ഒരു മാർക്സിസ്റ്റിന്റെ ഭാഷയിൽ അദ്ദേഹം പറഞ്ഞു. "മൂലധനം ദുർബലമായ എല്ലാത്തിനെയും ചവിട്ടിമെതിക്കു മെന്ന്." മാർപാപ്പയുടെ വാചകമാണിത്. മൂലധനം ചെറുപ്പക്കാ രോടു വിശ്വാസവഞ്ചന കാണിക്കുന്നു, മൂലധനം വൃദ്ധന്മാരോട് ഒരിക്കലും നീതികാണിക്കുന്നില്ല. മൂലധനം സ്ത്രീകളോടു ചെയ്യു ന്നത് നിരന്തരമായ വഞ്ചനയാണ്. മൂലധനം പ്രകൃതിയെ ക്രൂര മായി കീറിമുറിക്കുന്നു.

ഈ വാക്കുകൾക്ക് മാർക്സ് പറഞ്ഞ നിലപാടുകളുമായുള്ള സാദൃശ്യം എന്നെ അദ്ഭുതപ്പെടുത്തുന്നു. പുതിയ ലോകത്തിന്റെ ചിന്ത ഇതാണ്. ഇവിടെ മാർക്സിനും മാർപാപ്പയ്ക്കും തമ്മിൽ ഈ വിഷയത്തിൽ ഒരു പൊതുഭാഷ സാധ്യമാകുന്നുണ്ടെന്നു ഞാൻ വിശ്വസിക്കുന്നു. മഹാത്മാഗാന്ധി ഇന്ത്യയെ പഠിപ്പിച്ച പാഠവുമിതുതന്നെയാണ്. മഹാത്മാഗാന്ധിയുടെ പാഠങ്ങളും ഈ വഴിക്കാണ് നമ്മളെ ചിന്തിപ്പിക്കുന്നത്. "മനുഷ്യന്റെ ആവശ്യങ്ങൾ നിറവേറ്റാനുള്ളതെല്ലാം ഭൂമിയിലുണ്ട്. എന്നാലവന്റെ ആർത്തി ശമിപ്പിക്കാനുള്ളത് ഭൂമിയിലില്ല" എന്നാണ് ഗാന്ധിജി പറഞ്ഞത്. ഈ പാഠങ്ങളെല്ലാമുള്ളപ്പോഴും നിരന്തരമായി നാം സത്യത്തിന്റെ മുൻപിൽ കടമകൾ മറക്കുന്നു. അപ്പോഴാണ് യഥാർത്ഥ വികസന ത്തിന്റെ ശരിയായ വഴി കണ്ടുപിടിക്കാൻ നമുക്ക് കഴിയാതെ പോകുന്നത്. ശരിയായ വികസനപാത കണ്ടെത്തുമ്പോൾ നാം വെള്ളത്തിന്റെ പ്രാധാന്യം തിരിച്ചറിയുന്നു. പക്ഷേ ഒരുപാട് കാത്തിരിക്കാൻ നേരമില്ല. കാത്തിരുന്നാൽ നാം ഏറെ വൈകി പ്പോയി എന്ന് നമുക്കെല്ലാം പരിതപിക്കേണ്ടിവരും.

എനിക്കു വിശ്വാസമാണ് പുത്തൻ തലമുറയെ. ഭരണം കൈയാളിയ ദിനങ്ങളിൽ ലക്ഷക്കണക്കിനു മരങ്ങൾ വച്ചുപിടി പ്പിക്കുക മാത്രമല്ല ഞങ്ങൾ ചെയ്തത്. മരം വച്ചുപിടിപ്പിക്കു മ്പോൾ ആ കൊച്ചുവിദ്യാർത്ഥികളോട് ഞങ്ങൾ പറയാൻ ശ്രമിച്ചത്

'ആഗോളതാപനം' എന്ന ഒന്നുണ്ട്, അതിന് മരമാണ് മറുപടി എന്നാണ്. മുതിർന്നവരേക്കാളും തീവ്രമായ ആത്മാർത്ഥതയോടു കൂടി നമ്മുടെ പുത്തൻ തലമുറ അതേറ്റുവാങ്ങിയെന്നാണ് എന്റെ അനുഭവം. ഒരു കോടി എൺപത്തിയേഴ് ലക്ഷം തൈകൾ വച്ചു പിടിപ്പിക്കാൻ കഴിഞ്ഞു ആ അഞ്ചുകൊല്ലങ്ങളിൽ. അതിലേറിയ പങ്കും വഹിച്ചതു വിദ്യാർത്ഥികളാണ്. അവർ കാണിച്ച കൂറും സ്നേഹവും ആത്മാർത്ഥതയും ഒരിക്കലും മറക്കാൻ കഴിയുന്നില്ല. എന്റെ ഓർമ്മയിൽ അത് പച്ചപിടിച്ചു നിൽക്കുന്നു.

അധികാരസ്ഥാനങ്ങളെല്ലാം താൽക്കാലികമാണ്. എല്ലാ പദവികളും ഇന്നു വരും നാളെ പോകും. പക്ഷേ, ഇന്നു വരികയും നാളെ പോകുകയും ചെയ്യാത്ത ഒന്നുണ്ട്. അത് നമ്മുടെ നിലപാടു കളും വിശ്വാസങ്ങളുമാണ്. നിലപാട് ഉള്ളവർക്കെല്ലാവർക്കും എതിർപ്പുകളെയും നേരിടേണ്ടിവരും. എതിർപ്പുകൾ ഇല്ലാത്തത് നിലപാടില്ലാത്തവർക്കു മാത്രമാണ്. നിലപാടുകളെ പിന്തുണ യ്ക്കാനും ഒരുപാട് പേരുണ്ടാകും. എതിർക്കാനും ഒട്ടേറെ പേരു ണ്ടാകും. സ്വന്തം അനുഭവം പറഞ്ഞാൽ വനംമന്ത്രി ആകുന്ന ഒരാൾ ഒരിക്കലും ഒരുപാട് മിത്രങ്ങളെ ഉണ്ടാക്കുന്ന ആളായിരിക്കില്ല എന്നാണ്. അയാളുടെ മിത്രങ്ങൾ അയാളിൽനിന്ന് പതുക്കെ പ്പതുക്കെ അകന്നുപോകും. ചിലരാകട്ടെ, അയാളെ ശത്രുവായി പ്രഖ്യാപിക്കും. ചിലർ പ്രചരിപ്പിക്കും - അയാൾ ഒരുപാട് മാറി പ്പോയി. പണ്ടു കണ്ട ആളല്ല ഇപ്പോൾ അയാൾ. റോഡിന്റെ കാര്യം പറയാൻ ചെന്നപ്പോൾ, അതിനുവേണ്ടി ഒരു 50 സെന്റ് വനഭൂമിക്കു വേണ്ടി ചെന്നപ്പോൾ അയാൾ പറഞ്ഞു സാധ്യമല്ല എന്ന്. അത്തരം വിമർശനങ്ങളുണ്ടാകും, അതുമായി ബന്ധപ്പെട്ട എതിർപ്പുകളും ഉണ്ടാകും. അതു ഒഴിവാക്കാനാകാത്ത ചില സങ്കടങ്ങളാണ്. വനം സംരക്ഷിക്കാൻ നിൽക്കുന്ന ഒരാൾക്കു പലതിനോടും അരുത് എന്നും പലരോടും സാധ്യമല്ല എന്നും പറയേണ്ടിവരും. അത് അയാളുടെ നിയോഗമാണ്. ആ സങ്കടങ്ങളെ എല്ലാം ഞാനി പ്പോൾ മാറ്റിനിർത്തുന്നു. എതിർപ്പുകളും പ്രതിബന്ധങ്ങളും എല്ലാം ഉണ്ടാകുമ്പോഴും അനുഭവപ്പെടുന്ന സംതൃപ്തിയെ ക്കുറിച്ചാണ് ഞാനിപ്പോൾ ഓർക്കാനിഷ്ടപ്പെടുന്നത്.

ഒരു കമ്മ്യൂണിസ്റ്റായിട്ടാണ് ഞാൻ ജീവിക്കാൻ ശ്രമിച്ചിട്ടുള്ളത്. അതിൽ ഞാൻ പൂർണമായി വിജയിച്ചിട്ടില്ല. അധികം തെറ്റു കളും ചെയ്തിട്ടില്ല. അധികാരം കൈയാളിയപ്പോഴും നിലപാട് മറക്കാത്ത, ഒരിക്കലും കൈയിൽ കറ പുരളാൻ സമ്മതിക്കാത്ത,

ജനങ്ങളാണ് ഏറ്റവും വലിയവരെന്നു ബോധ്യമുള്ള, ആ ജനങ്ങൾക്കുവേണ്ടി സൂക്ഷിക്കേണ്ട ഏറ്റവും വിലപ്പെട്ട സമ്പത്താണ് പ്രകൃതി എന്നു തിരിച്ചറിഞ്ഞ ഒരു രാഷ്ട്രീയ പ്രവർത്തകനാകാൻ എന്നെ സഹായിച്ചത് മാർക്സിസ്റ്റ് പ്രത്യയശാസ്ത്രമാണെന്ന് ഞാൻ പറയുന്നു. ആ പ്രത്യയശാസ്ത്രബലമാണ് എന്നെ, എന്തെങ്കിലും നന്മകൾ ഞാൻ ചെയ്തിട്ടുണ്ടെങ്കിൽ, അതിനു പ്രേരിപ്പിച്ചതും ശക്തനാക്കിയതും.

■

താലിബാനിസം ഇസ്ലാമല്ല

'**താ**ലിബാൻ' എന്ന വാക്കിന്റെ അർത്ഥം വെളിച്ചം തേടുന്ന വൻ എന്നാണ്. എന്നാൽ ആ വാക്കിന്റെ മറവിൽനിന്നുകൊണ്ട് അഫ്ഗാനിസ്ഥാനിലെ ഭരണാധികാരികൾ വെളിച്ചത്തെ ഊതി ക്കെടുത്തുന്ന കൃത്യങ്ങളിലാണ് ഏർപ്പെട്ടിരിക്കുന്നത്. മധ്യയുഗ ങ്ങൾക്കുമപ്പുറത്തെ ഏതോ ഇരുണ്ടകാലത്തെ അനുസ്മരിപ്പിച്ചു കൊണ്ട് അഫ്ഗാനിസ്ഥാനിലെ ഭരണം മുന്നോട്ടുകൊണ്ടു പോകയാണവർ. മതവിശ്വാസത്തിന്റെ ലക്ഷണമൊത്ത സംരക്ഷ കരാണ് തങ്ങളെന്ന് ഏതൊരു മതമൗലികവാദസംഘത്തെയും പോലെ താലിബാനും സ്വയം വിശ്വസിക്കുന്നു. മതത്തിന്റെ നവോത്ഥാനപരവും മാനവികവുമായ ധർമ്മചര്യകളിൽനിന്ന് ഈ മതമൗലികസംഘവും ഏറെ ദൂരം പാലിക്കുന്നുവെന്നതാണ് സത്യം.

വിശ്വാസത്തിന്റെ വഴിയെന്ന് താലിബാൻ വിശ്വസിക്കുന്ന പ്രാകൃതശൈലികൾ അവർ അധികാരമേറ്റ ആദ്യദിനം മുതൽ അഫ്ഗാനിസ്ഥാനെ ലോകത്തിനു മുമ്പിൽ അപഹാസ്യമാക്കി യിട്ടുണ്ട്. അവിടെ ഭരണം നടത്തിയിരുന്ന അഫ്ഗാൻ പീപ്പിൾസ് ഡെമോക്രാറ്റിക് പാർട്ടിയുടെ നേതാവ് ഡോ. നജീബുള്ളയെ കാബൂളിലെ ഐക്യരാഷ്ട്രസഭാമന്ദിരത്തിനുള്ളിൽ കടന്നു ചെന്ന് മർദ്ദിച്ചുകൊല്ലുകയാണ് അവർ ആദ്യം ചെയ്തത്. നാൽക്ക വലയിലെ വിളക്കുകാലിൽ ആ മുൻപ്രസിഡണ്ടിന്റെ മൃതദേഹം കെട്ടിത്തൂക്കിയിട്ടുകൊണ്ടാണ് താലിബാൻ അതിന്റെ വിജയ വിളംബരം നടത്തിയത്. 'മയ്യത്തി'നോട് പാലിക്കണമെന്നും ഇസ്ലാം കല്പിക്കുന്ന ആചാരാദരവുകളൊന്നും ഡോ. നജീബുള്ളയുടെ മൃതദേഹത്തിൽ ഈച്ച ആർത്തപ്പോൾ താലിബാൻ ഓർത്ത തേയില്ല.

ഇപ്പോഴിതാ, അഫ്ഗാനിസ്ഥാന്റെ പൗരാണിക സംസ്കൃതി യുടെ ഈടുവയ്പുകളായ പ്രതിമകളെല്ലാം തകർക്കണമെന്ന്

താലിബാൻ ഭരണകൂടം ഉത്തരവിട്ടിരിക്കുന്നു. തങ്ങളുടെ ഏക ദൈവവിശ്വാസത്തിനു നിരക്കാത്തതുകൊണ്ടാണ് പ്രതിമകൾ തകർക്കുന്നതെന്ന് ഭരണത്തലവൻ മുല്ലാ മുഹമ്മദ് ഒമാർ തന്റെ കല്പനയിൽ പറയുന്നുണ്ട്. ലോകത്തിലെതന്നെ ഏറ്റവും ഉയരം കൂടിയ ബുദ്ധപ്രതിമ, ഈ മതാന്ധശാസനയുടെ വെട്ടേറ്റ് നിലം പതിക്കുമോ എന്ന ആശങ്ക ഉയർത്തിയിരിക്കുന്നു. തലസ്ഥാനമായ കാബൂളിൽനിന്ന് 90 കിലോമീറ്റർ വടക്കുമാറി സ്ഥിതി ചെയ്യുന്ന ഈ പ്രതിമയ്ക്ക് ചുരുങ്ങിയത് ആയിരത്തഞ്ഞൂറു കൊല്ലം പഴക്കമുണ്ട്. 53 മീറ്റർ ഉയരമുള്ള ആ പ്രതിമ ഒരു ചരിത്രസ്മാരകമായോ, പുരാവസ്തുവായോ പോലും നിലനിന്നുകൂടെന്നു ചിന്തിക്കുന്ന ഭരണകൂടം പുതിയ സഹസ്രാബ്ദത്തിന്റെ ഉദയകിരണങ്ങളെ നോക്കി പല്ലിളിച്ചുകാണിക്കുകയാണെന്നു പറയാതിരിക്കാൻ കഴിയില്ല. ഇസ്ലാമെന്നാൽ കട്ടപിടിച്ച ഇരുട്ടാണെന്ന് ദുർത്ഥമെഴുതാൻ ഉത്സാഹിക്കുന്ന താലിബാൻ ശൈലിക്കെതിരെ ഇസ്ലാമികവിശ്വാസികളിൽനിന്നുതന്നെ പ്രതിഷേധശബ്ദം ഉയരാത്തതെന്താണ്?

ഹിന്ദുക്കുഷ് പർവ്വതനിരകളുടെ അങ്ങേ ചെരിവിൽ സ്ഥിതി ചെയ്യുന്ന അഫ്ഗാനിസ്ഥാൻ ഹിന്ദു-ബുദ്ധ-ഇസ്ലാം മതങ്ങളുടെ സംഗമസ്ഥാനമാണ്. മഹാഭാരതത്തിലെ പുകൾപെറ്റ ഗാന്ധാരരാജ്യം ഇപ്പോഴത്തെ അഫ്ഗാനിസ്ഥാനാണെന്നു വിശ്വസിക്കപ്പെടുന്നു. ധന്യമായ സാംസ്കാരികപൈതൃകത്തിന്റെ ഒട്ടേറെ ശേഷിപ്പുകൾ അഫ്ഗാനിസ്ഥാനിൽ ഉടനീളം കാണാൻ കഴിയും. അതെല്ലാം കുഴിച്ചുമൂടാനുള്ള 'താലിബാന്റെ' പടയൊരുക്കം മനുഷ്യസംസ്കാരത്തിന്റെ വികാസപരിണാമങ്ങളുടെ ചരിത്രത്തോടുതന്നെയുള്ള യുദ്ധപ്രഖ്യാപനമാണ്. അത് ഇസ്ലാമിന്റെ യശസ്സിന്റെ തൊപ്പിയിൽ ഒരു തൂവൽപോലും പുതുതായി ചാർത്തുന്നില്ല. സ്ത്രീകളെ അടുക്കള ഓരത്ത് തളച്ചിടുന്നതും പുരുഷന്മാർ താടിവയ്ക്കുന്നതുമാണ് ഇസ്ലാമെന്ന് പ്രചരിപ്പിക്കുന്ന 'താലിബാനിസം' പ്രവാചകൻ ഉയർത്തിപ്പിടിച്ച സത്യാന്വേഷണത്തിന്റെയും വിമോചനാത്മകതയുടെയും ശത്രുഭാഗത്താണ് നിലയുറപ്പിച്ചിരിക്കുന്നത്.

തകർക്കൽ ഭീഷണി നേരിടുന്ന ബുദ്ധപ്രതിമയ്ക്കു മുമ്പിൽ പതിനാറുകൊല്ലങ്ങൾക്കു മുമ്പുള്ള ഒരു ഏപ്രിലിലെ ഓർമ്മ ഇതെഴുതുന്നയാൾക്കുണ്ട്. പീപ്പിൾസ് ഡെമോക്രാറ്റിക് പാർട്ടി ഓഫ് അഫ്ഗാനിസ്ഥാൻ (പി.ഡി.പി.എ.) നയിച്ച സൗർ ഇൻക്വിലാബിന്റെ (ഏപ്രിൽ വിപ്ലവം) ആറാംവാർഷികത്തോടനുബന്ധിച്ചായിരുന്നു അന്നത്തെ എന്റെ അഫ്ഗാൻ സന്ദർശനം. (അന്നു

ഞാൻ ലോകജനാധിപത്യ യുവജനഫെഡറേഷൻ വൈസ് പ്രസിഡണ്ടായിരുന്നു.)

വെടിയൊച്ചകൾ കേട്ടിരുന്ന ആ ദിനങ്ങളിൽ അഫ്ഗാനിസ്ഥാനിൽ അധികാരം കൈയാളിയിരുന്നവർ തങ്ങളുടെ നാടിന്റെ പൗരാണികവും വൈവിദ്ധ്യങ്ങൾ നിറഞ്ഞതുമായ സംസ്കാരത്തെച്ചൊല്ലി അഭിമാനംകൊള്ളുന്നവരായിരുന്നു. ഇല്ലായ്മകൾക്കും ആഭ്യന്തരയുദ്ധത്തിനും നടുവിലായിരുന്നെങ്കിലും മ്യൂസിയങ്ങളും ചരിത്രസ്മാരകങ്ങളും സംരക്ഷിക്കപ്പെടുമെന്ന് ആ ഭരണകൂടം ഉറപ്പുവരുത്തി.

"ഏപ്രിൽ വിപ്ലവം പരാജയപ്പെട്ടാൽ, മതമൗലികവാദത്തിന്റെയും ഇരുട്ടിലേക്കായിരിക്കും അഫ്ഗാനിസ്ഥാൻ നിപതിക്കുക" എന്ന് ഡോ. നജീബുള്ള (അന്ന് അദ്ദേഹം ആഭ്യന്തരസുരക്ഷയുടെ ചുമതലയുള്ള പോളിറ്റ് ബ്യൂറോ അംഗമായിരുന്നു.) പറഞ്ഞ വാക്കുകൾ ഞാൻ ഓർത്തുപോകുന്നു. കൃഷിക്കാർക്ക് കൃഷിഭൂമി കൊടുക്കാനും സ്ത്രീകൾക്ക് വിദ്യാഭ്യാസം കൊടുക്കാനും 'ഏപ്രിൽ വിപ്ലവം' തുടങ്ങിവച്ച യത്നങ്ങൾ അട്ടിമറിക്കപ്പെടുന്നതിനെക്കുറിച്ച് അദ്ദേഹം ഉൽക്കണ്ഠാഭരിതനായിരുന്നു. ഡോ. നജീബുള്ള പിൽക്കാലത്ത് നേരിട്ട ദുരന്തം താലിബാൻ ഭരണകൂടത്തിന്റെ കറുത്തിരുണ്ട ചെയ്തികളുടെ പശ്ചാത്തലത്തിൽ എന്നെ ദുഃഖിപ്പിക്കുകയും ചിന്തിപ്പിക്കുകയും ചെയ്യുന്നു.

■

മണൽമാഫിയയെ നേരിട്ട കഥ

കേരളം നമ്മുടെ കൺമുമ്പിൽ 'മാഫിയകളുടെ സ്വന്തം നാടാ'യി മാറുകയാണ്. അതിന് പറ്റിയ സാമൂഹിക സാമ്പത്തിക രാഷ്ട്രീയ കാലാവസ്ഥ ഒരുക്കാൻ മുതലാളിത്തശക്തികൾ ഇവിടെ കരുക്കൾ നീക്കുന്നു. മാഫിയകൾ ലോകത്തെവിടെയും ശക്തിപ്പെട്ടത് ചൂഷകവർഗം എറിഞ്ഞുകൊടുത്ത ഉച്ഛിഷ്ടങ്ങൾ തിന്നുകൊണ്ടു തന്നെയാണ്. ഇവിടെയും കഥ വ്യത്യസ്തമല്ല.

ചീത്തപ്പണത്തിനുവേണ്ടിയുള്ള ആക്രാന്തം നിറഞ്ഞ ആക്രോശമാണ് എങ്ങുമുണ്ടാകുന്നത്. അത് നമ്മുടെ സാമൂഹികജീവിതത്തിലുണ്ടാക്കുന്ന ആപത്കരമായ മാറ്റങ്ങളെക്കുറിച്ച് കേരളത്തിന്റെ ഭാവിയിൽ താത്പര്യമുള്ളവരെല്ലാം ആഴത്തിൽ ചിന്തിക്കാൻ കാലം വൈകിയിരിക്കുന്നു. നയരൂപീകരണത്തിലും നിർവ്വഹണത്തിലും രാഷ്ട്രീയപാർട്ടികളാണ് ജനാധിപത്യവ്യവസ്ഥിതിയിൽ നിർണായകപങ്ക് വഹിക്കുന്നത്. അതുകൊണ്ടുതന്നെ സമൂഹത്തിന്റെ ഭാവിയെ ബാധിക്കുന്ന ഇത്തരം പ്രശ്നങ്ങളെക്കുറിച്ച് രാഷ്ട്രീയപാർട്ടികൾക്കുള്ളിൽ ഗൗരവതരമായ പഠനങ്ങളും ചർച്ചകളും ഉണ്ടാകാൻ ഇനിയും വൈകരുത്. അഞ്ച് കൊല്ലം കൂടുമ്പോൾ വന്നുചേരുന്ന തിരഞ്ഞെടുപ്പുകളെക്കുറിച്ച് മാത്രം ചിന്തിക്കുന്നവരായി രാഷ്ട്രീയപ്രസ്ഥാനങ്ങൾ മാറിയാൽ നമ്മുടെ ജനാധിപത്യം ജനങ്ങൾക്കു യാതൊരു കാര്യവുമില്ലാത്ത പാഴ്‌വേലയും പ്രഹസനവുമായി മാറും. ഇതിൽ ഗുണപരമായ മാറ്റം വരുത്തുന്നതിൽ കാണിക്കുന്ന ആത്മാർത്ഥതയാകണം ഇടതു-വലതുപക്ഷങ്ങളുടെ മികവ് തെളിയിക്കുന്ന ഉരകല്ല്. കമ്മ്യൂണിസ്റ്റ് പാർട്ടി എന്നും ഈ സത്യം പറഞ്ഞുപോന്ന പാർട്ടിയാണ്.

ജീവിതത്തിന്റെയും ഭാവിയുടെയും വികസനത്തിന്റെയും പരിഗണനകളിൽ വെള്ളം നിർണായകമായ ഘടകമാണ്.

വെള്ളത്തിന്റെ കാര്യത്തിൽ, ദാഹജലംപോലും കിട്ടാതെ നാടിന്റെ തൊണ്ട വറ്റിവരളുമ്പോഴും കേരളം പുലർത്തുന്ന കുറ്റകരമായ നിസ്സംഗതയ്ക്ക് ഭാവിതലമുറ മാപ്പുതരില്ല. നമ്മുടെ കൺമുമ്പിൽ നദികൾ മരിക്കുകയാണ്. അത് കുളങ്ങളുടെയും ജലാശയങ്ങളുടെയും മരണത്തിന്റെ നാന്ദിയാണ്. പാരിസ്ഥിതിക ദുരന്തത്തിന്റെ മുന്നിലാണ് നാം നിൽക്കുന്നത്, താൽക്കാലിക സാമ്പത്തിക നേട്ടങ്ങളെപ്പറ്റി മാത്രം ചിന്തിക്കുന്ന ശക്തികൾ നഗരങ്ങളെപ്പോലെതന്നെ നാട്ടിൻപുറങ്ങളിലും പിടിമുറുക്കിക്കഴിഞ്ഞു. നാട്ടിൻപുറം നന്മകളാൽ സമൃദ്ധമായ കാലം പോയി മറഞ്ഞുവെന്ന് മണലിന്റെ മാഫിയാ വഴികളിലൂടെ നടന്നാൽ മനസ്സിലാകും.

'ഈസി മണി'യുടെ മാദ്ധ്യമമായി ഇന്ന് മണൽ മാറി കഴിഞ്ഞു. അതിന് ചുറ്റും തിടംവച്ച് വളർന്നുവന്ന മണൽമാഫിയ കേരളീയ ജീവിതത്തിന്റെ എല്ലാ തുറകളെയും മലിനപ്പെടുത്താനും കീഴ്പ്പെടുത്താനും വേണ്ട ശക്തിയാർജ്ജിച്ചിരിക്കുന്നു. റിയൽ എസ്റ്റേറ്റ് മാഫിയ അടക്കമുള്ള സ്വാഭാവികബന്ധുക്കളുമായി അവർക്ക് വേഗത്തിൽ കൈകോർത്തു നീങ്ങാൻ കഴിയുന്നു. ക്വട്ടേഷൻ സംഘങ്ങളെയും വാടകക്കൊലയാളികളെയും പോറ്റി വളർത്തുന്നവരുടെ പണക്കൊഴുപ്പിന് മുമ്പിൽ സത്യധർമ്മാദികൾ മുട്ടുകുത്തി നിൽക്കണമെന്നാണ് അവരുടെ കല്പന. പണം (അതും നെറികെട്ട വഴിയിലൂടെ സമ്പാദിച്ചത്) സർവ്വശക്തനായി തീരുന്ന ഇന്നത്തെ സാഹചര്യം സാമ്പത്തിക രാഷ്ട്രീയ ഔദ്യോഗികരംഗങ്ങളിലാകെ ഇരുട്ട് പടർത്തുകയാണ്. ആഴമേറിയ ധാർമ്മിക പ്രതിസന്ധികളുടെ ചുഴികളിലേക്ക് കേരളം നീങ്ങുന്നു എന്ന് മണൽകിലുക്കത്തിന്റെ വേരുകൾ തേടി ചെന്ന പഠനങ്ങൾ സൂചിപ്പിക്കുന്നു.

ഇത്തരം പഠനങ്ങൾ ചൂണ്ടിക്കാണിച്ചതുപോലെ ന്യായവിലയ്ക്ക് മണൽ ലഭ്യമാക്കാനും ബദൽ സാമഗ്രികൾ കണ്ടെത്താനും കഴിയേണ്ടതുണ്ട്. വനം-ഭവനനിർമ്മാണ വകുപ്പുകളുടെ മന്ത്രി എന്ന നിലയിൽ പ്രവർത്തിച്ചകാലത്തെ ചില അനുഭവങ്ങൾ പങ്കുവയ്ക്കാൻ ആഗ്രഹിക്കുന്നു. ആദ്യം പറയേണ്ടത് കുളത്തൂപ്പുഴയിലെ മണൽകലവറയെപ്പറ്റി തന്നെയാണ്. അവിടെ മണൽ അടിഞ്ഞുകൂടി പുഴ ഗതിമാറി ഒഴുകാതിരിക്കാൻ വേണ്ടിയാണ് എല്ലാ വർഷവും മൈനിംഗ് ആൻഡ് ജിയോളജി വിദഗ്ധർ നിർദ്ദേശിക്കുന്ന അളവിൽ മണൽവാരി പോന്നത്. വനം

വകുപ്പിന്റെ മേൽനോട്ടത്തിൽ സർക്കാരിലേക്ക് നാമമാത്രമായ റോയൽറ്റി അടച്ചുകൊണ്ടാണ് വർഷങ്ങളായി ഇത് നടന്നു പോന്നത്. ആ മണൽ കണ്ടാൽ നോക്കി നിന്നുപോകും. അത്രയും നല്ല സ്വർണനിറമുള്ള മണൽ! പക്ഷേ അവിടെ സ്വാധീനമുറപ്പിച്ച മാഫിയ വായിൽ തോന്നിയ കൊള്ളവിലയ്ക്കാണ് ആ മണൽ വിറ്റുപോന്നത്. കുളിമുറി പണിയാൻ ഏതാനും ചാക്ക് മണൽ വാങ്ങാൻ പോയപ്പോൾ പറഞ്ഞ വില കേട്ട് പേടിച്ചുപോയ ഒരു നാട്ടിൻപുറത്തുകാരൻ അന്ന് വനംമന്ത്രിക്ക് ഒരു കത്തെഴുതി. അങ്ങനെയാണ് ഞാൻ അവിടെ പോകുന്നത്. രണ്ടുമൂന്നുതവണ അടുപ്പിച്ച് അവിടെപ്പോയപ്പോൾ ജനങ്ങളുടെ നിസ്സഹായാവസ്ഥയും മാഫിയയുടെ തേർവാഴ്ചയും ബോധ്യപ്പെട്ടു. ഭവന നിർമ്മാണവകുപ്പിന്റെ ആഭിമുഖ്യത്തിലുള്ള സംസ്ഥാന നിർമ്മിതി കേന്ദ്രവും വനംവകുപ്പുമായി ചേർന്ന 'മണൽകലവറ' എന്ന ആശയം രൂപംകൊണ്ടത് അങ്ങനെയാണ്. പുനലൂർ എം.എൽ.എ. രാജുവും അവിടുത്തെ പഞ്ചായത്ത് പ്രസിഡണ്ടും വിവിധ പാർട്ടി കളിലെ നീതിബോധമുള്ള കുറേ പ്രവർത്തകരും ഒപ്പം നിന്ന പ്പോൾ മണൽ കലവറ ആവേശപൂർവ്വം പ്രവർത്തനം ആരംഭിച്ചു.

എന്നാൽ മാഫിയ വെറുതെ ഇരിക്കില്ലല്ലോ, തൊഴിലാളി കളെ ഇളക്കിവിട്ടാണ് അവർ ആദ്യം കലവറയെ തകർക്കാൻ ശ്രമിച്ചത്. ആ തൊഴിലാളികളെതന്നെ വിളിച്ചുകൂട്ടി പുഴയൊഴു കുന്ന ആ വനമേഖലയിൽ ഒരുവനസംരക്ഷണസമിതി യൂണിറ്റ് ഉണ്ടാക്കിക്കൊണ്ടാണ് ഞങ്ങൾ മാഫിയാ കുത്തിത്തിരുപ്പുകളെ നേരിട്ടത്. അവരുടെ കൂലിയിൽ ന്യായമായ വർദ്ധനയും ഉണ്ടാക്കി. കുളത്തൂപ്പുഴ റേഞ്ച് ഓഫീസ് കോമ്പൗണ്ടിൽ തന്നെയായിരുന്നു മണൽകലവറയുടെ ആസ്ഥാനം. അവിടെ എത്തിച്ച മണൽ മുൻകൂട്ടി രജിസ്റ്റർ ചെയ്ത് ബി.പി.എൽ.-എ.പി.എൽ. വിഭാഗ ങ്ങൾക്ക് വ്യത്യസ്ത വിലകളിൽ വിതരണം ചെയ്തുതുടങ്ങി. സ്വാഭാവികമായും ആ വില മാഫിയാ വിലയേക്കാൾ എത്രയോ കുറവായിരുന്നു. അവിടെയും തൊഴിലാളികളുടെ പേരിൽ പ്രശ്നം കുത്തിപ്പൊക്കാൻ പത്തിതാഴ്ത്തിക്കിടന്ന മാഫിയ സംഘം എത്തി. അന്നാണ് കുളത്തൂപ്പുഴയിൽ ഞങ്ങൾ ഒരു മഹാ യോഗം സംഘടിപ്പിച്ചത്. അതിൽനിന്ന് ഒരു രാഷ്ട്രീയപാർട്ടിയും വിട്ടുനിന്നില്ല.

കലവറ എന്ന ആശയം ജനങ്ങൾക്ക് അത്രയേറെ പ്രിയങ്കര മായിക്കഴിഞ്ഞിരുന്നു. അന്നത്തെ എന്റെ പ്രസംഗം ചിലർ വിവാദ മാക്കി, പകൽ ജനങ്ങൾക്കൊപ്പം നിന്നിട്ട് രാത്രിയിൽ മാഫിയ യ്ക്കൊപ്പം ചേരുന്നത് രാഷ്ട്രീയപ്രവർത്തനം അല്ലെന്നാണ്

ഞാൻ പ്രസംഗിച്ചത്. എന്തുകൊണ്ടോ അത് ചിലർക്ക് അത്ര പിടിച്ചില്ല. എന്തായാലും ജനങ്ങൾ കലവറയ്ക്ക് ഒപ്പമായിരുന്നു. പിന്നീട് ലോറി ഉടമകളെ സംഘടിപ്പിച്ചാണ് മാഫിയ കലവറയോട് യുദ്ധം പ്രഖ്യാപിച്ചത്. കലവറയിൽനിന്ന് കുറഞ്ഞ വിലയ്ക്ക് വിൽക്കുന്ന മണൽ ലോറിയിൽ കയറ്റിയാൽ പൊള്ളുന്ന ലോറി വാടകയായിരിക്കും! മണലിന്റെ വിലക്കുറവിനെ കൊല്ലുന്ന ലോറി വാടകകൊണ്ട് തോൽപ്പിക്കുക! ലോറികളെ എംപാനൽ ചെയ്ത് 'പ്രീപെയ്ഡ് ടാക്സി' പോലെ ദൂരത്തിനനുസരിച്ച് വാടക നിശ്ചയിച്ച് ഞങ്ങൾ അതിനെയും നേരിട്ടു. തീരുമാനം ലംഘിക്കുന്ന ലോറികളുടെ ലൈസൻസ് റദ്ദാക്കുമെന്ന പ്രഖ്യാപനവുമായി കളക്ടറെ രംഗത്തിറക്കി. ഓരോ ഘട്ടത്തിലും മാഫിയാശക്തികൾ പ്രതിബന്ധങ്ങൾ കുത്തിപ്പൊക്കി, അപ്പോഴെല്ലാം ജനങ്ങളുടെ പിന്തുണയോടെ ഞങ്ങൾ അതിനെ ചെറുത്തു തോൽപ്പിച്ചു. അങ്ങനെയാണ് കുളത്തൂപ്പുഴയിലെ മണൽകലവറ മാതൃകാപരമായി വിജയം നേടിയത്. പക്ഷേ അത് ഒട്ടും ആയാസരഹിതമായിരുന്നില്ല. ശരിക്കും അത് പൊരുതിനേടിയ ഒരു വിജയമായിരുന്നു. അങ്ങനെയാണ് 'കലവറ' വ്യാപകമാക്കൽ എന്ന ആശയം ജനിച്ചത്.

നിർമ്മാണസാമഗ്രികൾ - പ്രധാനമായും കമ്പിയും സിമന്റും ഹോളോബ്രിക്സും ന്യായവിലയ്ക്ക് വിൽക്കുന്ന കലവറ എന്ന ആശയത്തിന് ഇന്ത്യയിലെങ്ങും മുമ്പ് മാതൃകകൾ ഉണ്ടായിരുന്നില്ല. ചത്തതിനൊപ്പം ജീവിച്ചിരുന്ന സംസ്ഥാനനിർമ്മിതി കേന്ദ്രത്തെ ഉണർത്തി തിരുവനന്തപുരം, കൊച്ചി, കോഴിക്കോട് എന്നിവിടങ്ങളിൽ കലവറ ആരംഭിക്കുകയായിരുന്നു. അതിന് ആഗ്രഹിച്ചതുപോലെ മുന്നേറാനായില്ല, കാരണങ്ങൾ പലതാണ്. എങ്കിലും 2010ന്റെ പകുതിയായപ്പോൾ ബി.പി.എൽ. കുടുംബങ്ങൾക്ക് കമ്പോളവിലയേക്കാൾ 50 രൂപ കുറച്ച് സിമന്റും കിലോയ്ക്ക് 5-6 രൂപ വരെ കുറച്ച് കമ്പിയും വിൽക്കാൻ കലവറയ്ക്ക് കഴിഞ്ഞു. പാവങ്ങൾക്കുള്ള ഭവനപദ്ധതിക്കായി തദ്ദേശഭരണ സ്ഥാപനങ്ങൾ കലവറയെ സമ്പൂർണമായും ആശ്രയിക്കുന്ന സ്ഥിതി വന്നാൽ കലവറയ്ക്ക് നിർമ്മാണ സാമഗ്രികളുടെ കമ്പോളത്തിൽ പാവങ്ങൾക്കനുകൂലമായ ദൂരവ്യാപകമായ മാറ്റമുണ്ടാക്കാൻ കഴിയും.

കലവറയുമായി ജില്ലാ നിർമ്മിതികേന്ദ്രങ്ങളെ ബന്ധിപ്പിച്ചതിനെ തുടർന്ന് 11 ജില്ലകളിൽ കലവറ വിപണനകേന്ദ്രങ്ങൾ ആരംഭിക്കാൻ കഴിഞ്ഞു. അനധികൃത കള്ളക്കടത്തുകാരിൽ

നിന്ന് സർക്കാർ പിടിച്ചെടുക്കുന്ന മണൽ നിശ്ചിതവിലയ്ക്ക് വിൽക്കുന്ന കേന്ദ്രങ്ങളായും ഈ കലവറകൾ വികസിച്ചു. എറണാകുളം, കോട്ടയം തുടങ്ങിയ ജില്ലകളിൽ കളക്ടർമാരും നിർമ്മിതി ജീവനക്കാരും പ്രകടിപ്പിച്ച ആത്മാർത്ഥതയുടെ ഫലമായി നല്ല പ്രവർത്തനമാണ് കലവറ കാഴ്ചവെച്ചത്. അന്നാണ്, നദികളിൽ നിന്ന് വാരുന്ന മണൽ മുഴുവൻ കലവറ മുഖേന വിതരണം ചെയ്യണമെന്ന് ബഹു. ഹൈക്കോടതി അഭിപ്രായപ്പെട്ടത്. നീതി പീഠത്തിന്റെ ആ പ്രശംസ ഞങ്ങളുടെ അഭിമാനം വളർത്തി. എന്നാൽ സംസ്ഥാനത്ത് എല്ലാ കടവുകളിലേക്കും പ്രവർത്തനം വ്യാപിപ്പിക്കാനുള്ള ആളോ അർത്ഥമോ നിർമ്മിതികേന്ദ്രത്തിന് ഉണ്ടായിരുന്നില്ല.

ഗവണ്മെന്റ് ഗൗരവപൂർവ്വം സഹായിച്ചാൽ സംസ്ഥാന-ജില്ലാ നിർമ്മിതികേന്ദ്രങ്ങൾക്ക് ഈ രംഗത്ത് ഫലപ്രദമായി ഇടപെടാൻ കഴിയും. അതിനുള്ള ആത്മവിശ്വാസം ജനിപ്പിക്കാൻ കലവറയ്ക്ക് കഴിഞ്ഞിട്ടുണ്ട്. 2011-12ലെ ബജറ്റിൽ നിർമ്മിതികേന്ദ്രത്തിന് പ്രത്യേകം ഫണ്ട് അനുവദിച്ചിരുന്നു. ഈ ബജറ്റ് ഹെഡിൽ കൂടുതൽ ഫണ്ട് അനുവദിക്കാനും നിർമ്മാണ സാമഗ്രികളുടെ മാവേലി സ്റ്റോറുകളാക്കി കലവറകളെ വളർത്താനും ഗവണ്മെന്റ് വിചാരിച്ചാൽ സാധിക്കും. പുഴമണൽകൊണ്ട് മാത്രം കേരളത്തിന്റെ നിർമ്മാണ ആവശ്യങ്ങൾ നിറവേറ്റാനാവില്ലെന്ന് തീർച്ചയാണ്. പാറപ്പൊടി ഒരു ബദൽ ആണെന്ന് വന്നതോടെ രാജ്യം മുഴുവൻ പാറകളും കുന്നുകളും ഇല്ലാതായിക്കൊണ്ടിരിക്കുകയാണ്. അതുളവാക്കുന്ന പാരിസ്ഥിതിക പ്രത്യാഘാതങ്ങൾ നാം അനുഭവിക്കാൻ പോകുന്നതേയുള്ളൂ. പ്രകൃതിയെ ചവിട്ടിമെതിച്ചു കൊണ്ടുള്ള വികസനസംസ്കാരത്തിന്റെ വില കൊടുംവരൾച്ചയുടെ രൂപത്തിലാണ് നാം കൊടുത്തുതീർക്കേണ്ടിവരുന്നത്. ഇവിടെ പരിസ്ഥിതിയെ മറക്കാത്ത പുതിയ ഗവേഷണങ്ങളുടെ ആവശ്യകത വളരുകയാണ്. ഈ കാഴ്ചപ്പാടോടെയാണ് 'ലാറി ബേക്കർ ഇന്റർനാഷണൽ സ്കൂൾ ഓഫ് ഹാബിറ്റാറ്റ് സ്റ്റഡീസി'ന് എൽ.ഡി.എഫ്. സർക്കാർ രൂപം കൊടുത്തത്. ∎

നീതിയുടെ അടിത്തറയിൽ പുതിയ ജീവിതത്തിനായ്

സ്വരാജ് ആയിരുന്നു സ്വാതന്ത്ര്യസമരപ്രസ്ഥാനത്തിന്റെ മന്ത്രം. അതിന്റെ അർത്ഥമെന്താണെന്ന് എത്രയും ലളിതമായി മഹാത്മാ ഗാന്ധി വിശദീകരിച്ചിട്ടുണ്ട്. എല്ലാവർക്കും ഭക്ഷണവും വസ്ത്രവും പാർപ്പിടവും വിദ്യാഭ്യാസവുമുണ്ടാകണം എന്നാണ് സ്വരാജിന്റെ അർത്ഥമെന്ന് അദ്ദേഹം പറഞ്ഞപ്പോൾ എല്ലാ വൈജാത്യങ്ങളും മാറ്റിവച്ചുകൊണ്ട് ഇന്ത്യൻ ജനത ഒന്നടങ്കം സ്വാതന്ത്ര്യത്തിനുവേണ്ടി പടക്കളങ്ങളിൽ പൊരുതി. സാമ്രാജ്യ ത്വമുഖം വലിച്ചെറിഞ്ഞ് മേൽപ്പറഞ്ഞ അർത്ഥത്തിലെ സ്വരാജി നുവേണ്ടിയുള്ള പോരാട്ടത്തിലൂടെയാണ് ഇന്ത്യൻ ദേശീയത ഉരു ത്തിരിഞ്ഞുവന്നത്. ആ ദേശീയത മനുഷ്യന്റെ മൗലികാവകാശ ങ്ങൾക്ക് ഒന്നാംസ്ഥാനം കൊടുത്തു.

സ്വാതന്ത്ര്യപ്രാപ്തിക്കുശേഷം ഇന്ത്യയ്ക്ക് ഒരു ഭരണഘടന ഉണ്ടായപ്പോൾ അതിന്റെ ആമുഖത്തിൽ മഹത്തായ ഒരു സന്ദേശം ഉണ്ടായിരുന്നു. ഇന്ത്യൻ ഭരണഘടനയുടെ, അത് നൽകുന്ന എല്ലാ ത്തരം അധികാരങ്ങളുടെയും അവകാശങ്ങളുടെയും കാരണ ക്കാർ 'We, the people of India' (ഞങ്ങൾ ഇന്ത്യയിലെ ജന ങ്ങൾ) ആണെന്നുള്ള സന്ദേശം നൽകിയാണ് ഇന്ത്യയിലെ ജന ങ്ങൾ ഭരണഘടനയ്ക്ക് രൂപം നൽകിയത് ഇന്ത്യയെ ഒരു പരമാധി കാര ജനാധിപത്യ റിപ്പബ്ലിക് ആയി, രൂപപ്പെടുത്താൻ ലക്ഷ്യ മിട്ടുകൊണ്ടാണ് സ്വാതന്ത്ര്യം അതിന്റെ പ്രയാണം ആരംഭിച്ചത്. പിന്നീടാണ് ഭരണഘടന ഭേദഗതിയിലൂടെ ഇന്ത്യ മതേതരത്വവും സോഷ്യലിസവും ലക്ഷ്യമായി പ്രഖ്യാപിച്ചത്. ഇവയെല്ലാം പര സ്പരം ബന്ധപ്പെട്ടതാണ്.

പരമാധികാര-ജനാധിപത്യ-മതേതരത്വ-സോഷ്യലിസ്റ്റ് റിപ്പബ്ലിക് എന്ന രാഷ്ട്രസങ്കല്പമാണ് ഇന്ത്യയുടെ പ്രയാണപഥ ങ്ങളിൽ എന്നും പ്രകാശം പകർന്നത്. അവയ്ക്കെല്ലാം മേൽ

ഒരുപോലെ നിഴൽവീഴുന്ന സന്ദർഭത്തിലാണ് നാം സ്വാതന്ത്ര്യത്തിന്റെ 71-ാം പിറന്നാൾ ആഘോഷിക്കുന്നത്.

വസ്ത്രവും ഭക്ഷണവും പാർപ്പിടവും തന്നെയാണ് ജനാധിപത്യത്തിന്റെ യഥാർത്ഥ അടിത്തറ. വിദ്യാഭ്യാസവും പൗരസ്വാതന്ത്ര്യവും അടക്കം ഉള്ളവയെല്ലാം ആ അടിത്തറയിൽ കെട്ടിപ്പടുക്കപ്പെടുന്നവയാണ്. എങ്കിൽ മാത്രമേ അവ ശാശ്വതമായി നിലനിൽക്കുകയുള്ളൂ. 70 കൊല്ലത്തെ സ്വതന്ത്ര ഇന്ത്യയുടെ ബാക്കിപത്രമെടുക്കുമ്പോൾ അമ്പരപ്പിക്കുന്ന സാമ്പത്തിക അന്തരമാണ് പ്രകടമാകുന്നത്.

സ്വതന്ത്ര ഇന്ത്യയുടെ സമ്പത്തിലെ 53 ശതമാനം ജനസംഖ്യയിലെ ഒരു ശതമാനം ആൾക്കാർ കൈയടക്കിവെച്ചിരിക്കുന്നുവെന്നാണ് ഏറ്റവും ഒടുവിൽ പുറത്തുവന്ന പഠനങ്ങൾ വ്യക്തമാക്കുന്നത്. സമ്പത്തിന്റെ വിതരണത്തിൽ സംഭവിച്ച ഗുരുതരമായ പാളിച്ചയാണ് ഇത് വെളിവാക്കുന്നത്. സാമ്പത്തിക ജനാധിപത്യമെന്ന സങ്കല്പത്തെപ്പോലും അധികാരം കൈയാളിയവർ ഭയപ്പെട്ടു. ജനാധിപത്യമെന്നാൽ അഞ്ചുകൊല്ലം കൂടുമ്പോഴുള്ള വോട്ടു മാത്രമാണെന്ന് അവർ ജനങ്ങളെ തെറ്റിദ്ധരിപ്പിച്ചു. വോട്ടവകാശം നിഷേധിക്കാനാവാത്ത ജനാധിപത്യ അവകാശം തന്നയാണ്. ജാതിയും മതവും വർഗീയതയും കൈയൂക്കും പണക്കൊഴുപ്പും എല്ലാം ചേർന്നാണ് തെരഞ്ഞെടുക്കപ്പെട്ട ഭരണത്തെ വികൃതമാക്കുന്നത്. അത് യാദൃച്ഛികമല്ല.

ജനാധിപത്യം പണാധിപത്യമായി മാറുമ്പോൾ ജനങ്ങളുടെ താത്പര്യം ചവറ്റുകുട്ടയിൽ വീഴുകയും ലാഭക്കൊതിയുടെ താത്പര്യം അധികാരത്തിലേറുകയും ചെയ്യുന്നത് സ്വാഭാവികമാണ്. അമേരിക്കയിൽ 'ഒക്യുപൈ വാൾസ്ട്രീറ്റ്' പ്രക്ഷോഭണമുണ്ടായപ്പോൾ ജനങ്ങൾ വിളിച്ച മുദ്രാവാക്യം ഓർക്കുന്നില്ലേ? "ഞങ്ങൾ 99 ശതമാനം, നിങ്ങളോ ഒരു ശതമാനം മാത്രം." 99 ശതമാനത്തിന്റെ അവകാശങ്ങൾക്കുമേൽ കേവലം ഒരു ശതമാനം നടത്തുന്ന തേർവാഴ്ചയാണ് അവിടെ ചോദ്യം ചെയ്യപ്പെട്ടത്. 2017 ജൂലൈ ആദ്യവാരം ജർമ്മനിയിൽ ജി-20 ഉച്ചകോടി നടന്ന പട്ടണത്തിൽ നടന്ന പ്രതിഷേധ പ്രകടനങ്ങളിൽ മുഴങ്ങിയത് സമാനമായ മുദ്രാവാക്യങ്ങളാണ്. അവയെല്ലാം വ്യക്തമാക്കുന്നത് ജനഹിതവും പണാധിപത്യവും തമ്മിൽ ഉയർന്നുവരുന്ന വൈരുദ്ധ്യമാണ്. വ്യാവസായിക വിപ്ലവത്തെ തുടർന്ന് ആധുനിക മൂലധനം പിച്ചവയ്ക്കാൻ തുടങ്ങിയപ്പോൾ അതിന്റെ ആർത്തിയെക്കുറിച്ച് മാർക്സ് എഴുതിയിട്ടുണ്ട്.

വർഷങ്ങൾക്കിപ്പുറം മൂലധനം എൽ.പി.ജി. (ലിബറലൈസേഷൻ, പ്രൈവറ്റൈസേഷൻ, ഗ്ലോബലൈസേഷൻ) യുഗത്തിൽ ഭ്രാന്തുപിടിച്ച് പരക്കം പായുകയാണിപ്പോൾ. ആ പരക്കംപാച്ചിലിലെ പ്രത്യാഘാതങ്ങളെപ്പറ്റി ഉത്കണ്ഠ പൂണ്ടവരിൽ മുതലാളിത്തപക്ഷപാതികളും ഏറെയുണ്ട് എന്ന വസ്തുത വിസ്മരിക്കാവുന്നതല്ല. ജോർജ്ജ് സോറസ് എന്ന ബിസിനസ്സുകാരനായ ചിന്തകൻ വർഷങ്ങൾക്കപ്പുറം എഴുതിയ പുസ്തകത്തിന്റെ തലക്കെട്ടുതന്നെ 'Crisis of Global Capitalism' (ആഗോള മൂലധനത്തിന്റെ പ്രതിസന്ധി) എന്നാണ്.

നവലിബറലിസം എന്നു വിളിക്കപ്പെട്ട കമ്പോള മൗലികവാദ ചിന്തകൾ ലോകത്തെവിടെയും ജനാധിപത്യത്തെയും മനുഷ്യാവകാശങ്ങളെയും വെല്ലുവിളിച്ചവയാണ്. അതിന്റെ ഫലമായി വംശീയവിദ്വേഷങ്ങളും വർഗീയകലാപങ്ങളും അഭയാർത്ഥി പ്രവാഹങ്ങളുമെല്ലാം ലോകരാഷ്ട്രീയത്തിന്റെ ഏടുകളിൽ കണ്ണീരും ചോരയും വീഴ്ത്തിക്കൊണ്ടിരുന്നു. വിഭവങ്ങളുടെ അഭാവമല്ല, വിതരണത്തിലെ അനീതികളാണ് അസമത്വങ്ങൾക്ക് വളംവയ്ക്കുന്നത്. ഈ സ്ഥിതിക്ക് മാറ്റം ഉണ്ടാക്കാനും നീതിയുടെ അടിത്തറയിൽ പുതിയ ജീവിതം കെട്ടിപ്പടുക്കാനും ജനങ്ങൾ കൊതിക്കുന്നുണ്ട്. അതാണ് ജനഹിതം. അത് പരിപാലിക്കപ്പെടുക എന്നതാണ് യഥാർത്ഥ ജനാധിപത്യം. സാമ്പത്തിക ശാസ്ത്രത്തിൽ നോബൽ സമ്മാനജേതാവായ അമർത്ത്യാസെന്നിനെപോലുള്ളവർ ഈ സത്യത്തിലേക്ക് വിരൽ ചൂണ്ടിയവരാണ്. രാഷ്ട്രീയകൗശലങ്ങളുടെ പാത പിൻപറ്റുന്ന അധികാരവർഗ്ഗം ഇത്തരം പ്രശ്നങ്ങളോട് എന്നും എവിടെയും ഭയപ്പാട് പുലർത്തിയിട്ടുണ്ട്. അവരുടെ പ്രവർത്തനശൈലി ഭീരുത്വവും ധിക്കാരവും നിറഞ്ഞതായിരിക്കും.

ഈ അടുത്തകാലത്താണ് അമർത്ത്യാസെന്നിനെക്കുറിച്ചുള്ള ഡോക്യുമെന്ററിയിൽ 'ഗുജറാത്ത്', 'പശു' തുടങ്ങിയ വാക്കുകൾ ഉണ്ടായിക്കൂടെന്ന് ഇന്ത്യയിലെ ഫിലിം സെൻസർബോർഡ് വിലക്ക് പ്രഖ്യാപിച്ചത്. ഇത് ഫിലിം സെൻസറിംഗിന്റെ മാത്രം പ്രശ്നമല്ല. ജനാധിപത്യം ഭക്ഷണത്തിനും വേഷത്തിനും ഭാഷയ്ക്കും സംസ്കാരത്തിനും എല്ലാം ബാധകമായ മഹത്തായ പരികല്പനയാണ്. അതിന്റെ സാമൂഹിക സാമ്പത്തിക രാഷ്ട്രീയ മാനങ്ങൾ സമൂഹത്തിന്റെ വളർച്ചയുടെ അളവുകോലാണ്. ചത്ത പശുവിന്റെ പേരിൽ ജീവനുള്ള ദളിതരുടെ തൊലി തല്ലിപ്പൊളിക്കുമ്പോഴും പശു ഇറച്ചിയുടെ പേരിൽ നിരപരാധികൾ നിരന്തരം വേട്ടയാടപ്പെടുമ്പോഴും ദേവാലയങ്ങളുടെ പേരിൽ വിശ്വാസികൾ

തമ്മിലടിക്കാൻ നിർബന്ധിക്കപ്പെടുമ്പോഴും പരസ്പരം സംസാരിച്ചതിന്റെ പേരിൽ യുവതീയുവാക്കൾ ആക്രമിക്കപ്പെടുമ്പോഴും ഇഷ്ടപ്പെട്ട വസ്ത്രം ധരിച്ചതിന് സ്ത്രീകൾ അവഹേളിക്കപ്പെടുമ്പോഴും ഒറ്റപ്പെട്ട സംഭവങ്ങളായി അവയെ കാണുന്ന ചിലരുണ്ട്. എന്നാൽ വംശമേധാവിത്വചിന്തകളും അത് ജന്മംകൊടുത്ത അസഹിഷ്ണുതയും രാഷ്ട്രീയ അധികാരത്തിന്റെ വഴികാട്ടിയാകുമ്പോൾ ഉണ്ടാകുന്ന സ്ഥിതിവിശേഷമാണിത്. അങ്ങേയറ്റം അസ്വാസ്ഥ്യജനകമാണ് ഈ സ്ഥിതിവിശേഷം. അത് ദളിതരും ന്യൂനപക്ഷങ്ങളും പാവപ്പെട്ടവരും മഹാഭൂരിപക്ഷമാകുന്ന സമൂഹത്തിൽ ഉൽപ്പാദിപ്പിക്കുന്ന ഭയത്തിന്റെ അന്തരീക്ഷമുണ്ട്. ആ ഭയത്തിന്റെ തണലിലൂടെയാണ് ഫാസിസം എവിടെയും പിടിമുറുക്കിയിട്ടുള്ളത്. ജനാധിപത്യത്തോടും അത് മുൻവയ്ക്കുന്ന സാമൂഹിക മുന്നേറ്റത്തോടും ഫാസിസത്തിന് ഒരേസമയം പകയും ഭയവുമാണ്. അക്രമാസക്തമായ വർഗീയതയിലൂടെയാണ് അത് പുറത്തുചാടുന്നത്.

ഇന്നത്തെ സാഹചര്യങ്ങളിൽ ജനാധിപത്യം സംരക്ഷിക്കാനുള്ള സമരമെന്നാൽ സാമ്പത്തിക, അസമത്വങ്ങൾക്കെതിരായ സമരമെന്നും മതനിരപേക്ഷത കാത്തുപുലർത്താനുള്ള പോരാട്ടമെന്നുംകൂടി അർത്ഥമുണ്ട്. അത് തിരിച്ചറിയാനും പ്രാവർത്തികമാക്കാനും കഴിയുക എന്നതാണ് ഇന്ത്യയെ സ്നേഹിക്കുന്ന എല്ലാവരും ഇന്ന് നേരിടുന്ന വെല്ലുവിളി.

■

ചോദ്യോത്തരങ്ങൾ
തിരുത്തുമ്പോൾ

നിയമനിർമ്മാണസഭകളിലെ ചോദ്യോത്തരങ്ങൾ പലപ്രകാരത്തിൽ പ്രാധാന്യമുള്ളവയാണ്. സർക്കാരും ജനങ്ങളും തമ്മിലുള്ള സവിശേഷമായ ഒരു ബന്ധത്തിന്റെ പാലം കണക്കെയാണ് അവ പലപ്പോഴും വർത്തിക്കുന്നത്. നിയമനിർമ്മാണസഭയിലെ അംഗങ്ങൾ ചോദിക്കുന്ന ചോദ്യങ്ങൾ ജനജീവിതവുമായി ഒരു രീതിയിൽ അല്ലെങ്കിൽ മറ്റൊരു രീതിയിൽ ബന്ധപ്പെട്ടതായിരിക്കും. സഭാനടപടികളിലെ ഏറ്റവും സജീവവും ഗൗരവമേറിയതുമായ സമയമായി 'ചോദ്യോത്തരവേള' മാറുന്നതും ഇക്കാരണങ്ങളാലാണ്.

സ്പീക്കർ മറ്റു പ്രകാരം നിർദ്ദേശിക്കാത്തപക്ഷം ഏതൊരു യോഗത്തിന്റെയും ആദ്യത്തെ ഒരു മണിക്കൂർ ചോദ്യങ്ങൾ ചോദിക്കാനും മറുപടി പറയുവാനുമായി ലഭ്യമായിരിക്കുമെന്ന് നിയമസഭാ നടപടിക്രമങ്ങളുടെ 26-ാം വകുപ്പ് പറയുന്നു. നിയമനിർമ്മാണസഭ ചോദ്യോത്തരങ്ങൾക്ക് നൽകുന്ന പരമമായ പ്രാധാന്യമാണ് ഇതിനടിസ്ഥാനം. പന്ത്രണ്ട് പൂർണ ദിവസങ്ങൾക്കുമുൻപ് അംഗങ്ങൾ നൽകുന്ന ചോദ്യോത്തരങ്ങൾക്ക് സഭാതലത്തിൽ വെച്ച് ഉത്തരം നൽകാത്തപക്ഷം രേഖാമൂലം അവയ്ക്കു മറുപടി ലഭ്യമാക്കാനും ഗവൺമെന്റ് ബാധ്യസ്ഥമാണെന്ന് സഭാചട്ടങ്ങൾ വ്യക്തമായി പറയുന്നുണ്ട്.

ഇപ്പോൾ സമാപിച്ച 11-ാം നിയമസഭയുടെ 12-ാം സമ്മേളനം രാഷ്ട്രപതിയുടെ സന്ദർശനംകൊണ്ടും നിയമനിർമ്മാണത്തിൽ പുലർത്തിയ അർപ്പണബോധംകൊണ്ടും ശ്രദ്ധേയമായിരുന്നു. എന്നാൽ ഈ സമ്മേളനത്തിനു മുൻപാകെ വന്ന ചോദ്യങ്ങളിൽ പകുതിയോളം എണ്ണത്തിന് വ്യക്തമായ മറുപടി ലഭിച്ചില്ല. 'വിവരം

ശേഖരിച്ചുവരുന്നു' എന്ന അഴകൊഴമ്പൻ മറുപടിയിലൂടെ ചോദ്യകർത്താക്കളെ നിരാശപ്പെടുത്തുകയാണ് അധികൃതർ ചെയ്തത്.

എൽ.ഡി.എഫ്. ഭരണകാലത്തെയും യു.ഡി.എഫ്. ഭരണകാലത്തെയും വ്യവസായനിക്ഷേപത്തെക്കുറിച്ച് ഗവൺമെന്റ് സഭയിൽ കൈക്കൊണ്ട നടപടികൾ തീർച്ചയായും ജനങ്ങൾക്കിടയിൽ ചർച്ച ചെയ്യപ്പെടേണ്ടതാണ്. എൽ.ഡി.എഫിന്റെ അഞ്ചു വർഷത്തെ ഭരണത്തിൽ 6084.72 കോടി രൂപ വ്യവസായ നിക്ഷേപമുണ്ടായപ്പോൾ യു.ഡി.എഫിന്റെ നാലിൽപ്പരം വർഷങ്ങളിൽ 1200.46 കോടി രൂപയുടെ നിക്ഷേപങ്ങളേ ഉണ്ടായുള്ളൂ എന്നാണ് വ്യവസായമന്ത്രി സഭയെ അറിയിച്ചത്. പൊതുമേഖലയിൽ യു.ഡി.എഫ്. കാലത്ത് യാതൊരു നിക്ഷേപവും ഉണ്ടായിട്ടില്ലെന്നും വ്യക്തമാക്കപ്പെട്ടു. വികസനചിന്തയിൽ സദാ മുഴുകിക്കഴിയുന്ന യു.ഡി.എഫ്. ഭരണത്തിന്റെ വ്യവസായരംഗത്തെ 'കാര്യക്ഷമത' സ്വാഭാവികമായും ജനങ്ങൾക്കിടയിൽ സംസാരവിഷയമായി. മാതൃഭൂമിയെപ്പോലുള്ള പത്രങ്ങൾ 'ഞെട്ടിപ്പിക്കുന്നത്' എന്നാണ് അതിനെ വിശേഷിപ്പിച്ചത്. അഞ്ചാംദിവസമാണ് ഗവൺമെന്റിന് ബോധോദയമുണ്ടായത്. സങ്കോചലേശമെന്യേ ഗവൺമെന്റ് ഒരു തിരുത്തുമായി സഭയിലെത്തി. അതിനു മുൻപുതന്നെ തങ്ങളുടെ തിരുത്തൽരേഖയിലെ വിവരങ്ങൾ പത്രങ്ങൾക്കു നൽകാനുള്ള 'അതിവേഗ'വും ഗവൺമെന്റ് കാണിച്ചു. അതനുസരിച്ച് യു.ഡി.എഫ്. ഭരണത്തിലെ വ്യവസായനിക്ഷേപത്തിൽ മൂവായിരം കോടിയിലേറെ രൂപയുടെ വർദ്ധനയുണ്ടാകുന്നു. 1200.46 കോടി 4514.93 കോടിയായി 'ബഹുദൂരം' വളർന്നു!

എൽ.ഡി.എഫ്. ഭരണകാലത്തെ നിക്ഷേപം തിരുത്തലിന്റെ വരവോടെ 6084.72 കോടിയിൽനിന്ന് 4028.44 കോടി രൂപയിലേക്ക് മൂക്കുകുത്തി വീഴുകയും ചെയ്തു. ആ തിരുത്തൽരേഖയിൽപ്പോലും മറ്റൊരു തിരുത്തൽ ആവശ്യമാകുംവിധം ചിലത് കടന്നുകൂടിയിരുന്നു! എൽ.ഡി.എഫ്. ഭരണകാലത്തെ സ്വകാര്യമേഖലയിലെ നിക്ഷേപം 1875.73 കോടി എന്നതിനുപകരം അത്രയും ലക്ഷമാണെന്നാണ് രേഖയിൽ കാണിച്ചത്!

മുൻ ഗവൺമെന്റിനേക്കാൾ മെച്ചമാണ് വ്യവസായ നിക്ഷേപത്തിന്റെ കാര്യത്തിൽ ഇപ്പോഴത്തെ ഗവൺമെന്റ് എന്നു വരുത്തിത്തീർക്കാൻ കൊണ്ടുവന്ന തിരുത്തൽരേഖ ശ്രദ്ധിച്ചാൽ കണ്ണടച്ചു പാൽ കുടിക്കുന്ന പൂച്ചയെ നമുക്ക് ഓർമ്മ വരും. കെ.എഫ്.സി.,

സിഡ്ബി, ഐ.ഡി.ബി.ഐ. കൊമേഴ്സ്യൽ ബാങ്കുകൾ എന്നിവ മുഖേനയുള്ള വ്യവസായനിക്ഷേപം യു.ഡി.എഫ്. ഗവൺ മെന്റിന്റെ കാലത്ത് 2374.39 കോടി രൂപയാണെന്ന് തിരുത്തൽരേഖ 'കൃത്യമായി' പറയുന്നു. എന്നാൽ എൽ.ഡി.എഫ്. ഗവണ്മെന്റിന്റെ കാലത്ത് ഈ ഇനത്തിലുണ്ടായ വ്യവസായ നിക്ഷേപത്തിന്റെ കോളത്തിൽ 'വിവരം ലഭ്യമല്ല' എന്ന് രേഖയിൽ പറയുന്നു. ധന കാര്യസ്ഥാപനങ്ങൾ മുഖേനയുള്ള നിക്ഷേപത്തിന്റെ കോള ത്തിൽ യു.ഡി.എഫ്. ഗവൺമെന്റിന് 2374.39 കോടിയും എൽ. ഡി.എഫ്. ഗവണ്മെന്റിന് പൂജ്യവും എന്ന നിരക്കിലുള്ള ഈ താര തമ്യത്തിന് എന്തർത്ഥമാണുള്ളത്? നിയമസഭയ്ക്കോ ജന ങ്ങൾക്കോ അത്തരം കണക്കുകൾ എന്തു വെളിച്ചമാണ് പകരു ന്നത്?

സഭയിൽ ഉത്തരം നല്കിക്കഴിഞ്ഞാൽ അതു ചോദ്യം ചോദിച്ച അംഗവും ഉത്തരം പറയുന്ന മന്ത്രിയും തമ്മിലുള്ള ഇടപാട് അല്ലാതായി മാറുകയാണ്. പ്രസ്തുത ഉത്തരം പൊതു സ്വത്തായി മാറുമെന്നാണ് 'പ്രാക്ടീസ് ആൻഡ് പ്രൊസീജിയർ ഓഫ് പാർലമെന്റി'ൽ (ശക്തർ ആൻഡ് കൗൾ) വിശദീകരിക്കു ന്നത്. തിരുത്തി നൽകപ്പെടുന്ന ഉത്തരത്തിന്മേൽ ബന്ധപ്പെട്ട അംഗത്തിനു സഭാതലത്തിൽ വിശദീകരണം ചോദിക്കാവുന്ന താണെന്നു ശക്തർ ആൻഡ് കൗൾ പറയുന്നു. ചോദ്യകർത്താവ് അല്ലെങ്കിലും സഭയിലെ ഏതൊരംഗത്തിനും സ്പീക്കറുടെ അനു മതിയോടെ ഒരു ഉപചോദ്യം ചോദിക്കാമെന്നും പാർലമെന്റിന്റെ ബൈബിൾ എന്നു വിശേഷിപ്പിക്കപ്പെടുന്ന 'പ്രാക്ടീസ് ആൻഡ് പ്രൊസീജിയർ ഓഫ് പാർലമെന്റ്' (പേജ് 453) പറയുന്നുണ്ട്.

സഭയിലെ ചോദ്യോത്തരങ്ങൾ കേവലമായ ഒരു ചോദ്യവും ഉത്തരവും മാത്രമല്ല. അവയിൽ നയവും നടപടികളും ജീവി തവും പ്രതിഫലിക്കുന്നുണ്ട്. അതിനാൽ അവ കൈകാര്യം ചെയ്യു മ്പോൾ ഏതു ഭാഗത്തുനിന്നുണ്ടാകുന്ന ലാഘവബുദ്ധിയും ജന ങ്ങളോട് കാണിക്കുന്ന അനാദരവായി അവർ കാണും. നിയമ നിർമ്മാണസഭയിലെ അംഗങ്ങളും മന്ത്രിമാരും ഉദ്യോഗസ്ഥരു മെല്ലാം ജനങ്ങൾക്കു താഴെയാണ് തങ്ങളുടെ സ്ഥാനം എന്നറി യണം. ജനങ്ങളെ വിശ്വാസത്തിലെടുത്തുകൊണ്ടാണ് ഇതു സംബന്ധിച്ച ചർച്ച നടക്കേണ്ടത്.

∎

സ്നേഹത്തിന്റെ നോമ്പുകാലം

വ്രതാനുഷ്ഠാനത്തിന്റെ ദിനങ്ങൾ സത്യാന്വേഷണത്തിന്റെ ദിനങ്ങളാണ്. ചുറ്റുപാടുകളിലെ സത്യങ്ങൾക്കുനേരെ കണ്ണും കാതും മനസ്സും തുറന്നുപിടിക്കാനാണ് അതിന്റെ ആഹ്വാനം. വിശപ്പിന്റെയും ദാഹത്തിന്റെയും കണ്ണുനീരിന്റെയും പൊള്ളുന്ന സത്യങ്ങൾ നമുക്ക് ചുറ്റുമുണ്ട്. നിത്യവ്യവഹാരത്തിന്റെ പരക്കംപാച്ചിലിൽ ഇത് കാണാനും കേൾക്കാനും അറിയാനും പലപ്പോഴും മനുഷ്യൻ കൂട്ടാക്കാറില്ല. ആത്മശുദ്ധീകരണത്തിന്റെ ഈ ദിനങ്ങൾ പറയുന്നു, നാം അവഗണിച്ചവയെയും അവഗണിച്ചവരെയും കരുണയോടെയും കരുതലോടെയും കാണുകതന്നെ വേണമെന്ന്.

ഇസ്ലാമിന്റെ പഞ്ചസ്തംഭങ്ങളിലൊന്നായി പരിഗണിക്കപ്പെടുന്ന നോമ്പിന്റെ അർത്ഥം പകൽനേരങ്ങളിൽ ആഹാരം കഴിക്കരുതെന്ന് മാത്രമല്ല. വിശക്കുന്ന മനുഷ്യനെയും വിശപ്പിന്റെ കാരണങ്ങളെയും അറിയണമെന്നും അതിനർത്ഥമുണ്ട്. ആ അർത്ഥം ഉൾക്കൊള്ളുമ്പോഴേ വ്രതാനുഷ്ഠാനം ലക്ഷ്യമുള്ളതാകൂ.

"കഷ്ടപ്പെടുന്നവന്റെ കണ്ണീരിനെ കാത്തുകൊൾക: ദൈവത്തിലേക്ക് ഏറ്റവും അടുപ്പമുള്ളത് ആ കണ്ണുനീരിനാണ്" എന്ന് ഇസ്ലാം അതിന്റെ അനുയായികളെ ഉദ്ബോധിപ്പിക്കുന്നു.

അദ്ധ്വാനിക്കുന്നവന്റെ നെറ്റിയിലെ വിയർപ്പ് ആറും മുമ്പ് അവന് പ്രതിഫലം കൊടുക്കണമെന്നും ഇസ്ലാം പഠിപ്പിക്കുന്നു. ഈ പാഠങ്ങൾ ഇസ്ലാമിക ദർശനത്തിന്റെ നിലപാടുകളും നയങ്ങളും വിളിച്ചുപറയുന്നതാണ്. ഈ പക്ഷപാതിത്വങ്ങളോട് താദാത്മ്യം പ്രാപിക്കുകകൂടിയാകണം നോമ്പിന്റെ ലക്ഷ്യം.

ആഗോളവൽക്കരണത്തിന്റെ കാലഘട്ടം ലോകത്തെല്ലായി ടത്തും മൂല്യസങ്കല്പങ്ങളെ തകിടംമറിച്ചുകൊണ്ടിരിക്കുകയാണ്. മതങ്ങളും പ്രബോധനങ്ങളും പ്രത്യയശാസ്ത്രങ്ങളും മുന്നോട്ടു വെച്ച നീതിസങ്കല്പങ്ങളെയെല്ലാം ആഗോളവൽക്കരണം തല കീഴായി കെട്ടിത്തൂക്കിയിരിക്കുന്നു. കമ്പോളം എന്ന പുതിയ ദേവാലയവും ലാഭം എന്ന പുതിയ ദൈവവും ലോകം വെല്ലാൻ ശ്രമിക്കുമ്പോൾ വ്രതാനുഷ്ഠാനത്തിന്റെ അർത്ഥതലങ്ങൾക്ക് പുതിയ പ്രാധാന്യം കൈവരേണ്ടതുണ്ട്. മതങ്ങളെപ്പറ്റി മനസ്സി ലാക്കാൻ ശ്രമിക്കുന്ന മതവിശ്വാസിയല്ലാത്ത ഒരാളുടെ നിരീ ക്ഷണമാണ് ഇത്.

14 നൂറ്റാണ്ടുകൾക്കു മുമ്പ് കൊടികുത്തിവാണ അന്ധവിശ്വാസ ങ്ങളെയും അനാചാരങ്ങളെയും വെല്ലുവിളിച്ചുകൊണ്ടാണ് ഇസ്ലാം അതിന്റെ വരവറിയിച്ചത്. അക്കാലത്തെ അധികാര കേന്ദ്രങ്ങളെയും അധീശശക്തികളെയും വെല്ലുവിളിച്ചു കൊണ്ടാണ് അതിന്റെ ചരിത്രം വികസിച്ചത്. അത് മുന്നോട്ടു വെച്ച ധർമ്മചിന്തകളെ ചോദ്യം ചെയ്തവർ ഏറെയായിരുന്നു. ആ സമരത്തിന്റെ ഭാഗമായി പ്രവാചകന് മക്കയിൽനിന്നും മദീന യിലേക്ക് പലായനം ചെയ്യേണ്ടിവന്നു. സഹനത്തിന്റെയും ത്യാഗ ത്തിന്റെയും അത്തരം കഥകൾ ഇസ്ലാമിന്റെ ചരിത്രത്തിൽ വേണ്ടുവോളമുണ്ട്. ഇന്ന് ഇസ്ലാമിനെ ചോരക്കുരുതിയുടെയും ഭീകരപ്രവർത്തനത്തിന്റെയും മറയാക്കി മാറ്റാൻ ശ്രമിക്കുന്നവർ ഈ സത്യങ്ങളെയെല്ലാം തമസ്കരിക്കാൻ ശ്രമിക്കുന്നു. ഇസ്ലാ മെന്നാൽ ഭീകരവാദമാണെന്ന് പ്രചരിപ്പിക്കാനാണ് സാമ്രാജ്യത്വം ശ്രമിക്കുന്നത്. അവരുടെ കൈയിലെ കളിപ്പാവകളാകുന്നവർക്കേ ഇസ്ലാമിന്റെ ദർശനത്തെ ഭീകരപ്രവർത്തനവുമായി കൂട്ടി ക്കുഴയ്ക്കുവാൻ കഴിയൂ. ഇസ്ലാമെന്നാൽ കൈവെട്ടും കാൽ വെട്ടുമടക്കമുള്ള തീവ്രവാദമല്ല എന്ന് വിളിച്ചുപറയേണ്ടത് ഈ വ്രതദിനങ്ങളിലെ കർത്തവ്യമാണെന്ന് നോമ്പ് നോൽക്കുന്നവർ തിരിച്ചറിയേണ്ടതുണ്ട്.

മനുഷ്യന്റെ ആർത്തി പ്രകൃതിയെ ചവിട്ടിമെതിക്കുകയാണ്. അതിന്റെ ഫലമായി ആഗോളതാപനവും കാലാവസ്ഥാവ്യതി യാനവും ഭൂമിയെ തുറിച്ചുനോക്കുന്നു. പ്രകൃതി സമ്പത്തുകൾ ലാഭദൈവത്തിന്റെ പ്രീതിക്കുവേണ്ടി കുത്തിക്കവരാനുള്ള തല്ലെന്ന് എത്രവേഗം തിരിച്ചറിയുന്നുവോ അത്രയും വേഗം അത് ഭൂമിക്കും ഭാവിക്കും ഗുണം ചെയ്യും. നോമ്പുകാരന്റെ കാതുകളിൽ

ഭൂമിയുടെ നൊമ്പരത്തിന്റെ ഞരക്കങ്ങൾ പതിഞ്ഞില്ലെങ്കിൽ ആ അനുഷ്ഠാനം യാന്ത്രികമായിപ്പോവും. ലോകം അവസാനിക്കാൻ പോവുമ്പോഴും കൈയിൽ ഒരു തൈയുണ്ടെങ്കിൽ അത് നടുക തന്നെ വേണം എന്ന് പഠിപ്പിച്ച പ്രവാചകന്റെ പ്രബോധനങ്ങളും ആഗോളതാപനത്തിന്റെ വെല്ലുവിളികളും കൂട്ടിവായിക്കാൻ കഴിയേണ്ടതുണ്ട്. ഈ കാലഘട്ടത്തിൽ പാരിസ്ഥിതിക സംരക്ഷണത്തിന്റെ കടമകൾക്ക് മുമ്പിൽ നിസ്സംഗരായി നിൽക്കാൻ കഴിയില്ല.

യുദ്ധരംഗത്തുപോലും വൃക്ഷങ്ങളുടെ ശിഖരങ്ങൾ മുറിക്കരുതെന്നും ജലാശയങ്ങൾക്ക് ദോഷമുണ്ടാക്കരുതെന്നും കൃഷി നശിപ്പിക്കരുതെന്നും സ്ത്രീകളെയും കുട്ടികളെയും പ്രായമായവരെയും ഉപദ്രവിക്കരുതെന്നും പഠിപ്പിച്ച പ്രവാചകധർമ്മത്തിന്റെ കാലികവ്യാഖ്യാനം നിശ്ചയമായും പ്രാധാന്യമർഹിക്കുന്നുണ്ട്. പ്രകൃതിയുടെ നിറമായ പച്ചപ്പ് ഇസ്‌ലാമിന്റെ കൊടിയടയാളമായത് എങ്ങനെ എന്നതിനെപ്പറ്റി നോമ്പെടുക്കുന്ന സുമനസ്സുകൾ ചിന്തിക്കുമെന്ന് ഞാൻ വിശ്വസിക്കുന്നു.

സമഭാവനയുടെയും സാഹോദര്യത്തിന്റെയും സന്മനസ്സിന്റെയും ചൈതന്യമാണ് വ്രതാനുഷ്ഠാനത്തെ സത്യത്തിൽ അർത്ഥവത്താക്കുന്നത്. വീക്ഷണവൈജാത്യങ്ങൾ മനുഷ്യബന്ധങ്ങൾക്ക് മതിൽക്കെട്ട് തീർത്തുകൂടെന്നും വ്രതാനുഷ്ഠാനത്തിന്റെ ദർശനം നമ്മോടാവശ്യപ്പെടുന്നു. മതനിരപേക്ഷതയുടെയും സാമൂഹികനീതിയുടെയും ഭൂരിപക്ഷം ജനങ്ങൾക്കും നന്മ ഉറപ്പാക്കുന്ന സാമൂഹികമാറ്റത്തിന്റെയും കടമകൾ ഏറ്റെടുക്കണമെന്നും നോമ്പിന്റെ നീതിശാസ്ത്രം പഠിപ്പിക്കുന്നു.

നാദാപുരത്തിന്റെ നോമ്പുകാലം ശരിക്കും ഞങ്ങളുടെ നാടിന്റെ ഉത്സവകാലമാണ്. നോമ്പിനെ വരവേൽക്കാൻ ആഴ്ചകൾക്കുമുമ്പേ വീടുകളിൽ ഒരുക്കങ്ങളാരംഭിക്കുന്നു. വിശപ്പും ദാഹവും കടിച്ചമർത്തുന്ന പകലറുതികളിൽ നാദാപുരത്തെ റോഡുകളിൽ എപ്പോഴും തിരക്കായിരിക്കും.

നോമ്പുതുറയ്ക്കായി ബന്ധുഗൃഹങ്ങളിലേക്ക് ഓടിയെത്തുന്നവരുടെ തിരക്ക്. ഈ ദിവസങ്ങളിൽ എത്രയെത്ര ക്ഷണങ്ങളാണ് എന്നെ തേടിയെത്തിയിട്ടുള്ളത്. നോമ്പുതുറ നേരത്ത് വീട്ടിൽ എത്തണമെന്നുള്ള സ്നേഹപൂർണമായ ആ ക്ഷണം മനുഷ്യബന്ധങ്ങളുടെ നൈർമല്യമാണ് എന്നെ പഠിപ്പിച്ചിട്ടുള്ളത്.

ഈ ദിവസങ്ങളിൽ നാദാപുരത്തുണ്ടാകണമെന്ന് എപ്പോഴും മനസ്സ് കൊതിക്കാറുണ്ട്. പലപ്പോഴും അതിന് കഴിയാറില്ല. ഞാൻ ചിലപ്പോൾ എന്നോടുതന്നെ ചോദിച്ചിട്ടുണ്ട്. വൈക്കത്ത് ജനിച്ചു വളർന്ന എനിക്ക് നാദാപുരത്ത് ഇത്രയധികം ബന്ധുക്കൾ എങ്ങനെയുണ്ടായി എന്ന്. അങ്ങോട്ട് സ്നേഹം കൊടുത്താൽ ഇങ്ങോട്ടും സ്നേഹം ലഭിക്കും എന്നതാണ് എന്റെ അനുഭവം. നാദാപുരത്തെ നന്മ നിറഞ്ഞ മനുഷ്യർ ആ സ്നേഹം എനിക്ക് വാരിക്കോരി തന്നിട്ടുണ്ട്. വിശുദ്ധമായ എല്ലാത്തിന്റെയും അട യാളപ്പെടുത്തൽ കൂടിയായ നോമ്പുകാലം സ്നേഹവിശ്വാസ ങ്ങളുടെ ആഴവും പരപ്പും ഹൃദയത്തിൽ രേഖപ്പെടുത്തിവെക്കണ മെന്നാണ് എന്നോട് കല്പിക്കുന്നത്. ∎

ഏതു ദൈവത്തിനു വേണ്ടിയാണ് ആനകളെ പീഡിപ്പിക്കുന്നത്?

മദമിളകിയ ആന ഒരാളെക്കൂടി കൊന്നിരിക്കുന്നു. ഇക്കുറി ഹരിപ്പാടാണ് കൊലക്കളമായത്. ഈ ദാരുണവാർത്ത വായിച്ച് ഒന്നു 'നടുങ്ങാൻ' പോലും വേണ്ടെന്ന മനോഭാവത്തിലേക്കു കേരളം വളരുകയാണ്. നാളെ ഏത് ഉത്സവപ്പറമ്പിൽ ഏത് ആനക്കായിരിക്കും മദമിളകുക? ഉത്തരം പറയാൻ പ്രയാസമായിരിക്കും. ഏതെങ്കിലും ഒരു ഉത്സവപ്പറമ്പിൽ, ഏതെങ്കിലും ചുട്ടുപൊള്ളുന്ന ഒരു റോഡിൽ വച്ച് ഏതെങ്കിലും ഒരാനയ്ക്കു മദമിളകുമെന്നുറപ്പാണ്. സഹതാപാർഹമായ നിസ്സഹായാവസ്ഥയിൽ ഭൂമിയിലെ ഏറ്റവും വലിയ ആ പാവം വന്യജീവി പരക്കം പായുന്ന ദൃശ്യം മൊബൈൽ ക്യാമറയിൽ പകർത്താൻ 'വിവരവും വിശേഷബുദ്ധിയുമുള്ള' മനുഷ്യർ മദമിളകാതെ തന്നെ പിന്നാലെ പായുമെന്നും ഉറപ്പാണ്. 'നാട്ടാന' എന്നാണ് നാം അവയെ വിളിക്കുന്നത്. എന്നാൽ ഒരിക്കലും നാട് അവരുടെ വീടല്ല. കാടാണ് ആനയുടെ സ്വാഭാവിക വാസസ്ഥലം.

ആന ഒരു വന്യജീവിയാണെന്ന സത്യം സ്വന്തം സൗകര്യാർത്ഥം മനുഷ്യൻ മറക്കുകയാണ്. ആർത്തിയും പൊങ്ങച്ചവും സംസ്കാരശൂന്യതയും സമാസമം ചേരുന്ന ഒരു മിശ്രിതമുണ്ട്. മനുഷ്യനെ മറന്നുകൂടാത്തതു പലതും മറക്കാനും ഓർക്കേണ്ടതു പലതും ഓർക്കാതിരിക്കാനും പ്രേരിപ്പിക്കുന്നത് അതാണ്. ഭൂമിയിലെ എല്ലാ ജീവജാലങ്ങളും മനുഷ്യനിൽ നിന്നു പീഡനം ഏറ്റുവാങ്ങുന്നതിനു കാരണമാകുന്നത്. ഏറ്റവും ക്രൂരവും ദീർഘവുമായി മനുഷ്യനാൽ പീഡിപ്പിക്കപ്പെടുന്ന ജീവി ആനയായിരിക്കും. കാട്ടിൽ ജീവിക്കേണ്ടുന്ന ആനയെ അവിടെ നിന്ന് അടർത്തി മാറ്റി 'നാട്ടാന' എന്ന ഓമനപ്പേരിട്ടുകൊണ്ടാണ് ഈ പീഡന പർവ്വത്തിന്റെ കൊടിയേറ്റം നടക്കുന്നത്.

പണ്ട് തടിപിടിത്തം പോലെ കായികശേഷി ഏറെ വേണ്ട പണികളിൽ ആനകളെ ധാരാളമായി കാണാമായിരുന്നു. ഇന്ന് കരുത്തേറിയ യന്ത്രങ്ങൾ ആ രംഗങ്ങളിൽ വ്യാപകമായപ്പോൾ ആനകൾ രക്ഷപ്പെടുകയായിരുന്നില്ല. ഉത്സവവേദികളിൽ ദൈവത്തിന്റെ മേൽവിലാസത്തിനു കീഴിൽ ഭയാനകമായ ഹേമദണ്ഡങ്ങൾ ഏറ്റുവാങ്ങാനാണ് അവയുടെ വിധി. മനുഷ്യനെപ്പോലെ സംസാരിക്കാൻ ആനകൾക്കു കഴിയുമായിരുന്നെങ്കിൽ വേദനയിൽ കുതിർന്ന സ്വന്തം സഹനകഥകൾ അവ പറയുമായിരുന്നു. ആ കഥ കേട്ടാൽ ദൈവങ്ങൾ പോലും തലയിൽ കൈവച്ചിരുന്നു പോയേനെ.

അധികാരത്തിന്റെയും പ്രതാപത്തിന്റെയും പ്രൗഢചിഹ്നങ്ങളായാണ് രാജവാഴ്ചയിലും ജന്മി-നാടുവാഴി യുഗങ്ങളിലും ആനകൾ കൊണ്ടാടപ്പെട്ടത്. ഇതിഹാസങ്ങളിലും പുരാണങ്ങളിലും ആനകൾ ഈ പ്രൗഢിയുടെ നെറ്റിപ്പട്ടവുമായാണ് വന്നത്. കാലം മാറി വന്നപ്പോൾ ആന സമ്പത്തിന്റെയും സാമൂഹിക അന്തസ്സിന്റെയും അടയാളങ്ങളായി. തറവാട്ടുവളപ്പിൽ ആനയെ കെട്ടിനിർത്താൻ കെല്പുള്ളവർ കരപ്രമാണിമാരിൽ പ്രധാനികളായി. തീറ്റിപ്പോറ്റാൻ ചെലവേറെയുള്ള ആനയുടെ പരിപാലനച്ചെലവുകൾക്കായാണു തടിപിടിത്തം പോലെയും ഉത്സവ എഴുന്നള്ളത്തുപോലെയുമുള്ള വരുമാനമുള്ള പുറംപണികളിലേക്ക് അവ നിയുക്തമായത്. കാട്ടിൽ നിന്നു നാട്ടിലേക്കു താമസം മാറ്റേണ്ടി വന്ന ഈ വലിയ ജീവിയെ യഥോചിതം പരിപാലിക്കണമെന്ന് ചിന്തിച്ചവർ അക്കാലത്ത് ഏറെയുണ്ടായിരുന്നു. 'മാതംഗലീല' പോലുള്ള ഗ്രന്ഥങ്ങൾ ആനയുടെ ആരോഗ്യപൂർണമായ സുഖജീവിതം ലക്ഷ്യമാക്കി രചിക്കപ്പെട്ടതാണ്. അതെല്ലാം പോയ കാലത്തിന്റെ ഓർമ്മത്തുണ്ടുകൾ!

എല്ലാം ലാഭനഷ്ടങ്ങളുടെ അളവുകോലിനാൽ മാത്രം അളക്കപ്പെടുന്ന കാലമെത്തിയപ്പോൾ ആനയ്ക്കു വേണ്ടി ഒന്നു വച്ചാൽ രണ്ടു കിട്ടുമോ എന്ന ചിന്ത ബന്ധപ്പെട്ടവരെയെല്ലാം കീഴ്പ്പെടുത്തി. കായികാദ്ധ്വാന മേഖലയിൽ ആനയേക്കാൾ ശക്തിയുള്ള യന്ത്രങ്ങൾ പെട്ടെന്നു പണി തീർക്കാനെത്തിയപ്പോൾ ഉത്സവങ്ങൾ മാത്രമായി ആനയെ മുൻനിർത്തിയുള്ള വരുമാനമാർഗ്ഗമെന്നു വന്നു. എല്ലാത്തരം പൊങ്ങച്ചങ്ങളും എല്ലാം രംഗങ്ങളേയും കീഴ്പ്പെടുത്തുമ്പോൾ ആനകൾ പൊങ്ങച്ചത്തിന്റെ പന്തയപണ്ടങ്ങളുമായി. ആന ഉടമസ്ഥന്മാരും ഉത്സവനടത്തിപ്പുകാരുമെല്ലാം പൊങ്ങച്ചകൊടികൾ ഉയരത്തിൽ പാറിക്കാൻ

ശ്രമിക്കുന്തോറും പാവം ആനകൾ വിവരണാതീതമായ ദുരിതങ്ങളുടെ ചുമട്ടുകാരായി മാറുകയായിരുന്നു. 'ഏക്കകാർ' എന്നു വിളിപ്പേരുള്ള കരാറുകാരുടെ പുതിയ വംശം അവിടെ പെട്ടെന്ന് അധിപന്മാരായി.

മദമിളകി പാഞ്ഞ് ചുറ്റുപാടും കണ്ടതെല്ലാം നശിപ്പിക്കുന്ന ആനയ്ക്കു വിദ്രോഹിയായ വില്ലന്റെ പരിവേഷമാണ് കല്പിക്കപ്പെടുന്നത്. പീഡാനുഭവങ്ങളുടെ കൊടുമുടിയിലെത്തുമ്പോൾ തലച്ചോറിന്റെ സമനില തെറ്റുന്ന ഒരു പാവം ജീവിയുടെ മരണപ്പാച്ചിലാണതെന്ന് പലരും മനസ്സിലാക്കാറില്ല. ഇതിലെ വില്ലൻ ആരാണ്? മദമിളകി ഓടുന്ന ആനയോ അതിനെ ആ ഗതികെട്ട അവസ്ഥയിലേക്കു തള്ളിയിടുന്ന തത്പരകക്ഷികളുടെ ദൂഷിതവലയമോ? ഈ വിഷയം ഗൗരവപൂർവം ചർച്ച ചെയ്യാൻ കേരളസമൂഹം അമാന്തിച്ചു നിൽക്കരുത്.

ഈശ്വരവിശ്വാസവും ക്ഷേത്രാചരങ്ങളും കേരളത്തിൽ എന്നുമുണ്ടായിരുന്നു. പക്ഷേ, വിശ്വാസത്തെ പ്രകടനപരത വിഴുങ്ങുന്നതും ക്ഷേത്രാചാരങ്ങൾ ദുരാചാരങ്ങൾക്ക് വഴിമാറി കൊടുക്കുന്നതും ഈ പുതിയ കാലം സൃഷ്ടിച്ച പ്രതിഭാസമാണ്. 'കമ്പോള തേർവാഴ്ചയുടെ കാലം' എന്നു ഫ്രാൻസിസ് മാർപ്പാപ്പ വിശേഷിപ്പിച്ച ആഗോളവൽക്കരണത്തിന്റെ ദുഃസ്വാധീനത്താലാണ് ഇതു സംഭവിക്കുന്നത്. മതങ്ങളെല്ലാം ഉദ്ഘോഷിക്കുന്ന മാനവിക മൂല്യങ്ങൾക്കു ഈ തേർവാഴ്ച മുറിവേൽപ്പിക്കുന്നു. വിശ്വാസത്തിന്റെ കേന്ദ്രസ്ഥാനത്തു നിന്നു ദൈവം കുടിയിറക്കപ്പെടുകയാണോ എന്ന് നിഷ്കളങ്കരായ വിശ്വാസികൾ തന്നെ വ്യാകുലപ്പെടുന്നു. ഇതേക്കുറിച്ച് ഹിന്ദു-മുസ്ലീം-ക്രിസ്ത്യൻ മതങ്ങളിലെ ഉന്നതസ്ഥാനീയരായ ചില പണ്ഡിതന്മാർ തന്നെ നടത്തിയ നിരീക്ഷണങ്ങൾ ഇന്നത്തെ പോക്കിൽ അവർക്കുള്ള ആശങ്കയാണ് അറിയിക്കുന്നത്.

ക്ഷേത്രോത്സവങ്ങളിൽ ആന എഴുന്നള്ളത്ത് അവസാനിപ്പിക്കണമെന്ന് ക്ഷേത്രാചാരങ്ങളെക്കുറിച്ച് ആധികാരികമായി പറയാൻ അർഹതയുള്ള യോഗക്ഷേമസഭാ അദ്ധ്യക്ഷൻ അക്കീരമൺ കാളിദാസ് ഭട്ടതിരിപ്പാട് ഏതാനും ദിവസങ്ങൾക്കു മുമ്പ് അഭിപ്രായപ്പെടുകയുണ്ടായി. ഉത്സവപ്പറമ്പുകളിൽ ആനകളുടെ കണ്ണുനീരും വിശ്വാസികളുടെ ചോരയും വീഴുന്ന ദുരവസ്ഥയോടുള്ള അനിഷേദ്ധ്യനായ ഒരു മതവ്യാഖ്യാതാവിന്റെ പ്രതികരണമായിരുന്നു അത്. എന്നിട്ടും അർഹിക്കുന്ന ഗൗരവത്തോടെയുള്ള തുടർചർച്ചകളൊന്നും ഇവിടെ ഉണ്ടായില്ല.

ഗ്രാമീണസംസ്കാരത്തിന്റെ ഭാഗമായി വളർച്ച പ്രാപിച്ച ക്ഷേത്രോത്സവങ്ങളെ കമ്പോളവൽക്കരിക്കുകയും ആനകളെ അതിന്റെ ബ്രാന്റ് അംബാസഡർമാരാക്കുകയും ചെയ്തവർക്ക് ഇഷ്ടപ്പെടുന്ന നിർദ്ദേശമല്ല ബഹുമാനപ്പെട്ട അക്കീരമൺ കാളിദാസ് ഭട്ടതിരിപ്പാട് മുൻവച്ചത്. ആനകളുടെ എണ്ണം നോക്കി ആഘോഷങ്ങളുടെ മാറ്റു നിശ്ചയിക്കുന്ന പ്രവണത മറ്റു മതങ്ങളിലേക്കും വ്യാപിച്ചിരിക്കുന്നു. പല ആഘോഷങ്ങളുടെയും വിളംബര ഫ്ളക്സുകളിൽ ദൈവങ്ങളേക്കാൾ വലുപ്പത്തിൽ ആനകൾ സ്ഥാനം പിടിക്കുന്നത് നിങ്ങൾ കണ്ടിട്ടില്ലേ? അതിന്റെയെല്ലാം പുറകിൽ പൊങ്ങച്ചസംസ്ക്കാരവും ചീത്ത പണവും വഹിക്കുന്ന മതവിരുദ്ധവും ദൈവവിരുദ്ധവുമായ ഇടപെടലുകളെക്കുറിച്ച് വിശ്വാസവൃത്തങ്ങളിലൊന്നും ചർച്ച ഉയരാത്തത് എന്തുകൊണ്ടാണ്? യഥാർത്ഥ വിശ്വാസികളുടെ മനസ്സുകളെ ദുഷിച്ച പണത്തിന്റെ തള്ളിക്കയറ്റം അസ്വസ്ഥമാക്കുമെന്നുറപ്പാണ്.

ദൈവത്തെപ്പറ്റിയോ വിശ്വാസങ്ങളെപ്പറ്റിയോ ഉള്ള ചർച്ചയായി മാറേണ്ടതല്ല നാട്ടാനകൾ നേരിടുന്ന പീഡനത്തിന്റെ പ്രശ്നം. എന്നാൽ അങ്ങനെയാക്കി അതിനെ മാറ്റാൻ സംഘടിതരായ തത്പരകക്ഷികൾ ശ്രമിക്കാറുണ്ട്. ക്ഷേത്രോത്സവങ്ങളിൽ ആന എഴുന്നള്ളത്ത് അനാവശ്യമാണെന്ന് വിശ്വസിക്കുന്ന ഒട്ടേറെ തന്ത്രിപ്രമുഖർ നമുക്കിടയിലുണ്ട്. കച്ചവടക്കണ്ണുമായി ഉത്സവങ്ങളെയും ആനകളെയും കൂട്ടി ബന്ധിപ്പിക്കുന്ന ശക്തികൾ വിശ്വാസികൾക്കിടയിൽ നിന്ന് വിവേകത്തിന്റെ ശബ്ദമുയർത്താൻ അത്തരം പണ്ഡിതന്മാരെ അനുവദിക്കാറില്ലെന്നതാണു സത്യം.

2006–2011 കാലഘട്ടത്തിൽ സംസ്ഥാന വനം-വന്യജീവി വകുപ്പ് മന്ത്രിയായിരിക്കെ, നാട്ടാനകൾക്കു നേരെ നടക്കുന്ന പീഡനങ്ങൾക്ക് അറുതി വരുത്താൻ ശ്രമിച്ചതിന്റെ അനുഭവം എന്റെ ഓർമ്മയിലുണ്ട്. 2003ലെ നാട്ടാന പരിപാലന ചട്ടം നടപ്പിലാക്കാൻ ബന്ധപ്പെട്ടവരുടെയെല്ലാം സഹകരണം തേടിക്കൊണ്ടാണ് അന്ന് ഗവൺമെന്റ് പരിശ്രമങ്ങൾ ആരംഭിച്ചത്. നാട്ടാനകൾക്ക് വെള്ളവും ഭക്ഷണവും വിശ്രമവും ഉറപ്പുവരുത്താൻ ലക്ഷ്യമിട്ടുണ്ടായ ചട്ടമാണത്. നിശ്ചിത ദൂരത്തിനപ്പുറം അവയെ നടത്തിക്കൊണ്ടു പോകരുതെന്നും കൊടുംവെയിലത്ത് അവയെ ദീർഘനേരം നിർത്തരുതെന്നും പ്രസ്തുത ചട്ടം നിർദ്ദേശിക്കുന്നു. മദമിളകുന്ന ആന ആളുകളെ കൊല്ലുന്ന അനുഭവങ്ങൾ കൂടിക്കൂടി

വന്നപ്പോൾ അതിനു മാറ്റമുണ്ടാക്കാൻ വേണ്ടിയാണ് 2003ലെ ചട്ടം നടപ്പിലാക്കാൻ 2006-11ലെ സർക്കാർ നടപടി സ്വീകരിച്ചത്. ഉത്സവങ്ങൾക്കായി ആനകളെ കൊണ്ടുപോകുമ്പോൾ പാലിക്കേണ്ട നിബന്ധനകളും അതിലുണ്ടായിരുന്നു. മദമിളകി ആനകൾ നാശം വിതറുന്നത് ഒഴിവാക്കണമെന്ന സദുദ്ദേശത്തോടെ അന്ന് ഒട്ടേറെ കാര്യങ്ങൾ ചെയ്തു. ആനകൾക്കുള്ള വൈദ്യ പരിശോധനയും ചിപ്പ് ഘടിപ്പിക്കലും റജിസ്ട്രേഷനും പാപ്പാന്മാർക്കുള്ള പരിശീലന പദ്ധതിയുമെല്ലാം അതിന്റെ ഭാഗമായിരുന്നു. പ്രായാധിക്യമെത്തിയ ആനകൾക്കായി കോട്ടൂർ ആരംഭിച്ച ആന പുനരധിവാസകേന്ദ്രം ഇന്ത്യയിൽ തന്നെ ആദ്യത്തേതായിരുന്നു.

പൊതുസമൂഹം പൊതുവിൽ ആ നടപടികളോട് അനുഭാവം കാണിച്ചപ്പോഴും സംഘടിതമായ ചില ലോബികൾ അസഹിഷ്ണുതയോടെയാണ് അവയോടെല്ലാം പ്രതികരിച്ചത്. വിശ്വാസത്തിന്റെയും ദൈവത്തിന്റെയും മറ പറ്റിയാണ് നാട്ടാന പീഡനം തടയാനുള്ള ശ്രമങ്ങളെയെല്ലാം അവർ അന്നു വെല്ലുവിളിച്ചത്.

ഒരു നാൾ പുലർച്ചയിൽ വടക്കോട്ടുള്ള ഒരു യാത്രയിൽ ഞാൻ ഒരു കാഴ്ച കണ്ടു. എന്റെ കാറിനു മുമ്പിൽ പാഞ്ഞു പോകുന്ന ലോറിയിൽ നല്ല ഉയരമുള്ള ആന പ്രയാസപ്പെട്ടു നിൽക്കുന്നു. ഓരോ വളവിലും ബാലൻസ് തെറ്റി താഴെ വീണു പോകാതിരിക്കാൻ ആ ജീവി പെടുന്ന പെടാപ്പാട് പുറകിലെ കാറിലിരുന്ന് എനിക്കു കാണാമായിരുന്നു. അതു കണ്ടിട്ടും കാണാത്ത ഭാവത്തിൽ പോകാൻ മനസ്സ് അനുവദിച്ചില്ല. ആ ലോറിക്കു മുമ്പിൽ കാർ നിർത്തി ഞാൻ രേഖകൾ ചോദിച്ചു. ഏക്കകാരന്റെ (കരാറുകാരൻ) വേലക്കാരനാണ് ലോറിയിൽ ഉണ്ടായിരുന്നത്. അയാളുടെ കൈയിൽ ചട്ടപ്രകാരം ഉള്ള ഒരു രേഖയും ഇല്ലായിരുന്നു. തെക്കൻ ജില്ലയിലുള്ള ഒരു ക്ഷേത്രത്തിലെ രാത്രി എഴുന്നള്ളത്തു കഴിഞ്ഞയുടൻ വടക്കുള്ള ഒരു ക്ഷേത്രത്തിൽ പ്രഭാത എഴുന്നള്ളത്തിനായി ലോറിയിൽ കയറ്റിയ ആനയാണത്. ലക്ഷണമൊത്ത ആ ആനയ്ക്ക് ഉത്സവക്കാലത്ത് വൻഡിമാന്റാണ്. ഉടമകളും ഏക്കകാരും വിലപേശി പ്രതിഫലം നിർണ്ണയിക്കുന്ന അഴകേറിയ ആ ആനയ്ക്കു ഒരു കണ്ണില്ലായിരുന്നു. 'ഓവർടൈം' പണിയെടുപ്പിക്കപ്പെടുന്ന ആ ഗജവീരൻ പലപ്പോഴും ഇടഞ്ഞോടി നാശം വിതറിയിട്ടുമുണ്ട്.

രേഖകൾ നിർബന്ധമാണെന്നും ചോദിക്കുന്നതു മന്ത്രിയാണെന്നും 'ഏക്കകാരന്റെ' വേലക്കാരൻ കണക്കിലെടുത്തില്ല.

മുതലാളിയുടെ പേരും എത്തേണ്ട അമ്പലത്തിന്റെ പേരും അയാൾ പറഞ്ഞുകൊണ്ടേയിരുന്നു. ഇത്രയും ഉയരമുള്ള ആന ഒരു ലോറിയിൽ ചട്ടപ്രകാരമുള്ള വേലികളില്ലാതെ പോയാൽ അപകടമുണ്ടാകുമെന്ന് ചിന്തിക്കാനുള്ള മാനസികാവസ്ഥ അയാൾക്കില്ലായിരുന്നു. കാരണം അയാൾ മദ്യലഹരിയിലായി രുന്നു. ക്ഷേത്രം, ദൈവം, ഉത്സവം, മുതലാളി എന്നെല്ലാം ആവർത്തിച്ച ആ മനുഷ്യനോട് സുരക്ഷിതമായ യാത്ര ഉറപ്പാക്കിയിട്ടു പോയാൽ മതി എന്നു ഞാൻ കർശനമായി പറഞ്ഞു. ലോക്കൽ പൊലീസിന്റെ സഹായത്തോടെ ആനയെ താഴെ ഇറക്കി അടുത്ത പറമ്പിൽ തളച്ച്, ആഹാരത്തിനുറപ്പുണ്ടാക്കിയതിനു ശേഷം ഞാൻ യാത്ര പുനരാരംഭിച്ചു. അരമണിക്കൂറിനു ശേഷം ഫോൺകോളുകളുടെ പ്രവാഹം ആരംഭിച്ചു. ഉത്സവം മുടങ്ങുമെന്ന ആശങ്കയും ഭീഷണിയുമായിരുന്നു എല്ലാ കോളുകളിലും. വേണ്ടത്ര വേലിക്കെട്ടുകളില്ലാത്ത ആ ദീർഘയാത്രയിൽ ഏതെങ്കിലും വളവിൽ വച്ച് ആന താഴെ വീണാലോ എന്ന ചോദ്യത്തിനു അവരാരും ഉത്തരം പറഞ്ഞില്ല. കൊല്ലം ജില്ലയിൽ ഉണ്ടായ അത്തരമൊരപകടത്തിൽ ആനപ്പാപ്പാൻ മരിച്ച കാര്യം പറഞ്ഞപ്പോൾ അവർ കേട്ടതായി ഭാവിച്ചില്ല. തുടർന്നുള്ള ദിവസങ്ങളിൽ എനിക്ക് ലഭിച്ചത് എഴുപതോളം കത്തുകളായിരുന്നു. എല്ലാത്തിന്റെയും വാചകങ്ങൾ ഒന്നായിരുന്നു.

"ഈശ്വരവിശ്വാസത്തേയും ക്ഷേത്രാചരങ്ങളെയും തകർക്കാൻ ശ്രമിക്കുന്ന കമ്മ്യൂണിസ്റ്റായ വനംമന്ത്രിയുടെ നിലപാടിൽ പ്രതിഷേധം."

ഒരു വിശ്വാസിയല്ല ഞാൻ. യഥാർത്ഥ വിശ്വാസികളോട് ആദരവുള്ള അവിശ്വാസി എന്ന് ഞാൻ എന്നെ വിളിക്കും. വിശ്വാസികളായ എണ്ണമറ്റ സുഹൃത്തുക്കളോട്, മതപണ്ഡിതന്മാരോട്, വേദശാസ്ത്ര വിദഗ്ദ്ധരോട് എല്ലാം ഞാൻ ചോദിച്ചു. നാട്ടാനകളെ പീഡിപ്പിച്ചു കൂടെന്ന് കർശനമായി പറഞ്ഞാൽ ഈശ്വരവിശ്വാസത്തിന് ഇളക്കം തട്ടുമോ എന്ന്. ആ ജീവികളോട് അല്പം കരുണ കാണിക്കണമെന്നു പറഞ്ഞാൽ ക്ഷേത്രാചാരങ്ങൾക്കു വിരുദ്ധമാകുമോ എന്ന്. അവരെല്ലാവരും ദൈവത്തെ സാക്ഷ്യപ്പെടുത്തി തന്നെ എന്റെ നിലപാടിനോട് യോജിക്കുകയായിരുന്നു. എന്നിട്ടും നാട്ടാനകളുടെ ദുരിതപർവ്വം തുടരുക തന്നെയായിരുന്നു.

2011ൽ ഞാൻ സ്ഥാനമൊഴിഞ്ഞു. 2012ൽ നാട്ടാന പരിപാലനച്ചട്ടം ഭേദഗതി ചെയ്യപ്പെട്ടു. ഇനിയും അതിൽ ഭേദഗതി

ഉണ്ടായേക്കാം. എല്ലാത്തിനുമപ്പുറത്ത് ബാക്കിനിൽക്കുന്ന ചോദ്യം ഒന്നു മാത്രം. ദൈവത്തിന്റെ പേരിൽ ഇത്രയേറെ പീഡിക്കപ്പെടാൻ പാവം ആ ജീവികൾ എന്ത് അപരാധമാണ് ചെയ്തത്? കാട്ടിൽ ജീവിക്കേണ്ട അവയെ നാട്ടിൽ കൊണ്ടുവന്ന് കാട്ടുന്ന ഈ കൊടുംക്രൂരതകൾ ഏതു ദൈവത്തെയാണ് പ്രീതിപ്പെടുത്തുന്നത്? അടുത്ത ഉത്സവപ്പറമ്പിൽ മദമിളകിയ ആന ആളെ കൊല്ലും മുമ്പ് ഈ ദുരന്തത്തിനു അറുതി വരുത്താനുള്ള മാർഗ്ഗങ്ങൾ നമുക്കു കൂട്ടായി ആരാനാവില്ലേ?

∎

വാലന്റൈൻസ് ദിന ചിന്തകൾ

പ്രണയത്തെപ്പറ്റിയും നമുക്ക് അങ്ങനെ തന്നെ പറയാം. അനാദിയും അനന്തവുമാണെന്ന്. മനുഷ്യന്റെ ആദിമചോദനകളിൽ ഒന്നാണത്. ലോകത്തെവിടെയുമുള്ള പുരാണ ഇതിഹാസങ്ങളെല്ലാം പ്രണയകഥകളാൽ സമ്പന്നമാണ്. വീര്യവും രൗദ്രവും കരുണയും ലാസ്യവും പോലെ സ്നേഹം മനുഷ്യർക്കിടയിൽ എന്നും പരന്നൊഴുകിയിട്ടുണ്ട്.

അവയിൽ ഏറ്റവും ഉദാത്ത ഭാവമാണ് പ്രണയം. അത് ആൺ പെൺ ബന്ധങ്ങളെ പുതിയ ഭാവുകങ്ങൾ പഠിപ്പിച്ചു. പ്രണയികളെ കൂടുതൽ നല്ലവരാകാനും അതിലൂടെ ലോകത്തെയും ജീവിതത്തെയും കൂടുതൽ സ്നേഹിക്കാനും അവരെ പ്രാപ്തരാക്കി. ഉദാത്തമായ പ്രണയം സർഗ്ഗശക്തികളെ തടവിൽ നിന്ന് മോചിപ്പിച്ചു.

സൃഷ്ട്യുന്മുഖതയുടെ പുതിയ ആകാശങ്ങൾ തേടി പറക്കാൻ അത് മനുഷ്യർക്ക് ചിറകു നൽകി. ആകാശവും ഭൂമിയും വെളിച്ചം കൊണ്ട് നിറയ്ക്കാൻ അവർ അപ്പോൾ കൊതിക്കുന്നു. നന്മകളുടെ ഉറവകളെല്ലാം വറ്റിത്തീർന്നിട്ടില്ലെന്നും അവ പുതിയ രൂപഭാവങ്ങളിൽ വീണ്ടും ഉറവെടുക്കുമെന്നും അവർ അപ്പോൾ വിശ്വസിക്കുന്നു.

പ്രണയമെന്നാൽ ഹർഷോന്മാദങ്ങൾ മാത്രമല്ല. കാത്തിരിപ്പും ദുഃഖവും അതിന്റെ കൂടപ്പിറപ്പാണ്. ആ ദുഃഖത്തിലൂടെയും കാത്തിരിപ്പിലൂടെയും സർഗസൃഷ്ടിയുടെ ഭാവോഷ്മളമായ ലോകത്തിലേക്ക് ചുവടുവയ്ക്കാൻ പ്രണയം അവരെ പരിശീലിപ്പിക്കും. ശുഭാപ്തിവിശ്വാസവും പങ്കുവയ്ക്കലും കാത്തിരിപ്പുമാണ് യഥാർത്ഥ പ്രണയത്തിന്റെ മുഖമുദ്ര. പ്രണയികൾ സുഖവും ദുഃഖവും പങ്കിടും. നന്മനിറഞ്ഞ എന്തിനൊക്കെയോ വേണ്ടി അവർ സദാ കാത്തിരിക്കും.

കാറൽ മാർക്സും ജന്നിയും തമ്മിലുള്ള പ്രണയമാണ് ഇപ്പോൾ എന്റെ ഓർമ്മയിലേക്ക് വരുന്നത്. ജന്നിക്ക് മാർക്സി നേക്കാൾ നാലു വയസ്സ് മൂപ്പുണ്ടായിരുന്നു. തന്റെ സമ്പന്ന കുടുംബത്തിലെ പ്രതാപങ്ങൾ എല്ലാം വിട്ടെറിഞ്ഞ് മാർക്സി നോടൊപ്പം കഠിനജീവിതം പങ്കിടാൻ വന്നവളാണ് ജന്നി. ഇല്ലാ യ്മകൾ ശ്വാസം മുട്ടിച്ചപ്പോൾ അവർ പരസ്പര സ്നേഹത്തിന്റെ കരുത്തിൽ വിശ്വാസമർപ്പിച്ചു.

അവരെ കൂട്ടിയിണക്കിയ പ്രണയത്തിന്റെ ആഴമാണ് അത് സാദ്ധ്യമാക്കിയത്. കമ്മ്യൂണിസ്റ്റ് മാനിഫെസ്റ്റോയും മൂലധനവു മെഴുതിയ മാർക്സ് നിറഞ്ഞ കാമുകനുമായിരുന്നു. തന്റെ ഒരു പ്രണയകവിതയിൽ മാർക്സ് എഴുതി. "ജന്നി, ജന്നി, ജന്നി എന്നു മാത്രമെഴുതി വോള്യങ്ങൾ നിറയ്ക്കാൻ എനിക്കു കഴിയും." പിൽക്കാല ജീവിതത്തിൽ ദാരിദ്ര്യം മൂലം സ്വന്തം കുഞ്ഞ് മരണ പ്പെട്ടപ്പോഴും പതറിപ്പോകാതിരിക്കാൻ അവരെ തുണച്ചത് പര സ്പരപ്രണയത്തിൽ വേരുറച്ച ബന്ധത്തിന്റെ ദൃഢതയാണ്.

"സ്നേഹമാണഖിലസാരമൂഴിയിൽ' എന്നു പാടിയ കുമാര നാശാന്റെ കാവ്യങ്ങളിൽ പ്രണയത്തിന്റെയും പ്രണയഭംഗങ്ങളു ടെയും എത്രയെത്ര അദ്ധ്യായങ്ങളാണ് വിരചിതമാകുന്നത്! പാബ്ലോ നെരൂദ പറഞ്ഞത്, 'വസന്തം ചെറിമരങ്ങളോട് ചെയ്യു ന്നത് എനിക്കു നിന്നോടു ചെയ്യണം' എന്നായിരുന്നു. പ്രണയം ഒരു കാലത്തിന്റെയോ ഒരു പ്രായത്തിന്റെയോ ഒരു ദിവസത്തി ന്റെയോ കാര്യമല്ല. അത് മുള പൊട്ടുന്നതും വളർന്നു വരുന്നതും രൂപാന്തരപ്പെടുന്നതുമെല്ലാം പ്രണയത്തിന് മാത്രമറിയുന്ന വഴി കളിലൂടെയാണ്.

ദസ്തയെവ്സ്കിയോട്, പ്രായത്തിൽ എത്രയും ഇളയവളായ അന്നയ്ക്ക് തോന്നിയ രാഗാർദ്രഭാവങ്ങൾ എളുപ്പത്തിൽ വിശദീ കരിക്കാനാകുന്നതല്ല. വേലിയേറ്റത്തിന്റെ ആദ്യത്തെ ഇളക്കമു ണ്ടാകുന്നത് ഏത് തിരയിൽ നിന്നാണെന്ന് കടലിന് എങ്ങനെ യാണ് പറയാനാകുക? (ഒരു സങ്കീർത്തനം പോലെ).

മനുഷ്യന്റെ മനുഷ്യത്വത്തിന് മാറ്റു കൂട്ടുന്ന പ്രണയത്തിനെ ഇരുപത്തിനാല് മണിക്കൂറിന്റെ മേളത്തിമർപ്പുകളാക്കി മാറ്റുന്ന സമീപനത്തോട് യോജിക്കാത്തവനാണ് ഞാൻ. വാലന്റൈൻ ദിനത്തെ ഇന്ന് കാണുന്ന രൂപത്തിൽ സൃഷ്ടിച്ചതാരാണ്? ഏത് കാമുകൻ/കാമുകി ആണ് ഇത് ഇങ്ങനെയാകണം എന്ന് തീരു മാനിച്ചത്.

യുവതലമുറയുടെ, ലക്ഷോപലക്ഷം കാമുകീകാമുകന്മാരുടെ അനുവാദത്തിന് കാത്തുനിൽക്കാതെ, വാലന്റൈൻ ദിനത്തെ ഇന്നത്തെ രൂപത്തിൽ വാർത്തെടുത്തത് കമ്പോളമാണ്. എല്ലാം ലാഭത്തിനു വേണ്ടി എന്ന പുതിയ വേദാന്തം പ്രചരിപ്പിക്കുന്ന ആഗോളവൽക്കരണം! കമ്പോളത്തിലെ ക്രയവിക്രയങ്ങളുടെ അടിയിലുള്ള താത്പര്യം പണത്തിന്റേതും ലാഭത്തിന്റേതും മാത്രമാണ്.

ജനനവും മരണവും വിവാഹവും ജന്മദിനവും കമ്പോളത്തിന് വിധേയമാകണമെന്ന് തീരുമാനിച്ച അതേ ശക്തികളാണ് ഇന്നിപ്പോൾ കമ്പോളത്തിൽ പ്രണയത്തിനും വില പറയുന്നത്. അവർ തന്നെയാണ് അച്ഛനും അമ്മയ്ക്കും മകൾക്കും മകനും സഹോദരനും സഹോദരിക്കുമെല്ലാമായി വർഷത്തിലെ ഓരോ ദിവസം വീതം പങ്കിട്ടുവയ്ക്കുന്നത്. ഈ പങ്കുവയ്ക്കലിലെ അർത്ഥശൂന്യത മനസ്സിലാക്കാൻ മാതാപിതാക്കളെയും മക്കളെയും അനുവദിക്കാതെ വിപണി താത്പര്യങ്ങൾ എല്ലായിടത്തും പിടിമുറുക്കാൻ ശ്രമിക്കുന്നു.

യുവതലമുറയ്ക്കിടയിൽ വാലന്റൈൻ ദിനത്തിന്റെ പേരിൽ കടന്നുകയറി ആധിപത്യമുറപ്പിക്കാൻ വഴിതെളിച്ചതും ആഗോളവൽക്കരണമാണ്. അത് മുന്നോട്ടു വയ്ക്കുന്ന ജീവിതദർശനങ്ങൾ മനുഷ്യബന്ധങ്ങളുടെ കച്ചവടവൽക്കരണം എളുപ്പമാക്കി തീർത്തു. വാലന്റൈനിന്റെ കഥയുമായി ബന്ധപ്പെടുത്തി പ്രണയികളുടെ ദിനം കൊണ്ടാടപ്പെടുമ്പോൾ നടക്കുന്ന കച്ചവടത്തിന്റെ വിപണിമൂല്യം ആരെയും അദ്ഭുതപ്പെടുത്തും. യഥാർത്ഥ പ്രണയവും അതിനടിയിലുള്ള കാല്പനികവും രാഗസാന്ദ്രവുമായ ഭാവങ്ങളും ആണ് ഈ കച്ചവടത്തിമിർപ്പിൽ മുങ്ങിച്ചാകുന്നത്.

യഥാർത്ഥവും അർത്ഥവത്തുമായ പ്രണയത്തിന് ഒരു ദിനാചരണത്തിന്റെ കൈയൊപ്പ് ആവശ്യമില്ല. അത് ഹൃദയത്തിൽനിന്നും ഹൃദയത്തിലേക്ക് പ്രവഹിക്കുന്ന സൗമ്യവും ദീപ്തവും ചിലപ്പോൾ സംഘർഷഭരിതവുമായ ഊർജ്ജമാണ്. അത് ചിലപ്പോൾ സംഗീതമാലപിക്കും, ചിലപ്പോൾ നൃത്തം ചവിട്ടും, ചിലപ്പോൾ മൗനത്തിന്റെ തോളിൽ തല ചായ്ച്ചിരിക്കും. അതിന്റെ ഭാഷ സ്നേഹത്തിന്റെ ഭാഷയാണ്. പ്രണയികൾക്ക് അതു വായിക്കാൻ കമ്പോളത്തിന്റെ കൈച്ചീട്ട് എന്തിനാണ്?

വാലന്റൈൻ ദിനവുമായി ബന്ധപ്പെട്ട് ഉയർന്നു വരേണ്ടത് അർത്ഥവത്തായ സംവാദങ്ങളാണ്. പ്രണയബന്ധങ്ങളിലെ

സ്ത്രീയുടെ പദവിയും പങ്കും അത്തരം ചർച്ചകളിൽ നിർണ്ണായ കമാണ്. പുരുഷ കേന്ദ്രീകൃതമായ നമ്മുടെ സാമൂഹിക സമ്പ്രദാ യങ്ങൾ പ്രണയത്തിലും സ്ത്രീക്ക് തുല്യത നിഷേധിക്കുന്നു. പലപ്പോഴും ആണിന്റെ ഇഷ്ടങ്ങളാണ് അവിടെ മേധാവിത്വം പുലർത്തുന്നത്. പെണ്ണ് സുഖം പകരാനുള്ള മാംസം മാത്രമാ ണെന്ന ചിന്തയിലൂടെ നഷ്ടമാകുന്നത് ആൺപെൺ ബന്ധ ങ്ങളുടെ സൗന്ദര്യമാണ്, പ്രണയത്തിലടക്കം എല്ലാത്തിലും പെണ്ണിന്റെ സ്വത്വം വീണ്ടെടുക്കാനുള്ള ഓരോ പരിശ്രമവും പ്രണയത്തിന്റെ ജനാധിപത്യവൽക്കരണമാണ്. അതിന്റെ രാഷ്ട്രീയം ചർച്ചാവിഷയമാകുന്നതിനെ പലരും ഭയപ്പെടുന്നു.

'വൺ ബില്ല്യൺ റൈസിങ് (One Billion Rising) പോലുള്ള പ്രസ്ഥാനങ്ങൾ പ്രണയമടക്കമുള്ള സാമൂഹിക ബന്ധങ്ങളിൽ സ്ത്രീയുടെ അന്തസ്സാർന്ന സ്ഥാനം കണ്ടെത്താനുള്ള അന്വേ ഷണങ്ങളാണ്. ഇടത്തരം മധ്യവർഗ വിഭാഗങ്ങളിൽ മാത്രമായി ഒതുങ്ങി നിൽക്കുന്നു എന്നതാണ് അവയുടെ പരിമിതി. താഴെ ത്തട്ടിലുള്ള സ്ത്രീകളുടെ അവകാശങ്ങളും സ്വപ്നങ്ങളും പ്രതി ഫലിപ്പിക്കാൻ ഇത്തരം പ്രസ്ഥാനങ്ങൾക്ക് കഴിയുന്നുണ്ടോ എന്ന ചോദ്യവും പ്രസക്തമാണ്.

വാലന്റൈൻസ് ദിനത്തിന്റെ പശ്ചാത്തലത്തിൽ മൂല്യവത്തായ സംവാദങ്ങൾ ഉണ്ടാകുന്നതിനെ ചെറുക്കാൻ വർഗീയ-ഫാസിസ്റ്റ് ശക്തികളും സജീവമായി രംഗത്തുണ്ട്. സദാചാര പൊലീസിന്റെ വേഷത്തിൽ യുവതീയുവാക്കളെ കായികമായി ആക്രമിക്കുന്ന തിൽ സുഖം കണ്ടെത്തുന്നവരാണവർ. ദൈവങ്ങളുടെ പേരിൽ യുവതീയുവാക്കൾക്ക് മേൽ ശാരീരികമായ ആക്രമണം അഴിച്ചു വിടുമ്പോൾ ദൈവത്തിന്റെ രക്ഷാസൈന്യമാണ് തങ്ങൾ എന്ന് അവർ സ്വയം ധരിപ്പിക്കുന്നു. ഇത്തരക്കാരുടെ സംരക്ഷണ മില്ലാതെ നിൽക്കാനാകാത്ത വിധം ദുർബലമായി തീർന്നോ ദൈവങ്ങൾ? എല്ലാ മതവിശ്വാസികളും ഇക്കാര്യം ചിന്തിക്കേണ്ട സമയം അതിക്രമിച്ചിരിക്കുന്നു.

പ്രണയിക്കാനുള്ള യുവാക്കളുടെ അവകാശം ഏതെങ്കിലും മതഫാസിസ്റ്റ് സംഘങ്ങളുടെ മുമ്പിൽ അടിയറ വയ്ക്കാനുള്ള തല്ല. സദാചാരത്തെക്കുറിച്ച് അത്തരക്കാർ നിർവചിക്കുന്ന പ്രാകൃത ചട്ടക്കൂടുകൾക്കകത്ത് ഒതുങ്ങുന്നതല്ല പുതിയ തലമുറ യുടെ സൗഹൃദ സങ്കല്പങ്ങൾ. അവയിൽ മഹാഭൂരിപക്ഷവും പുതിയ കാലഘട്ടത്തിന്റെ ഭൗതികസൗന്ദര്യ സങ്കല്പങ്ങളുടെ

അടിസ്ഥാനത്തിൽ ആരോഗ്യപരമായ രീതിയിൽ മുന്നോട്ടു പോകുന്നവയാണ്. അരാജകത്വത്തിന്റെയും ജീർണ്ണതയുടെയും കുഴികളിൽ വീണുപോകുന്ന ചിലരുമുണ്ടെന്ന കാര്യം വിസ്മരിക്കുന്നില്ല. കായികമായ കടന്നാക്രമണങ്ങളിലൂടെ അവരെ നേർവഴി കാണിക്കാനാകുമെന്ന് ആരും കരുതേണ്ടതില്ല.

ബഹുസ്വരതയുള്ള സമൂഹത്തിൽ സംവാദങ്ങൾ തന്നെയാണ് ജനാധിപത്യത്തിന്റെ വഴി. ഫാസിസ്റ്റ് സ്വഭാവമുള്ള മത ഭ്രാന്തിനും രാഷ്ട്രീയ തീവ്രവാദത്തിനും അത് മനസ്സിലാകില്ല. വാലന്റൈൻസ് ദിനാചരണത്തെ കായികമായി ആക്രമിക്കുന്നവരിൽ നിന്നും യുവതീയുവാക്കൾക്ക് സംരക്ഷണം കൊടുക്കുന്ന കാര്യം ഇടതുപക്ഷ യുവജനപ്രസ്ഥാനം ഇന്ന് ചർച്ച ചെയ്യുന്നുണ്ട്. കഴിഞ്ഞ ദിവസം പുതുച്ചേരിയിൽ നടന്ന എ.ഐ. വൈ.എഫ്. ദേശീയ കൗൺസിൽ യോഗത്തിൽ ഇത്തരമൊരു ചർച്ച സജീവമായി നടന്നു.

പിൻനിരയിലിരുന്ന് അത് ശ്രവിച്ച ഞാൻ ആ യുവാക്കളോട് പറഞ്ഞത് ഫാസിസ്റ്റ് കായിക ആക്രമണങ്ങളെ ചെറുക്കുക തന്നെ വേണമെന്നാണ്. എന്നാൽ വാലന്റൈൻസ് ദിനാചരണത്തിനു പിന്നിലുള്ള കമ്പോളത്തിന്റെ ആശയപരമായ കടന്നാക്രമണങ്ങളെയും ചെറുക്കേണ്ടതിന്റെ ആവശ്യകത വിസ്മരിക്കപ്പെട്ടു കൂടാ. ഈ രണ്ട് കടമകളെയും കൂട്ടിയിണക്കുന്നതിനെക്കുറിച്ചാണ് യുവജനപ്രസ്ഥാനം ഇന്ന് ചിന്തിക്കേണ്ടത്. മുതിർന്നവരായ നമ്മൾ അതിൽ അവരെ എങ്ങനെ സഹായിച്ചു എന്നതും പ്രധാനമാണ്. ∎

ജനശക്തി ഉണരണം; പോരാട്ടം വളരണം

സ്വാതന്ത്ര്യത്തിനു ഷഷ്ടിപൂർത്തിയാവുകയാണ്. അതിന്റെ നാലു വർഷങ്ങൾക്കിപ്പുറം നിന്നുകൊണ്ട് നാം നമ്മുടെ നാടിന്റെ ഭാവിയിലേക്ക് കണ്ണോടിക്കുന്നു. ഒരു രാഷ്ട്രത്തിന്റെ ബാല്യ കൗമാര യൗവനങ്ങൾ നിർണ്ണയിക്കുന്നതെങ്ങനെയാണ്?

ആണ്ടറുതികൾ മാത്രമാണോ അതിന്റെ സൂചിക? ചരിത്രത്തിന്റെ മഹാപ്രയാണത്തിൽ 56 വർഷങ്ങൾ ഒന്നുമല്ലായിരിക്കാം. എങ്കിലും നെടുനാൾ കാത്തിരുന്ന് പൊരുതി നേടിയ സ്വാതന്ത്ര്യം ഒരു ജനതയ്ക്ക് ഒരു നിസ്സാര കാലയളവല്ല. 'സ്വാതന്ത്ര്യം തന്നെ ജീവിതം, സ്വാതന്ത്ര്യം തന്നെ അമൃതം. പാരതന്ത്ര്യം മാനികൾക്ക് മൃതിയേക്കാൾ ഭയാനകം' എന്ന വാക്കുകളിലാണ് നമ്മുടെ മാനികളായ പൂർവ്വികന്മാർ അവരുടെ രാഷ്ട്രസങ്കല്പങ്ങൾ കുറിച്ചിട്ടത്.

ലോകത്തിന്റെ കണ്ണുകൾക്ക് അവിശ്വസനീയമായി തോന്നാം. നൂറ് നൂറ് വൈവിധ്യങ്ങൾ ഇഴ പിരിഞ്ഞു കിടക്കുന്ന ഒരു സമൂഹം ഒറ്റ മനുഷ്യനെപ്പോലെ ഉയിർത്തെഴുന്നേറ്റ് വന്ന ആ വീരഗാഥ. സൂര്യനസ്തമിക്കാത്ത സാമ്രാജ്യത്വത്തെ ഈ ജനത ഒന്നിച്ചു നിന്ന് വെല്ലുവിളിച്ചപ്പോൾ 'നാനാത്വങ്ങളിൽ ഏകത്വ'ത്തിന്റെ അർത്ഥം ലോകമറിയുകയായിരുന്നു. വൈവിധ്യങ്ങൾ സമരരൂപങ്ങളിലുമുണ്ടായിരുന്നു. സത്യഗ്രഹം മുതൽ സായുധപോരാട്ടം വരെയുള്ള സമരരൂപങ്ങളെ സമന്വയിപ്പിച്ചുകൊണ്ടാണ് നാം സാമ്രാജ്യത്വനുകം വലിച്ചെറിഞ്ഞത്. 1947 ആഗസ്റ്റ് 14ന് അർദ്ധരാത്രി 'ലോകമാകെ ഉറങ്ങിക്കിടക്കുമ്പോൾ 40 കോടി ഇന്ത്യക്കാർ സ്വാതന്ത്ര്യത്തിലേക്കും ജീവിതത്തിലേക്കും ഉണരുകയാണെ'ന്നാണ് ജവഹർലാൽ നെഹ്റു പറഞ്ഞത്. വിധിയുമായുള്ള ആ സമാഗമത്തിന്റെ (Tryst with destiny) മൂന്നാം വർഷത്തിൽ

ഭാരതം റിപ്പബ്ലിക്കായി പ്രഖ്യാപിക്കപ്പെട്ടു. 'നാം ഇന്ത്യയിലെ ജനങ്ങൾ, നമ്മുടെ നാടിനെ ഒരു പരമാധികാര ജനാധിപത്യ റിപ്പബ്ലിക്കാക്കുമെന്ന് ദൃഢനിശ്ചയം ചെയ്തു. പിന്നീട് മതേതര ത്വവും സോഷ്യലിസവും അടിസ്ഥാന പ്രമാണങ്ങളാണെന്ന് ഭരണഘടനയിൽ നാം കൂട്ടിച്ചേർത്തു.

ഇതെല്ലാം ചരിത്രമാണ്. മുന്നോട്ട് നോക്കുമ്പോൾ നാം മറന്നു പോകാൻ പാടില്ലാത്ത ചരിത്രം. മുന്നേറ്റത്തിന്റെ വഴിയേതെന്ന് തിരിച്ചറിയാൻ നമ്മെ സഹായിക്കുന്ന ചരിത്രം. ഭാരതചരിത്ര ത്തിന്റെ ഈ മൗലികസത്യങ്ങളെ പോലും തലകീഴായി കെട്ടി ത്തൂക്കാൻ ഇന്നു ശ്രമങ്ങൾ നടക്കുന്നു. ഭാവിയിലേക്കുള്ള ഇന്ത്യൻ പ്രയാണത്തെ അപകടപ്പെടുത്തുംവിധം നമ്മുടെ വർത്ത മാനത്തിലും ഭൂതകാലത്തിലും ചായം കലർത്താൻ അധികാര കേന്ദ്രങ്ങൾ തന്നെ കരുക്കൾ നീക്കുന്നു. ഇന്ത്യ എന്താകണമെ ന്നുള്ളതിനെക്കുറിച്ച് തീരുമാനമെടുക്കേണ്ടത് ജർമ്മനിയിൽ ഹിറ്റ്ലർ കാണിച്ച വഴിയിലൂടെയാണെന്ന് അവർ വിശ്വസിക്കുന്നു. അധികാരത്തിന്റെ കടിഞ്ഞാണേന്തുന്നവർക്ക് നാനാത്വങ്ങളെ വെറുപ്പാണ്. സാമൂഹികവും സാംസ്കാരികവും രാഷ്ട്രീയവു മായ ബഹുത്വത്തെ (Pluralism) അവർ ഭയപ്പെടുന്നു. മതേതരത്വ ത്തിന്റെയും ജനാധിപത്യത്തിന്റെയും അടിത്തറയായ ഈ ബഹു ത്വത്തിനു ബദലായാണ് അവർ ഹിന്ദുത്വവാദം അവതരിപ്പിക്കു ന്നത്.

ഇന്ത്യൻ ദേശീയത എന്നാൽ ഹൈന്ദവ ദേശീയതയാണ് എന്നും ഹിന്ദു ഉണർന്നാൽ ദേശം ഉണർന്നു എന്നും അവർ ശഠിക്കുന്നത് കേൾക്കാറില്ലേ? 'സാംസ്കാരിക ദേശീയത'യെന്ന ഓമനപ്പേരിട്ടു കൊണ്ട് സംഘ്പരിവാർ അടിച്ചേൽപ്പിക്കാൻ ശ്രമി ക്കുന്ന സാമൂഹിക രാഷ്ട്രീയ അജണ്ടയുടെ ഉപകരണമായി കേന്ദ്ര ഭരണകൂടം മാറുകയാണ്. ചെന്നായ അതിന്റെ ആട്ടിൻ തോൽ എടുത്തു മാറ്റുമ്പോലെ എൻ.ഡി.എ. അതിന്റെ മുഖം മൂടികളും മാറ്റിക്കൊണ്ടിരിക്കുന്നു. ഏതെല്ലാമാണോ തങ്ങളുടെ അജണ്ടയിൽ ഇല്ലെന്നു വാജ്പേയിയും അദ്വാനിയും പറഞ്ഞത് അതെല്ലാമാണ് ഇന്ന് കേന്ദ്രസർക്കാർ നടപ്പിലാക്കാൻ ശ്രമിക്കു ന്നത്. അയോദ്ധ്യയും ഗോമാതാവും മഥുരയും കാശിയും കാശ്മീ രുമെല്ലാം പുതിയ മുഖഭാവത്തോടുകൂടി അവരുടെ കാര്യപരി പാടിയിൽ സ്ഥാനം പിടിച്ചു കഴിഞ്ഞു.

ഹിറ്റ്ലറും ഇങ്ങനെ തന്നെയായിരുന്നു. ഹിഡൻഅജണ്ട പുറത്തെടുത്തത് അധികാരയന്ത്രത്തിന്മേലുള്ള പിടിമുറുക്കി

കഴിഞ്ഞപ്പോഴാണ്. ആര്യൻ വംശാഭിമാനവും ജൂതകമ്യൂണിസ്റ്റ് വിരോധവും വിശ്വാസപ്രമാണമാക്കിയ ഹിറ്റ്ലറുടെ ജർമ്മനിയിൽ നിന്നും പാഠങ്ങൾ പഠിക്കണമെന്നാണ് ഗുരുജി ഗോൾവാൾക്കർ സംഘ്പരിവാറിന്റെ സ്വയംസേവക പരമ്പരകളെ പഠിപ്പിക്കുന്നത്. ആ 'വിചാരധാര'യുടെ വിപത്ത് ഇന്ത്യയുടെ ഭാവിക്കു മേൽ മുമ്പെത്തേക്കാൾ ഇന്നു നിഴൽ പരത്തുന്നു. ഈ ഘോരവിപത്തിനു മുന്നിൽ നിസ്സംഗരായി നിന്നാൽ ഇന്ത്യ പ്രിയങ്കരമായി കാണുന്നതെല്ലാം ഈ മണ്ണിൽ തലയറ്റു വീഴും. ആര്യൻ മേധാവിത്വമാണ് ജർമ്മൻ ഫാസിസത്തിന്റെ അടിസ്ഥാന ദർശനമെങ്കിൽ ചാതുർവർണ്യമാണ് ഇന്ത്യൻ ഫാസിസത്തിന്റെ ദാർശനിക പ്രലോഭനം. ജാതിവ്യവസ്ഥയുടെ എണ്ണിയാലൊടുങ്ങാത്ത ദുരന്താനുഭവങ്ങളിലേക്ക് ചരിത്രത്തെ തിരിച്ചു നടത്തിക്കാൻ ഇന്ത്യൻ ഫാസിസ്റ്റുകൾക്ക് മടിയുണ്ടാകുകയില്ല.

സ്വാതന്ത്ര്യം മുൻവെച്ച അടിസ്ഥാന സ്വപ്നങ്ങളെല്ലാം ഇന്നും ബാക്കിയാണ്. ഭക്ഷണവും വസ്ത്രവും പാർപ്പിടവും തൊഴിലുമില്ലാത്തവരാണ് ജനങ്ങളിൽ ഗണ്യമായ ഭാഗവും. വിദ്യാഭ്യാസം പകുതിയിലേറെ പേർക്ക് അപ്രാപ്യമാണ്. ആഗോളവൽക്കരണത്തിന്റെ കണ്ണഞ്ചിപ്പിക്കുന്ന മാസ്മരിക ലോകത്തിലേക്കൊന്നും ഈ ഇന്ത്യാക്കാർക്ക് പ്രവേശനമില്ല. സ്വാതന്ത്ര്യം അവർക്ക് നൽകുമെന്ന് പറഞ്ഞ ജീവിതം എവിടെപ്പോയി മറഞ്ഞു? ഈ മരീചികയ്ക്ക് മുന്നിൽ പകച്ചു നിൽക്കുന്ന ജനകോടികളെ വിസ്മരിച്ചുകൊണ്ടല്ല നാം ഭാവിയെക്കുറിച്ചു ചിന്തിക്കേണ്ടത്. ഗാന്ധിജി നയരൂപകർത്താക്കളോട് പറഞ്ഞു, തെരുവിൽ കണ്ട ഏറ്റവും ദൈന്യത നിറഞ്ഞ മനുഷ്യന്റെ മുഖം ഓർക്കണമെന്ന്. തീരുമാനങ്ങൾ അവനു ഗുണകരമാണെങ്കിൽ അവ നടപ്പിലാക്കണമെന്നും അല്ലാത്തപക്ഷം അവ ഉപേക്ഷിക്കണമെന്നും അർദ്ധനഗ്നനായ ആ ഫക്കീർ പറഞ്ഞു. പുതിയ നയരൂപകർത്താക്കൾ തെരുവിലെ ആ മനുഷ്യനെ മാത്രമല്ല അവർക്കു വേണ്ടി വാദിച്ച രാഷ്ട്രപിതാവിനെയും മനസ്സിൽ നിന്നും എന്നേ ചവിട്ടി പുറത്താക്കി കഴിഞ്ഞു.

ഇന്ത്യൻ രാഷ്ട്രീയത്തിന് മേൽച്ചൊന്ന സത്യങ്ങളെ അവഗണിക്കാനവകാശമില്ല. ഭാവി കർത്തവ്യങ്ങളെപ്പറ്റി ചിന്തിക്കുമ്പോൾ ഇടതുപക്ഷം നിർണ്ണായകമായി കാണുന്നത് ഈ ഘടകങ്ങളെയാണ്. സ്വാതന്ത്ര്യത്തേയും ജനാധിപത്യത്തേയും പരമാധികാരത്തേയും അപകടപ്പെടുത്തുംവിധം ആഗോള മുതലാളിത്തം

ഇന്ത്യയുടെ സാമ്പത്തിക രാഷ്ട്രീയ ജീവിതത്തിൽ ഇടപെടുന്നു. സ്വദേശി മന്ത്രങ്ങൾ ഉരുവിട്ട ഭരണാധികാരികൾ വിദേശ മൂലധനത്തിന്റെ മുമ്പിൽ അടിമകളായി മാറുന്നതിൽ സായൂജ്യം കൊള്ളുന്നു.

കൃഷിയും പരമ്പരാഗത വ്യവസായവുമെല്ലാം തകർന്നടിയുകയാണ്. ഈ പോക്ക് നമ്മെ പുതിയ രൂപത്തിലുള്ള അടിമത്തത്തിലേക്ക് നയിക്കുമോയെന്ന ആശങ്ക ഉയരുന്നു. ദേശാഭിമാന ശക്തികളെല്ലാം ഈ ആശങ്ക പങ്കുവെക്കണം. അതിന്റെ പരിഹാരത്തിനുള്ള കർമ്മപരിപാടികൾ പുതിയ രാഷ്ട്രീയ അണിചേരലിലുള്ള അടിത്തറയാകണം. ഈ അണിചേരലിനെയാണ് സാമ്രാജ്യത്വവും അതിന്റെ ബന്ധുക്കളും ഭയപ്പെടുന്നത്. മത വൈരുദ്ധ്യങ്ങൾക്കതീതമായി ജനങ്ങളൊത്ത് ചേർന്നപ്പോൾ സാമ്രാജ്യത്വത്തിന് ഇന്ത്യയിൽ നിന്നും കെട്ടുകെട്ടേണ്ടി വന്ന പൂർവ്വചരിത്രം അവർ മറന്നിട്ടില്ല. പുതിയ അധിനിവേശങ്ങൾക്ക് കളമൊരുക്കുമ്പോൾ ജനശക്തിയെ ഭിന്നിപ്പിക്കേണ്ടത് അവരുടെ മുഖ്യലക്ഷ്യമാണ്. ഹിന്ദുത്വ മുദ്രാവാക്യമുയർത്തുന്ന ഭൂരിപക്ഷ വർഗ്ഗീയവാദവും അതിനെ വെല്ലുവിളിക്കുന്നുവെന്ന് ഭാവിക്കുന്ന ന്യൂനപക്ഷ വർഗ്ഗീയവാദവും സാമ്രാജ്യത്വത്തിന്റെ കൈയിലെ ഉപകരണങ്ങൾ മാത്രമാണ്.

ഇന്ത്യൻ രാഷ്ട്രീയത്തിലെ പുതിയ സമരം മതരാഷ്ട്രവാദവും മതേതരത്വവും തമ്മിലാണ്. ആഗോളവൽക്കരണ ശക്തികളും ദേശീയ സ്വാതന്ത്ര്യത്തിന്റെ ശക്തികളും തമ്മിലാണ്. ഈ സമരത്തിൽ ആര് ജയിക്കും എന്നതിനെ ആശ്രയിച്ചായിരിക്കും നാടിന്റെ ഭാവി രൂപം കൊള്ളുന്നത്. സ്വാതന്ത്ര്യവും പരമാധികാരവും തോൽക്കരുത്. മതേതരത്വവും ജനാധിപത്യവും സാമൂഹിക നീതിയും പരാജയപ്പെടരുത്. സർവ്വോപരി വംശമേധാവിത്വത്തിന്റെയും കമ്പോളത്തിന്റെയും കണ്ണിൽ ചോരയില്ലാത്ത ശക്തികൾക്ക് മുമ്പിൽ ജനങ്ങൾ മുട്ടു കുത്തരുത്. അതിനുതകുന്ന രാഷ്ട്രീയ വഴികൾ അന്വേഷിക്കാനും കണ്ടെത്താനും ഇടതുപക്ഷം പ്രതിജ്ഞാബദ്ധമാണ്.

■

സാമ്രാജ്യത്വമാണ് ലോക സമാധാനത്തിന്റെ ഒന്നാം നമ്പർ ശത്രു

കാശ്മീർ, പലസ്തീൻ, താലിബാൻ എന്നീ പ്രതിഭാസങ്ങളെ ഒരേ നിലയ്ക്ക് കാണുന്നതിനോട് എനിക്ക് യോജിക്കാനാവില്ല. സ്വന്തം മണ്ണിൽ ജീവിക്കാനുള്ള പലസ്തീനികളുടെ പോരാട്ടം എന്തുകൊണ്ടും നാം പിന്തുണയ്ക്കേണ്ടതാണ്. പലസ്തീൻ ജനതയെ എന്നും ഭീകരവാദത്തിലൂടെ നേരിട്ടവരാണ് ഇസ്രായേലി സിയോണിസവും അതിന്റെ എക്കാലത്തേയും സംരക്ഷകരായ അമേരിക്കൻ സാമ്രാജ്യത്വവും. അതേ സാമ്രാജ്യത്വം തന്നെയാണ് താലിബാനെ പ്രസവിച്ചതും കാശ്മീരിലെ ഭീകരവാദത്തിന് വിത്തുപാകിയതും. അവരേയും പലസ്തീനികളെയും ഒരേ അളവുകോൽ കൊണ്ടളക്കുന്നത് ചരിത്രത്തിനും സത്യത്തിനും ധാർമ്മികതയ്ക്കും നിരക്കാത്ത നടപടിയാണ്.

മതാധിഷ്ഠിത ഭീകരവാദം ഇന്ത്യയിൽ ഭീഷണരൂപം ആർജ്ജിക്കുക തന്നെയാണ്. ഇതിന്റെ പിറകിൽ സാർവദേശീയവും ദേശീയവുമായ ഒട്ടേറെ ഘടകങ്ങൾ പ്രവർത്തിക്കുന്നുണ്ട്. ആഗോളമുതലാളിത്തം, നിയോ-ലിബറൽ കാപട്യവുമായി ലോകം വെട്ടിപ്പിടിക്കാൻ വരികയാണ്. ആഗോളവത്ക്കരണവും ഉദാരവത്ക്കരണവും സ്വകാര്യവത്ക്കരണവും മുതലാളിത്ത കടന്നുകയറ്റത്തിന്റെ മറുപദങ്ങൾ മാത്രമാണ്. ചൂഷകവർഗവാഴ്ചയുടെ മനുഷ്യത്വരാഹിത്യത്തിന്നെതിരെ ബദലായിക്കണ്ട സോഷ്യലിസ്റ്റ് വ്യവസ്ഥയ്ക്കേറ്റ തിരിച്ചടി അക്രമാസക്തമായ മതാത്മകതയ്ക്ക് വഴിതെളിക്കുകയുണ്ടായി. മതത്തിന്റെ മനുഷ്യസ്നേഹപരവും വിമോചനാത്മകവുമായ സത്തയ്ക്കെതിരായ സന്ദേശമാണ് അക്രണോത്സുകമതാത്മകത പ്രചരിപ്പിച്ചത്. അതിന്റെ പിറകിലും അദൃശ്യമായി പ്രവർത്തിച്ച കൈകൾ സാമ്രാജ്യത്വത്തിന്റേതു തന്നെയാണ്. മനുഷ്യജീവിതം നേരിടുന്ന എണ്ണമറ്റ സമസ്യകൾക്കു

മുമ്പിൽ യഥാർത്ഥ ഉത്തരം ഉയർന്നുവന്നു കൂടെന്ന നീച താത്പര്യത്തോടെയാണ് മതാധിഷ്ഠിത രാഷ്ട്രീയത്തെ മുതലാളിത്തം എവിടെയും താലോലിച്ചിട്ടുള്ളത്. ഇതാണ് മതരാഷ്ട്രീയ ഭീകരവാദത്തിന്റെ ഉറവിടമെന്നുവേണം കരുതാൻ.

ആശയവൈവിധ്യങ്ങളെ ഭയപ്പെടുകയും ആ ഭയപ്പാട് ആയുധബലം കൊണ്ട് മറച്ചുവെയ്ക്കുകയും ചെയ്യുന്ന ഫാസിസത്തിന്റെ വഴിയാണ് മതരാഷ്ട്രീയ ഭീകരവാദം അവലംബിക്കുന്നത്. ഇസ്രായേലി സിയോണിസത്തിനും ഇന്ത്യയിലെ 'ഹിന്ദുത്വവാദ'ത്തിനും ഹിറ്റ്ലറൈറ്റ് ഫാസിസവുമായുള്ള ആശയപരമായ പൊക്കിൾക്കൊടി ബന്ധം രഹസ്യമല്ല. ബാബ്റിമസ്ജിദ് തകർച്ചയും ബോംബെ കലാപവും വിദ്യാഭ്യാസത്തിന്റെ കാവിവത്ക്കരണവും ബി.ജെ.പി. അവലംബിക്കുന്ന സാമ്പത്തികരംഗത്തെ ചൂഷകവർഗ്ഗ പ്രീണനവും പരിശോധിച്ചാൽ ഈ സാദൃശ്യം കൂടുതൽ വ്യക്തമാകും. ഒരു ഭീകരതയ്ക്ക് മറ്റൊരു ഭീകര പ്രതിവിധിയാണെന്നത് തെറ്റായ കാഴ്ചപ്പാടുതന്നെയാണ്. ഇസ്ലാമിന്റെ പേരിലുള്ള ഭീകരത അണികളെ ആകർഷിക്കുന്നത്, ഭീകരതയ്ക്ക് ഭീകരതയാണ് മറുപടി എന്നു പറഞ്ഞുകൊണ്ടാണ്. ഫലത്തിൽ അവരും മനുഷ്യരെ തമ്മിലകറ്റുകയും ചോരക്കൊതിക്ക് വഴിയൊരുക്കുകയും ശത്രുക്കളെ സഹായിക്കുകയുമാണ് ചെയ്യുന്നത്.

താലിബാനിസം ഇസ്ലാമിന്റെ ആധുനികമുഖമാണെന്ന് വാദിക്കുന്നവർ, ഇസ്ലാമിനോട് ചെയ്യുന്ന പാതകം അല്ലാഹു പൊറുക്കുമോ എന്നറിയില്ല. എന്തായാലും ചരിത്രം പൊറുക്കാത്ത കുറ്റകൃത്യമാണ് ഇത്തരം പ്രചാരവേല. അഫ്ഗാനിസ്ഥാനിൽ അമേരിക്ക ഊട്ടി വളർത്തിയ സോവിയറ്റ് വിരോധത്തിന്റെ ഗർഭഗൃഹത്തിൽ നിന്നാണ് താലിബാൻ പിറന്നത്. അവർക്ക് പാലും പരിലാളനയും കൊടുത്തത് അമേരിക്ക തന്നെയാണ്. ആ താലിബാന്റെ ശക്തിസ്തംഭമായി ബിൻലാദൻ വളർന്നുവന്നതും അമേരിക്ക അറിയാതെയല്ല. തങ്ങളുടെ വരം വാങ്ങിയ ഭസ്മാസുരന്മാർ തങ്ങളുടെ സ്വന്തം അഭിമാനസ്തംഭങ്ങളായ വേൾഡ് ട്രേഡ് സെന്ററും പെന്റഗണും ഭസ്മീകരിച്ചത് അമേരിക്കൻ നയങ്ങൾക്കേറ്റ തിരിച്ചടിയാണെന്നതിന് സംശയം വേണ്ട. അതിന്റെ പേരിൽ അമേരിക്ക നടത്തുന്ന യുദ്ധസന്നാഹം ഭീകരവാദത്തിൽ നിന്ന് ജനാധിപത്യത്തെ രക്ഷിക്കാൻ വേണ്ടിയുള്ളതാണെന്ന സാമ്രാജ്യത്വ ശക്തികളുടെ പ്രചാരം ശുദ്ധവഞ്ചനയാണ്.

ആധുനിക രാഷ്ട്രീയ ചരിത്രത്തിൽ രാഷ്ട്രഭീകരത എന്ന പ്രതിഭാസത്തിന്റെ തെളിവാണ് അമേരിക്ക. അമേരിക്കൻ സാമ്രാജ്യത്തിന്റെ കൈപിടിച്ചുകൊണ്ടാണ് ഇസ്രായേലി സിയോണിസ്റ്റുകൾ രാഷ്ട്രഭീകരതയുടെ ആദ്യപാഠങ്ങൾ പഠിച്ചത്. ഭരണകൂട ഭീകരത വിശ്വാസപ്രമാണവും നയവുമാക്കി മാറ്റിയ അമേരിക്കൻ തന്ത്രങ്ങളുടെ ചവിട്ടടിയിലാണ് ക്യൂബ ദശാബ്ദങ്ങളായി കഴിഞ്ഞുപോരുന്നത്. പാട്രിസ് ലുമുംബയെ കൊല ചെയ്ത് കോംഗോയെ നടുക്കിയ നീച പൈതൃകവും അമേരിക്കയുടേതാണ്. സാൽവദോർ അലൻഡയെ വെടിവെച്ചുകൊന്ന് ചിലിയിലെ ജനാധിപത്യ ഗവൺമെന്റിനെ അട്ടിമറിച്ച പാരമ്പര്യവും അമേരിക്കയുടേതുതന്നെ. ലാറ്റിനമേരിക്കയിലേയും ആഫ്രിക്കയിലേയും ഗവൺമെന്റുകളെ തന്നിഷ്ടംപോലെ കശക്കിയെറിയാൻ മടിച്ചിട്ടില്ലാത്ത യാങ്കി സാമ്രാജ്യത്വം ഭീകരവിരുദ്ധയുദ്ധത്തിന്റെ മാലാഖയാണെന്ന് ചിന്തിക്കുന്നവർക്ക് ഹാ കഷ്ടം! നെൽസൺ മണ്ടേലയെ ദശാബ്ദങ്ങളോളം തടവിൽ പീഡിപ്പിക്കുകയും പതിനായിരങ്ങളെ കൊന്നൊടുക്കുകയും ചെയ്ത വർണവെറിയൻ അപ്പാർത്തീഡിന്റെ പിന്നിലും ഇതേ അമേരിക്ക തന്നെയായിരുന്നില്ലേ? വിയറ്റ്നാമിന്റെ ഓരോ ഇഞ്ച് മണ്ണിലും മൈനുകളും രാസായുധങ്ങളും വാരി വിതറിയ അമേരിക്ക എങ്ങനെയാണ് ഭീകരവാദികളല്ലാതാവുന്നത്?

ബിൻലാദനും താലിബാനും ഉന്നയിക്കുന്ന വെല്ലുവിളിയെ പരിഷ്കൃത പൗരസമൂഹം നേരിടുക തന്നെ വേണം. ജനാധിപത്യവും സമാധാനവും സാമൂഹികനീതിയും സംരക്ഷിക്കാൻ വേണ്ടിയുള്ള സമരത്തിന്റെ വഴി വൈറ്റ്ഹൗസും പെന്റഗണും തീരുമാനിക്കുന്നതാകരുത്. ലോകസമാധാനത്തിന്റെ ഒന്നാം നമ്പർ ശത്രു അമേരിക്കൻ സാമ്രാജ്യത്വം തന്നെയാണ്.

ഭീകരവാദത്തിൽനിന്ന് ലോകത്തെ രക്ഷിക്കാനെന്ന വ്യാജേന അമേരിക്ക നടത്തുന്ന പടയൊരുക്കങ്ങളുടെ പിറകിൽ ചരടുവലിക്കുന്നത് അമേരിക്കയിലെ സർവശക്തരായ സൈനിക വ്യാവസായിക സമുച്ചയങ്ങളാണ് (Military Industrial Complex). ഓരോ യുദ്ധവും അവർക്ക് ആയുധങ്ങൾ വിറ്റഴിക്കാനുള്ള ആഘോഷങ്ങളാണ്. മധ്യേഷ്യയിലും പരിസരങ്ങളിലുമുള്ള എണ്ണ-പ്രകൃതിവാതക സമ്പത്തിന്റേമേൽ ആധിപത്യം നേടുകയെന്നതാണ് ഈ മേഖലയിലെ അമേരിക്കൻ തന്ത്രത്തിന്റെ കാതൽ. സോവിയറ്റ് വിരോധത്തിന്റെ പേരിൽ താലിബാനെ പോറ്റി

വളർത്തിയപ്പോഴും ഇറാൻ-ഇറാഖ് യുദ്ധം കുത്തിപ്പൊക്കിയപ്പോഴും യാങ്കി കഴുകന്റെ കൊതി മൂത്ത കണ്ണ് ഈ സമ്പത്തിന്റെ മേലായിരുന്നു. അന്താരാഷ്ട്ര വാർത്താവിനിമയസംവിധാനങ്ങളുടെയെല്ലാം പിറകിൽ സാമ്രാജ്യത്വസിയോണിസ്റ്റ് താത്പര്യങ്ങൾക്കുള്ള സ്വാധീനം രഹസ്യമല്ല. മാധ്യമങ്ങളിൽ വരുന്ന ടൺകണക്കിന് വാർത്തകളിൽ യഥാർത്ഥ സത്യം വെളിച്ചം കാണുന്നില്ല. ഉപരിപ്ലവതയുടെയും പൈങ്കിളിച്ചന്തത്തിന്റെയും കഥകൾ ചമയ്ക്കുന്നവരായി മാധ്യമങ്ങൾ മാറ്റപ്പെടുകയാണ്. മലയാളത്തിലെ മാധ്യമങ്ങൾക്കു മാത്രമായി ഈ ദൂഷിതവലയത്തിൽ നിന്ന് രക്ഷ പ്രാപിക്കാനാവുമെന്ന് കരുതുന്നത് മൗഢ്യമാണ്. പൊതുസമൂഹം സത്യം കണ്ടെത്താനും അത് വിളിച്ചു പറയാനുമുള്ള ആർജ്ജവം സ്വായത്തമാക്കുകയാണ് വേണ്ടത്. ജനങ്ങളോട് സ്നേഹമുള്ള പ്രസ്ഥാനങ്ങളെല്ലാം സത്യത്തിന്റെ കണ്ണാടി എവിടെയെന്ന് ചോദിക്കാൻ ജനങ്ങളെ പ്രാപ്തരാക്കേണ്ടിയിരിക്കുന്നു.

■

ജനങ്ങളുടെ ആധിപത്യം പുലരാൻ

തിരഞ്ഞെടുപ്പു പരിഷ്കാരങ്ങൾക്കുവേണ്ടി ഇനിയും കാത്തിരിക്കാനാവില്ലെന്ന ഭാവത്തിലാണ്, ജൂൺ 13, 14, 15 തീയതികളിൽ കേന്ദ്ര ഗവൺമെന്റ് പാർലമെന്റിന്റെ പ്രത്യേക സമ്മേളനം വിളിച്ചു കൂട്ടിയത്. എന്നാൽ 'ശേഷനിഗ്രഹ'ത്തിനപ്പുറം, അർത്ഥപൂർണമായ തിരഞ്ഞെടുപ്പു പരിഷ്കരണങ്ങളൊന്നും അവരുടെ അജണ്ടയിലില്ലെന്നു തെളിയിച്ചുകൊണ്ടു ആ 'പ്രത്യേക' സമ്മേളനം ഒരു ഹാസ്യനാടകമായി കലാശിക്കയാണുണ്ടായത്. 83-ാം ഭരണഘടനാ ഭേദഗതിയിലൂടെ കേന്ദ്രസർക്കാർ ലക്ഷ്യമിട്ടത്, മുഖ്യ തിരഞ്ഞെടുപ്പ് കമ്മീഷണറെ ഒരു ഭാഗത്തും മറ്റു രണ്ടു കമ്മീഷണർമാരെ മറുഭാഗത്തും നിർത്തി, അവരെകൊണ്ട് കൈപൊക്കിച്ചു തങ്ങളുടെ 'കാര്യം' നേടാമെന്നായിരുന്നു. മൂന്നു പേരടങ്ങുന്ന ഒരു സമിതിയിൽ മൂന്നുപേരും മൂന്നു ഭാഗത്തു അണിനിരക്കുന്ന ഒരു സ്ഥിതിവിശേഷവും ഉണ്ടായേക്കാമെന്ന് കാണാനുള്ള സാമാന്യബുദ്ധി അവർക്കില്ലാതെ പോയി. അതു നടന്നില്ലെങ്കിൽ, തിരഞ്ഞെടുപ്പ് പരിഷ്കരണവും വേണ്ട, രാഷ്ട്രീയത്തെ മതമുക്തമാക്കുകയും വേണ്ട എന്ന മട്ടിൽ ജൂൺ 14ന് പാർലമെന്റ് പിരിയുകയും ചെയ്തു. മൂന്നുമാസത്തിനകം ചേരുന്ന മൺസൂൺ സമ്മേളനത്തിലേക്ക് ബില്ലുകൾ റഫർ ചെയ്യാനുള്ള നിർദ്ദേശം പോലും സർക്കാർ ശ്രദ്ധിച്ചില്ല.

ആന്ധ്ര, കർണ്ണാടകം, സിക്കിം, ഗോവ എന്നീ സംസ്ഥാനങ്ങളിൽ തിരഞ്ഞെടുപ്പു പ്രഖ്യാപിച്ചതോടെ തിരഞ്ഞെടുപ്പു പ്രക്രിയകളുടെ പന്ത് വീണ്ടും ഉരുണ്ടു തുടങ്ങി. തിരിച്ചറിയൽ കാർഡിനെ ചുറ്റിപ്പറ്റി നടക്കുന്ന വാദപ്രതിവാദങ്ങളല്ലാതെ, തിരഞ്ഞെടുപ്പ് പരിഷ്കരണത്തെക്കുറിച്ച് സർവതലസ്പർശിയായ ഒരു ചർച്ച പോലും ഉണ്ടായിക്കാണുന്നില്ല. ഈ നിസ്സംഗത അധികാരകേന്ദ്രങ്ങളോ രാഷ്ട്രീയപാർട്ടികളോ ആരു തന്നെ കാണിച്ചാലും, "ലോകത്തിലെ ഏറ്റവും വലിയ ജനാധിപത്യഘടന"യുടെ

അടിത്തറയെ ദുർബലമാക്കാനേ സഹായിക്കൂ. അതിനാൽ, ജന ഹിതത്തിന്റെ യഥാർത്ഥ കണ്ണാടിയാകുന്ന തിരഞ്ഞെടുപ്പ് വേണ മെന്ന അവകാശ പ്രഖ്യാപനം ജനപക്ഷത്തുനിന്ന് ഉയർന്നു വരേണ്ടതുണ്ട്. ഉത്തരവാദിത്വ ബോധമുള്ള രാഷ്ട്രീയ പാർട്ടി കളും ബഹുജനപ്രസ്ഥാനങ്ങളും അതിന്റെ മുൻപന്തിയിൽ അണി ചേരണം. അല്ലാത്തപക്ഷം പണക്കൊഴുപ്പും കൈക്കരുത്തും ചേർന്ന വിധിയെഴുത്താവും തിരഞ്ഞെടുപ്പുകൾ.

നമ്മുടെ രാഷ്ട്രീയം അതിവേഗം 'ക്രിമിനലൈസ്' ചെയ്യ പ്പെടുകയാണ്. ജയിക്കുന്നതും ഭരിക്കുന്നതും ആരാകണമെന്ന് തീരുമാനിക്കാൻ മാഫിയാസംഘങ്ങൾക്ക് അധികാരമുണ്ടാകുന്ന അവസ്ഥ ഭീകരമാണ്. അതിനെ ചെറുത്തു തോല്പിക്കുന്നതിൽ രാഷ്ട്രീയ ഇച്ഛ പ്രധാനമാണ്.

തട്ടിപ്പും വഞ്ചനയും നടത്തുന്നവർ മാത്രമല്ല, കരിഞ്ചന്ത ക്കാരും കള്ളക്കടത്തുരാജാക്കന്മാരും ചാരന്മാരും ഹരിജന ങ്ങളെയും സ്ത്രീകളെയും മറ്റും പീഡിപ്പിക്കുന്നവരും ക്രിമിന ലുകൾ തന്നെയാണ്. ജനാധിപത്യത്തിന്റെ പ്രവർത്തനസീമകളി ലെവിടെയും അത്തരക്കാർക്ക് സ്ഥാനമുണ്ടാകാൻ പാടില്ല.

വോട്ട് ബാങ്ക് രാഷ്ട്രീയം നമ്മുടെ ജനാധിപത്യത്തിനേല്പിച്ച മുറിപ്പാടുകൾ ആഴത്തിലുള്ളതാണ്. ജാതിയും മതവും പ്രാദേ ശികതയും എന്നുവേണ്ട ദൈവവും പിശാചും വരെ വോട്ടുബാങ്കു കളിലെ മുതലും പലിശയുമായി മാറ്റപ്പെടാറുണ്ട്. ഇന്ത്യയിലെ ചുറ്റുപാടുകളിൽ നിയമപുസ്തകത്തിലെ ഒരു വാചകം വഴി ഈ കുറ്റകൃത്യം ഇല്ലാതാകുമെന്ന് ധരിക്കുന്നത് മൗഢ്യമാണ്. എങ്കിലും വോട്ട്ബാങ്കു രാഷ്ട്രീയത്തിന് ഭ്രാന്ത് മൂത്ത് ജന ങ്ങൾക്കിടയിൽ സ്പർദ്ധയും ശത്രുതയും വളർത്തുന്ന പ്രചാര വേലകൾ നടത്തുന്നത് തിരഞ്ഞെടുപ്പ് അയോഗ്യതയായി പരി ഗണിക്കണം.

ജനാധിപത്യം എങ്ങനെ പണാധിപത്യം ആകുമെന്നറിയ ണമെങ്കിൽ തിരഞ്ഞെടുപ്പു രംഗത്തേക്ക് കണ്ണോടിച്ചാൽ മതി. പണത്തിന്റെ പെരുമഴ പെയ്യിച്ച ഏതു ജനദ്രോഹത്തിന്റെ പാർട്ടിക്കും സ്ഥാനാർത്ഥിക്കും വിജയമുറപ്പിക്കാൻ കഴിയുമെന്നത് നമ്മുടെ അനുഭവമാണ്. നീചതാത്പര്യങ്ങളുടെ വിവിധ ലോബി കൾ രാഷ്ട്രീയ പാർട്ടികളെയും സ്ഥാനാർത്ഥി സഞ്ചയങ്ങളെയും മൊത്തമായിത്തന്നെ ചിലപ്പോൾ 'സ്പോൺസർ' ചെയ്യാറുണ്ട്. അവർ പണമെറിഞ്ഞു പണം കൊയ്യുകയാണ്. 'സ്റ്റാറ്റസ്ക്വോ' യുടെ പാർട്ടികൾക്കായി കുത്തകകമ്പനികൾ തങ്ങളുടെ മടിശ്ശീല

തുറന്നുവയ്ക്കാറുണ്ടെന്നത് ഇന്നൊരു രഹസ്യമേയല്ല. ഹൈക്കമാണ്ട് വഴി 'ഇലക്ഷൻ സ്പെഷൽ' ആയി തൽക്കാലത്തേക്ക് സമ്മാനിക്കപ്പെടുന്ന ജീപ്പുകൾ തിരിച്ചുകൊടുക്കാതിരിക്കുന്നതും അവ പിന്നെ ഗ്രൂപ്പു യുദ്ധങ്ങളിൽ എണ്ണ പകരുന്നതും കേരളത്തിൽതന്നെ പലയിടത്തും നാം കേട്ട കാര്യങ്ങളാണല്ലോ.

അംഗീകൃത രാഷ്ട്രീയ പാർട്ടികളുടെ തിരഞ്ഞെടുപ്പ് ചെലവുകൾ വഹിക്കാൻ ഭരണകൂടം മുന്നോട്ടുവരണമെന്ന നിർദ്ദേശത്തിന്റെ പ്രസക്തി തള്ളിക്കളയാവുന്നതല്ല. അതു നടപ്പിലാകും വരെ കള്ളപ്പണത്തിന്റെ (വെള്ളപ്പണത്തിന്റെയും) ദൂഷിതമായ സ്വാധീനം തടയാൻ താഴെ പറയുന്ന കാര്യങ്ങൾ നടപ്പാക്കണം.

- തിരഞ്ഞെടപ്പ് ചെലവുകളുടെ പരിധി യാഥാർത്ഥ്യബോധത്തോടെ ഉയർത്തുകയും കർശനമായി പരിപാലിക്കപ്പെടുകയും വേണം.
- ചെലവുകളുടെ സത്യസന്ധമായ ഓഡിറ്റിങ്ങിന് തിരഞ്ഞെടുപ്പ് കമ്മീഷൻ ഫലപ്രദമായ സംവിധാനങ്ങൾ ഏർപ്പെടുത്തണം.
- വാഹനങ്ങളുടെയും പ്രചരണ സന്നാഹങ്ങളുടെയും ധാരാളിത്തവും ദുരുപയോഗവും തടയണം.
- രാഷ്ട്രീയ പാർട്ടികൾക്കുള്ള സംഭാവനകൾ ചെക്കു മുഖേന മാത്രമേ ആകാവൂ എന്നു വ്യവസ്ഥ ചെയ്യണം.

  (വൻകിട കമ്പനികളുടെ തിരഞ്ഞെടുപ്പ് സംഭാവനകൾ നിരോധിക്കണമെന്ന നിർദ്ദേശം നടപ്പിലാക്കാൻ സംവിധാനം ഇല്ലാത്തതിനാലാണ് അത് ചെക്കു മുഖേനയെങ്കിലും ആകണമെന്നു പറയുന്നത്.)

തിരഞ്ഞെടുപ്പ് പ്രവർത്തനങ്ങളുമായി നിയോഗിക്കപ്പെടുന്ന സർക്കാർ ജീവനക്കാർ ഭരിക്കുന്നവരുടെ കൈക്കാരന്മാരായി മാറുന്നുവെന്ന വിമർശനം എപ്പോഴുമുണ്ടാകാറുണ്ട്. പൊലീസ്, അർദ്ധ സൈനികവിഭാഗങ്ങളുടെ വിന്യാസത്തിലും ഈ പരാതി സാർവത്രികമാണ്. ആ വിഭാഗങ്ങളുടെ പ്രവർത്തനങ്ങൾ നിഷ്പക്ഷമായിരിക്കുമെന്നുറപ്പു വരുത്താൻ ഫലപ്രദമായ ഒരു വിജിലൻസ് സംവിധാനം ഉണ്ടാവുകയാണ് ഇതിന് പ്രതിവിധി.

തങ്ങൾ തിരഞ്ഞെടുത്തയച്ചവർ ചുമതലകൾ നിറവേറ്റാൻ അയോഗ്യരോ, തങ്ങൾക്ക് അപമാനകരമായ കൃത്യങ്ങൾ ചെയ്യുന്നവരോ ആണെന്നു കണ്ടാലും 'പരമാധികാരികളായ' ജനങ്ങൾ ദൈവത്തെ പഴിച്ചു കഴിയേണ്ട ഗതികേടാണ് ഇന്നു

ള്ളത്. ആ ഗതികേടാണ് പലപ്പോഴും ജനദാസനായി അവതരിക്കുന്ന ജനപ്രതിനിധിക്ക് 'ഉടയോനായി' മാറാൻ പലപ്പോഴും വളംവെക്കുന്നത്. അതു മാറുകതന്നെ വേണം. തിരഞ്ഞെടുത്തവർക്കു തങ്ങളുടെ പ്രതിനിധിയെ തിരിച്ചുവിളിക്കാനും അവകാശം വേണം.

രാഷ്ട്രീയ പാർട്ടികളുടെ യഥാർത്ഥ ജനപിന്തുണയും പാർലമെന്റ്/അസംബ്ലികളിലെ പ്രാതിനിധ്യവും തമ്മിൽ പൊരുത്തമില്ലാത്ത അവസ്ഥയാണ് ഇന്നത്തെ സംവിധാനത്തിലുള്ളത്. ആനുപാതിക പ്രാതിനിധ്യമാണ് ഇതിനുള്ള പ്രതിവിധി. പാർട്ടികൾ ഉയർത്തിപ്പിടിക്കുന്ന നയപരിപാടികളുടെയും മാനിഫെസ്റ്റോയുടെയും അടിസ്ഥാനത്തിൽ ജനങ്ങൾ വോട്ട് രേഖപ്പെടുത്തട്ടെ. ആ പിന്തുണയുടെ അനുപാതത്തിൽ അവരുടെ സ്ഥാനാർത്ഥി പട്ടികയിൽ നിന്നുള്ളവർ ജനപ്രതിനിധികളാകുമെന്നാണ് ആനുപാതിക പ്രാതിനിധ്യം വിഭാവനം ചെയ്യുന്നത്.

പാർലമെന്ററി ജനാധിപത്യത്തിന്റെ പരീക്ഷണത്തിൽ ഇന്ത്യയ്ക്കു കടന്നുപോകേണ്ടത് മുൾപാതയിലൂടെ തന്നെയാണ്. പക്ഷേ, ഈ പരീക്ഷണം പരാജയപ്പെട്ടുപോകുന്നതു ജനങ്ങളുടെ സാമൂഹിക രാഷ്ട്രീയാഭിലാഷങ്ങൾക്കേകുന്ന തിരിച്ചടിയായിരിക്കും. നമ്മടെ അയൽപക്കങ്ങളിൽ പട്ടാളബൂട്സിന്നടിയിൽ ജനാധിപത്യം ഞെരിഞ്ഞമർന്നതിന്റെ ഞരക്കങ്ങൾ മറക്കാനാവുമോ? അതു നമുക്കുള്ള താക്കീതും മുന്നറിയിപ്പുമാണ്. അതെല്ലാം മനസ്സിൽ വച്ചുകൊണ്ടു ജനാധിപത്യത്തിന്റെ നിലനില്പിനും വികാസത്തിനും ഉതകുംവിധമുള്ള പെരുമാറ്റച്ചട്ടങ്ങൾക്കു രൂപം നൽകാൻ രാഷ്ട്രീയ പാർട്ടികൾക്കു ബാധ്യതയുണ്ട്. രാഷ്ട്രീയപാർട്ടികൾക്കുള്ളിലും അവ തമ്മിലും നടത്തുന്ന ചർച്ചകൾ വഴി വേണം അത്തരമൊരു പെരുമാറ്റച്ചട്ടം ഉരുത്തിരിയാൻ. തിരഞ്ഞെടുപ്പു പരിഷ്ക്കരണങ്ങൾ ഒരു ലക്ഷ്യമല്ല. പാർലമെന്ററി ജനാധിപത്യത്തെ ഇന്ന് ചൂഴ്ന്നുനിൽക്കുന്ന ഇരുട്ടിൽ നിന്നു മോചിപ്പിച്ചു അതിനെ ജനങ്ങളുടെ ആധിപത്യമാക്കി മാറ്റുക എന്ന ലക്ഷ്യത്തിലേക്കുള്ള മാർഗ്ഗമാണ് അത്. ■

പരിസ്ഥിതിയും ഇടതുപക്ഷവും

ആഗോള താപനത്തിന്റെ കാലഘട്ടത്തിലൂടെയാണ് മാനവരാശി കടന്നുപോവുന്നത്. മനുഷ്യൻ ഈ ഭൂമുഖത്ത് കെട്ടിപ്പടുത്തതെല്ലാം - ശക്തിയും സൗന്ദര്യവും സമ്പത്തുമെല്ലാം - ആഗോള താപനത്തിന്റെ കൊടുംവെയിലിൽ വാടിക്കരിഞ്ഞുപോവുമോ എന്ന ആശങ്ക പടരുകയാണ്. ഭൗമഉച്ചകോടികളിൽ ചർച്ചകൾ ഏറെ നടന്നു. കോപ്പൻഹേഗനിലും ബാലിയിലും ഡർബനിലും ചർച്ചകൾ നടന്നുവെങ്കിലും പ്രതിവിധികൾ ഇപ്പോഴും അകലെയാണ്.

കഴിഞ്ഞ 100 വർഷങ്ങളിൽ ഭൂമിയുടെ ചൂടേറിയത് 0.67 ഡിഗ്രി സെൽഷ്യസ് തോതിലായിരുന്നു എന്ന് ശാസ്ത്രീയ പഠനങ്ങൾ പറയുന്നു. ഇപ്പോഴത്തെ പ്രയാണഗതിക്ക് മാറ്റമുണ്ടായില്ലെങ്കിൽ 6.7 ഡിഗ്രി സെൽഷ്യസ് തോതിൽ ഭൂമിയുടെ ചൂട് വർദ്ധിക്കുമെന്ന് ശാസ്ത്രം മുന്നറിയിപ്പ് നൽകിക്കഴിഞ്ഞു. ആഗോളതാപനം താനേ ഉണ്ടായതല്ല. വ്യവസായ വിപ്ലവാനന്തരം മനുഷ്യൻ ഉയർത്തിപ്പിടിച്ച വികസന സങ്കല്പങ്ങളുടെ ഉപോല്പന്നമാണത്.

കമ്പോള കേന്ദ്രീകൃതമായ മുതലാളിത്ത വ്യവസ്ഥ ശക്തി പ്രാപിച്ചതോടെ ലാഭം മാത്രമായി വികസനത്തിന്റെ ലക്ഷ്യം. കമ്പോളത്തിന് ലാഭമല്ലാത്ത ഒന്നിനെപ്പറ്റിയും ചിന്തിക്കാനറിയില്ല. കമ്യൂണിസ്റ്റ് മാനിഫെസ്റ്റോ പറയുന്നു: 'അനുസ്യൂതം വികസ്വരമാവുന്ന കമ്പോളത്തിന്റെ ആവശ്യകത ബൂർഷ്വാസിയെ ഭൂഗോളത്തിലെങ്ങും പരക്കം പായിക്കുന്നു. എല്ലായിടത്തും അതിന് കൂടുകൂട്ടണം, എല്ലായിടത്തും അതിന് ബന്ധങ്ങൾ സ്ഥാപിക്കണം, എല്ലായിടത്തും അതിന് താവളങ്ങൾ തീർക്കണം'. മൂലധന ശക്തികൾ കമ്പോളത്തിനും ലാഭത്തിനുംവേണ്ടി കഴിഞ്ഞ നൂറ്റാണ്ടുകളിൽ നടത്തിയ പരക്കംപാച്ചിലുകൾ ചരിത്രത്തിൽ പതിഞ്ഞുകിടപ്പുണ്ട്. ഓരോ കടന്നാക്രമണത്തിന്റെയും ബാക്കിപത്രമെഴുതുമ്പോൾ ലാഭത്തിന്റെയും സമ്പത്തിന്റെയും അളവുകോൽ മാത്രമാണ്

ഉപയോഗിക്കപ്പെട്ടത്. പ്രകൃതിക്കുണ്ടായ നഷ്ടത്തെക്കുറിച്ച് ആരും ചിന്തിച്ചതേയില്ല. നിലവിലുള്ള വികസന സങ്കല്പ മേല്പിച്ച മുറിവുകൾക്ക് ആനുപാതികമായി തന്നെയാണ് ആഗോളതാപനം ഭീഷണിയായി തീരുന്നത്. പരിസ്ഥിതിക്ക് നാശ മുണ്ടാവുമ്പോൾ പ്രാണവായുവിന്റെ ഉറവിടങ്ങളാണ് ഇല്ലാതെ യാവുന്നത്. കേവല വികസനത്തിന്റെ വക്താക്കൾ ഇതാണ് മറന്നു പോവുന്നത്. വില കണക്കാക്കിയാൽ 68 ട്രില്യൻ ഡോളറിന്റെ പ്രാണവായുവാണ് പ്രതിദിനം മനുഷ്യരാശിക്കാവശ്യം. പ്രകൃ തിയെ ചവിട്ടിമെതിച്ച് തങ്ങൾ നേടിയ വികസന നേട്ടങ്ങൾ ക്കെല്ലാം വിലയിട്ടാൽ അത്രയും വരുമോ എന്ന് അവർ സ്വയം ചോദിക്കട്ടെ.

വികസനവും പരിസ്ഥിതിയും തമ്മിലുള്ള ബന്ധത്തിന്റെ പ്രശ്നങ്ങളെ മാർക്സിസ്റ്റുകൾ സമീപിക്കേണ്ടത് മുകളിൽ പറഞ്ഞ ലളിതവും എന്നാൽ, അനിഷേധ്യവുമായ സത്യത്തെ മറന്നു കൊണ്ടാകരുത്. കമ്പോള മൗലികവാദമായി മാറിയ മുതലാളിത്ത വികസന നയത്തിനെതിരായി ലോകത്തെമ്പാടും പ്രതിഷേധം വളരുകയാണ്. ആ പ്രതിഷേധത്തിന്റെ സാമ്പത്തിക രാഷ്ട്രീയ മാനങ്ങളോടൊപ്പം പാരിസ്ഥിതിക ഘടകങ്ങളെയും ചേർത്തു വെക്കേണ്ടത് ചരിത്രപരമായ ഒരാവശ്യമാണ്. ആ വെല്ലുവിളി ഫലപ്രദമായി ഏറ്റെടുക്കുമ്പോഴേ മാർക്സിസത്തെ ദർശനമായി സ്വീകരിച്ചവർക്ക് വരുംകാലത്തിന്റെ വികസനപ്രശ്നങ്ങളോട് ശരി യായി പ്രതികരിക്കാനാവൂ. ഭാവിയിലെ സാമൂഹിക രാഷ്ട്രീയ പ്രവർത്തനങ്ങളുടെ കേന്ദ്ര സ്ഥാനത്ത് പരിസ്ഥിതി ഉണ്ടാവും. കണ്ണ് ഇറുക്കി അടച്ചതുകൊണ്ടോ പരിഹാസ കൂരമ്പുകൾകൊണ്ടോ ശകാരവചനങ്ങൾ കൊണ്ടോ അതിനെ ഇല്ലാതാക്കാനാവില്ല.

മാർക്സിസം ഉദയം കൊള്ളുന്നത് 19-ാം നൂറ്റാണ്ടിന്റെ ഉത്ത രാർദ്ധത്തിലാണ്. അന്ന് മുതലാളിത്തം മെല്ലെ പിച്ചവെച്ചു നടക്കാൻ തുടങ്ങുകയായിരുന്നു. അതിന്റെ ഭ്രാന്തമായ ആർത്തികളെപ്പറ്റി ഇന്നത്തെപ്പോലെ ലോകം അറിഞ്ഞുതുടങ്ങിയിരുന്നില്ല. പരി സ്ഥിതി എന്ന വാക്ക് ഇന്നത്തെ അർത്ഥത്തിൽ കേട്ടിരുന്നുമില്ല. മാർക്സും ഏംഗൽസും ലഭ്യമായ അറിവുകളെ അടിസ്ഥാന പ്പെടുത്തി അന്നുതന്നെ പരിസ്ഥിതിയുടെ രാഷ്ട്രീയം ചർച്ച ചെയ്തിട്ടുണ്ട്. 'മൂലധന'ത്തിന്റെ മൂന്നാം വാല്യത്തിൽ മാർക്സ് എഴുതി: 'കൂടുതൽ ഉയർന്ന തലത്തിലുള്ള ഒരു സാമൂഹിക

സാമ്പത്തിക വ്യവസ്ഥയുടെ കാഴ്ചപ്പാടിൽ നോക്കുമ്പോൾ മനുഷ്യരെ സ്വകാര്യസ്വത്തായി കാണുന്ന അത്രതന്നെ അസ്വീകാര്യമാണ് ഭൂമിയെയും ഒരാളുടെയോ മറ്റൊരാളുടെയോ സ്വകാര്യസ്വത്തായി കാണുന്നത്. ഭൂമി ഒരു സമൂഹത്തിന്റെയോ ഒരു രാഷ്ട്രത്തിന്റെയോ ലോകത്തുള്ള രാഷ്ട്രങ്ങളുടെയോ കൂട്ടുസ്വത്തായി കാണുന്നതും അബദ്ധമാണ്. അവർ ഈ ഭൂമിയുടെ ഗുണഭോക്താക്കൾ മാത്രമാണ്. താൽക്കാലിക കൈവശക്കാർ മാത്രം. നല്ല തറവാട്ടു കാരണവന്മാരെപ്പോലെ തങ്ങൾക്കു കിട്ടിയതിനേക്കാൾ കൂടുതൽ മെച്ചപ്പെട്ട അവസ്ഥയിൽ വരുംതലമുറകൾക്ക് ഭൂമിയെ കൈമാറാൻ അവർ ബാദ്ധ്യസ്ഥരാണ്.

മൂലധനത്തിന്റെ ലാഭമോഹം പ്രകൃതിക്കുമേൽ നടത്തുന്ന അതിക്രമത്തെപ്പറ്റി പറഞ്ഞ ഏംഗൽസ് അതിനോട് പ്രകൃതി പ്രതികാരം ചെയ്യാതിരിക്കയില്ലെന്നും പറഞ്ഞു. ആഗോളതാപനവും കാലാവസ്ഥാമാറ്റവും ഭൂചലനങ്ങളും സൂനാമിയും എല്ലാം സഹിച്ചു മടുത്ത ഭൂമിയുടെ പ്രതികാരമല്ലെന്ന് ആർക്ക് പറയാനാവും?

സോവിയറ്റ് വിപ്ലവത്തിന്റെ ആരംഭവർഷങ്ങളിൽ പ്രകൃതിയോടുള്ള മാർക്സിസ്റ്റ് സമീപനത്തെ വികസിപ്പിക്കാൻ ലെനിൻ ശ്രമിച്ചിരുന്നു. അലക്സാണ്ടർ അലക്സാൻഡ്രോവിച്ച്, ബോഗ്ദനോവ്, അനത്താളി വാസിലേയ്‌വിച്ച്, ലൂണാച്ചാർസ്കി, വ്ളാഡിമിർ വ്ളാഡിമിറോവിച്ച് സ്റ്റാച്ചിൻസ്കി എന്നിവർ പാരിസ്ഥിതികാവബോധമുള്ള മാർക്സിസ്റ്റ് നിരീക്ഷണം ശക്തിപ്പെടുത്താൻ മുൻകൈ എടുത്തവരാണ്. റഷ്യൻ വിപ്ലവം കഴിഞ്ഞ് രണ്ട് വർഷത്തിനുശേഷം 1919ൽ ലെനിൻ മുൻകൈയെടുത്ത് ആദ്യത്തെ പ്രകൃതി സംരക്ഷിത പ്രദേശം നിലവിൽ വന്നു. വിപ്ലവത്തിന് 12 വർഷം പ്രായമായപ്പോഴേക്ക് 61 സംരക്ഷിത പ്രദേശങ്ങൾ റഷ്യയിൽ ഉണ്ടായി. പല കാരണങ്ങളാൽ ഈ ദിശയിൽ വേണ്ടത്ര പഠനങ്ങൾ നടത്താനോ മുന്നോട്ട് പോവാനോ റഷ്യൻ ബോൾഷെവിക്കുകൾക്ക് കഴിഞ്ഞില്ല. പാശ്ചാത്യമുതലാളിത്ത ശക്തികളെ നേരിടാൻ അവരെ വെല്ലുന്ന സാങ്കേതിക വികാസം റഷ്യക്ക് വേണ്ടിയിരുന്നു. വ്യവസായവത്കരണത്തിന്റെ സാങ്കേതിക വഴികളിൽ പാരിസ്ഥിതിക പരിഗണനകൾക്ക് സോഷ്യലിസത്തിലും മങ്ങലേറ്റുവെന്ന വിമർശനമുണ്ടാകുന്നതിങ്ങനെയാണ്.

എട്ടു ദശാബ്ദങ്ങൾക്കുശേഷം ലോകം ഇപ്പോൾ നിൽക്കുന്നത് വീണ്ടുവിചാരത്തിന്റെ വഴിത്തിരിവിലാണ്. ഇതിനിടയിൽ

റഷ്യയും ലോകവും സോഷ്യലിസ്റ്റ് വ്യവസ്ഥയും ഉദയാസ്ത മയങ്ങൾക്ക് സാക്ഷ്യം വഹിച്ചു. മുതലാളിത്തമാണ് ലോകത്തിന്റെ ഭാവിയെന്ന വമ്പൻ പ്രചരണങ്ങളുണ്ടായി. പണവും ലാഭവും കമ്പോളവും ചേർന്ന് എല്ലാം തീരുമാനിക്കുമെന്ന് ധാർഷ്ട്യം പൂണ്ടവർ എക്കാലത്തെയും വലിയ ക്രൂരതകൾ പ്രകൃതിക്കുമേൽ അടിച്ചേല്പിച്ചു. വികസനത്തിന്റെ ഒരേയൊരുവഴി കമ്പോളം നിർണ്ണയിക്കുമ്പോൾ അവിടെ സംഭവിക്കുന്നത് പാരിസ്ഥിതിക ദുരന്തങ്ങളായിരിക്കും. ആ ദുരന്തങ്ങൾക്കുനേരെ കണ്ണടക്കുന്ന വർക്ക് ഏറെക്കാലം കണ്ണടച്ചിരുട്ടാക്കാനാവില്ല. ആഗോളീകരണം ഇന്ന് ലോകത്തെവിടെയും ജനങ്ങളാൽ വിചാരണ ചെയ്യപ്പെടുക യാണ്. ലാഭകേന്ദ്രീകൃതമായ അതിന്റെ നീതിശാസ്ത്രങ്ങൾ പ്രകൃ തിയോടു ചെയ്ത അനീതികളും വിചാരണ ചെയ്യപ്പെടുകയാണ്. മുതലാളിത്തത്തെ അനുഭവങ്ങളുടെ തെളിവു നിരത്തി ജനങ്ങൾ കുറ്റവാളി എന്നു വിധിക്കുമ്പോൾ ആ വിധിയെഴുത്തിൽ തങ്ങളുടെ ചരിത്രപരമായ പങ്ക് നിറവേറ്റുകയാണ് മാർക്സിസ്റ്റുകളുടെ കടമ.

ആഗോളീകരണത്തിനെതിരെ ലോകത്തെമ്പാടും ഉയർന്നു വരുന്ന ജനകീയ പ്രതിഷേധങ്ങൾ പുതിയ അന്വേഷണങ്ങളുടെ പ്രചോദന കൂടിയാവുന്നു. പുതിയ കാലഘട്ടം മാനവരാശിക്കു മുന്നിൽ ഉന്നയിക്കുന്ന പുതിയ ചോദ്യങ്ങൾ സാമൂഹികവും സാമ്പത്തികവും മാത്രമല്ല പാരിസ്ഥിതികവുമാണ്. ഇവയെല്ലാം പരസ്പര ബന്ധിതമാണ്. പരിവർത്തനത്തിന്റെ ശാസ്ത്രമായ മാർക്സിസത്തിന് ഈ പരസ്പര ബന്ധത്തിന്റെ സ്വഭാവവും ഉള്ള ടക്കവും തിരിച്ചറിയാൻ കഴിയുന്നു. ലോകത്തിലെ ചില രാജ്യ ങ്ങളിൽ ചുവപ്പും പച്ചയും തമ്മിൽ ആരംഭിച്ചു കഴിഞ്ഞ സംവാദം ഇതിന്റെ ഭാഗമാണ്. രാജ്യങ്ങൾ തോറും ഈ പ്രക്രിയ വ്യത്യസ്ത രൂപഭാവങ്ങളിലാവും മുന്നേറുക. ഇന്ത്യൻ സാഹചര്യങ്ങളിൽ പ്രകൃതിയും മനുഷ്യനും തമ്മിലുള്ള ബന്ധത്തിന്റെ താളലയ ങ്ങൾ കണ്ടെത്തുകയാണ് ഇന്ത്യയിലെ ഇടതുപക്ഷത്തിന്റെ കർത്തവ്യം.

ഭാവിയിലെ രാഷ്ട്രീയ സാമൂഹിക വികാസങ്ങളുടെ കേന്ദ്ര സ്ഥാനത്ത് പരിസ്ഥിതിയും ഉണ്ടാവും. അത് ഏറ്റവും വ്യക്തത യോടെ തിരിച്ചറിയേണ്ടവർ മാർക്സിസ്റ്റുകളാണ്. എന്നാൽ പ്രകൃതി യോടും പരിസ്ഥിതിവാദത്തോടും അതു മുന്നോട്ടുവെക്കുന്ന സങ്കീർണ്ണമായ സമസ്യകളോടും പുറംതിരിഞ്ഞു നിൽക്കുന്ന

സമീപനം ഇടതുപക്ഷത്തെ ചില കേന്ദ്രങ്ങൾ വച്ചുപുലർ ത്താറുണ്ട്. ചൂഷക ശക്തികൾ പ്രകൃതിയെ ചവിട്ടിമെതിച്ചതിന്റെ അനുഭവങ്ങൾ ഉൾക്കൊള്ളാൻ അവർ വിസമ്മതിക്കുന്നു. എല്ലാ ചൂഷണങ്ങളെയും പോലെതന്നെ പ്രകൃതി ചൂഷണത്തിന്റെയും വർഗപരമായ സവിശേഷതകൾ പഠിക്കാൻ കൂട്ടാക്കാത്തവർ മാർക്സിസ്റ്റ് വീക്ഷണത്തിന്റെ മൗലികസത്തയെ നിരാകരിക്കു കയാണ്. ഹരിത മാർക്സിസം എന്ന ഒന്ന് പുതുതായി വാർത്തെ ടുക്കാനല്ല മാർക്സിസത്തിലെ തന്നെ പച്ചപ്പുകളെ വീണ്ടെടു ക്കാനാണ് പുതിയ കാലഘട്ടം മാർക്സിസ്റ്റുകളോടാവശ്യപ്പെ ടുന്നത്. അങ്ങനെ ചെയ്യുമ്പോൾ പ്രകൃതിക്കുവേണ്ടിയുള്ള മഹ ത്തായ സമരത്തിൽ പുതിയ ബന്ധുക്കളെ കണ്ടെത്താനും അവർക്കു കഴിയണം.

പുതിയ രാഷ്ട്രീയ ശൈലിക്കുവേണ്ടി

"എന്തെന്ത് തന്നിലിച്ഛിപ്പിതന്ന്യനും നിനയ്ക്കണം
ഏറും ഭോഗദ്രവ്യമില്ലാത്തന്യർക്കും പങ്കുവെക്കണം
രാഷ്ട്രം മുടിച്ചു തൻ വൃദ്ധി തേടുന്നവരേവരോ
ശവത്തിൽ കൃമികൾക്കൊപ്പമവരെക്കരുതീടണം"

എന്ന വേദവ്യാസന്റെ വരികൾ നമുക്കോർത്തിരിക്കാം.

രാഷ്ട്ര വ്യവഹാരത്തെക്കുറിച്ചുള്ള ഭാരതത്തിന്റെ പ്രാചീന സങ്കല്പമാണ്, അയ്യായിരം വർഷങ്ങൾക്കുമുമ്പ് വേദവ്യാസൻ രേഖപ്പെടുത്തിയിരിക്കുന്നത്. അധികാരം കയ്യാളുന്നവർ പലപ്പോഴും ശ്രദ്ധിക്കാൻ മറന്നുപോകുന്ന കാര്യം.

ഇന്ന് രാഷ്ട്രീയം നമ്മുടെ ജീവിതത്തിന്റെ സമസ്ത മണ്ഡലങ്ങളെയും ചൂഴ്ന്നുനിൽക്കുമ്പോഴും അത് സാമാന്യമനുഷ്യന്റെ നൈതിക സങ്കല്പങ്ങളോട് നീതി കാണിക്കുന്നില്ലെന്ന വിമർശനം ശക്തിപ്പെടുകയാണ്. അധോലോകവും അധികാരകേന്ദ്രങ്ങളും രാഷ്ട്രീയ മേലാളന്മാരും കൈകോർത്തു നീങ്ങുന്ന സമാന്തരഭരണകൂടമാണ് ഇവിടെയുള്ളതെന്ന് ചൂണ്ടിക്കാട്ടിയത് വോറ കമ്മീഷനാണ്. ഈ കടുത്ത വിമർശനത്തിന്റെ ആൽമരത്തണലിലിരുന്ന് വീണ വായിക്കുന്നവരാണ് രാഷ്ട്രീയക്കാരെന്ന് ജനങ്ങളിൽ ചിലരെങ്കിലും വിശ്വസിക്കുന്നു. എന്തും ചെയ്യാൻ മടിക്കാത്തവരുടെ വിഹാരവേദിയായി രാഷ്ട്രീയം അധഃപതിക്കുകയാണോ?

'ത്യാഗമെന്നതേ നേട്ടം താഴ്മ താനഭ്യുന്നതി' എന്നു വിശ്വസിച്ചവരുടെ തലമുറ രാഷ്ട്രീയത്തിൽ നിന്ന് അന്യം നിന്നുപോയോ? ഈ ചോദ്യങ്ങൾ ചുറ്റുപാടും മുഴങ്ങുന്നുണ്ട്. അതിനുനേരേ കാതുകൊട്ടിയടയ്ക്കാൻ രാഷ്ട്രീയപ്രവർത്തകർക്കവകാശമില്ല.

ജനാധിപത്യത്തെ പണാധിപത്യമാക്കി മാറ്റുന്നത് ചൂഷകവർഗത്തിന്റെ രാഷ്ട്രീയ, സദാചാര സങ്കല്പങ്ങളാണ്. ആർത്തിപൂണ്ട മുതലാളിത്തത്തിന്റെ പരക്കംപാച്ചിലിൽ മാനവികതയുടെ മഹോന്നത മൂല്യങ്ങളെല്ലാം ചതഞ്ഞരയുകയാണ്. അതിന്റെ ഫലമായി

സത്യധർമ്മങ്ങളെല്ലാം തലകീഴായി നിൽക്കുന്ന കാഴ്ചയാണ് നാം ഇന്നു കാണുന്നത്.

രാഷ്ട്രീയശൈലിയിൽ ചെറിയൊരു മാറ്റംകൊണ്ട് സംശുദ്ധ രാഷ്ട്രീയം വീണ്ടെടുക്കാമെന്ന ധാരണ ശരിയാണെന്നു തോന്നുന്നില്ല. ഇന്നത്തെ രാഷ്ട്രീയശൈലി ഇങ്ങനെ ആയതിനു പിറകിൽ ശക്തമായ സാമ്പത്തിക സാമൂഹികഘടകങ്ങൾ പ്രവർത്തിക്കുന്നുണ്ട്. അതാകട്ടെ ലളിതമായ പ്രതിവിധികൾകൊണ്ട് മാറുന്നതല്ല. എല്ലാ രാഷ്ട്രീയപാർട്ടികൾക്കുള്ളിലും ശൈലിമാറ്റം സംബന്ധിച്ചുള്ള ലക്ഷ്യബോധമുള്ള സമരങ്ങളുണ്ടാകണം. ആ സമരങ്ങൾ മൗലികമായ മാറ്റങ്ങളുടെ അനിവാര്യത പാർട്ടികളെ ബോധ്യപ്പെടുത്താൻ പോന്നതാകണം.

എല്ലാ തലങ്ങളിലുമുള്ള നിക്ഷിപ്തതാത്പര്യങ്ങളുമായി ഇന്നത്തെ രാഷ്ട്രീയപ്രവർത്തന ശൈലി പുലർത്തുന്ന ഏറിയും കുറഞ്ഞുമുള്ള ബന്ധങ്ങളിലെ അനാശാസ്യതയ്ക്കെതിരായ ബോധവൽക്കരണമാണ് മേൽപ്പറഞ്ഞ സമരം. മൂലധനവാഴ്ചയോട് വിധേയത്വം പ്രഖ്യാപിച്ചുകഴിയുന്ന പാർട്ടികൾക്ക് ഈ സമരം ഏറ്റെടുക്കാൻ പ്രയാസമായിരിക്കും. രാഷ്ട്രീയത്തിലെ നന്മകളുടെ പക്ഷമാകാൻ പ്രതിജ്ഞാബദ്ധമായ ഇടതുപക്ഷത്തിനാണ് ഇക്കാര്യത്തിൽ കൂടുതൽ ചെയ്യാൻ കഴിയേണ്ടത്. അതിന്റെ തോത് അനുസരിച്ചായിരിക്കും ഇടതുപക്ഷപാർട്ടികളുടെ ഇടതുപക്ഷ സ്വഭാവം ഭാവിയിൽ നിർണയിക്കപ്പെടുക.

രാഷ്ട്രീയപാർട്ടികൾ പണക്കാർക്കു മുന്നിൽ തലകുനിക്കുന്നത് പണം പിരിക്കേണ്ടി വരുമ്പോഴാണ്. വലിയ സമ്മേളനങ്ങൾക്കും തെരഞ്ഞെടുപ്പിനുമെല്ലാം പാർട്ടികൾക്ക് പണം വേണം. വില്ലേജ്തലത്തിനു മുകളിലേക്കുള്ള സമ്മേളനങ്ങൾ പ്രതിനിധി സമ്മേളനത്തിൽ ഒതുക്കുക എന്ന നിർദ്ദേശം ഈ ചുറ്റുപാടിൽ നല്ല തുടക്കമായിരിക്കും. അധികം പണം പിരിക്കുന്ന ആൾ ഏറ്റവും വലിയ നേതാവ് എന്നതാണ് പുതിയ സമവാക്യം. ഇത് തിരുത്തിയെഴുതാൻ ജനങ്ങൾക്കേ സാധിക്കൂ. പണപ്പിരിവുകൾക്ക് നിയന്ത്രണങ്ങളും മാനദണ്ഡങ്ങളും ഉണ്ടാവണം. ജനങ്ങളറിയുന്ന സുതാര്യത വേണം. തെരഞ്ഞെടുപ്പ് ചിലവുകൾ സർക്കാർ വഹിക്കണമെന്ന അഭിപ്രായഗതിയും ചർച്ച ചെയ്യപ്പെടേണ്ടതാണ്. എല്ലാ രാഷ്ട്രീയക്കാരും ഒരുപോലെയെന്ന സാമാന്യവൽക്കരണം രാഷ്ട്രീയത്തിന്റെ അകക്കാമ്പിനെയാണ് കാർന്നുതിന്നുന്നത്. ആത്യന്തികമായി അത് ജനാധിപത്യത്തിന്റെ നാശത്തിലേക്കാണ് വഴിതെളിയിക്കുന്നത്. ആ ദുരന്തം ഒഴിവാക്കാൻ കഴിയുന്നത് പ്രതിജ്ഞാബദ്ധമായ രാഷ്ട്രീയത്തിനും ജനങ്ങൾക്കും മാത്രമാണ്.

www.ingramcontent.com/pod-product-compliance
Lightning Source LLC
LaVergne TN
LVHW041849070526
838199LV00045BB/1516
9789387357488